பேசும்படம்
கடைசி இருக்கையிலிருந்து சில குறிப்புகள்

செழியன்

உயிர் எழுத்து பதிப்பகம்
9, முதல் தளம், தீபம் வணிக வளாகம், கருமண்டபம், திருச்சி-1

பேசும்படம்: கட்டுரைகள், ஆசிரியர்: **செழியன்**, உரிமை: செழியன், திருத்தப்பட்ட முதல் பதிப்பு: டிசம்பர் 2014. வெளியீடு: **உயிர் எழுத்து பதிப்பகம்** 9, முதல் தளம், தீபம் வணிக வளாகம், கருமண்டபம், திருச்சி - 620001 தொலைபேசி: 91-0431-6523099; 99427 64229 மின்னஞ்சல்: uyirezhutthu@gmail.com அட்டை வடிவமைப்பு: குடில் புத்தக உருவாக்ககம் அச்சாக்கம்: பிரிண்ட் ஸ்பெஷாலிட்டீஸ், சென்னை 600 014. அச்சாக்கம்: மணி ஆப்செட், சென்னை 600 005. தாள்: 18.6 கிகி மேப்லித்தோ. பக்கம்: 168. விலை: 150.

உயிர் எழுத்து பதிப்பக வெளியீடு: 82

ISBN 978-93-81099-55-1

PesumPadam: Essays. Author: Chezhian. c. Chezhian. Language: Tamil. First Edition: December 2014. Size: Demy 1 x 8. Paper: 18.6 kg maplitho. Pages: 168. Copies: 500. Published by Uyir Ezhutthu Pathippagam, 9 First Floor, Deepam Complex, Karumandapam, Thiruchirappalli- 620 001. India. Cell Phone: 99427 64229. Email: uyirezhutthu@gmail.com Cover Design: Kudill. Wrapper Printed at Print Specialities, Chennai 600 014. Printed at Mani Offset, Chennai 600 005. Price Rs. 150

அன்புத் தம்பிகள்
இளங்கோ, சரவணன், வீரக்குமார்
மூவருக்கும்

பொருளடக்கம்

முன்னுரை	6
தமிழ்த் திரைக்கதை - சில குறிப்புகள்	11
ஊடகம்: குழந்தைகள் மீதான வன்முறை	23
'கன்னத்தில் முத்தமிட்டால்'	30
இளையராஜா அங்கீகரிப்பதன் மூலம் புறக்கணிக்கப்பட்ட கலைஞன்	42
இரண்டு ஆசிரியர்கள் - ஒரு நதிக்கரை	60
மாற்று ஊடகமும் நட்சத்திரங்களின் அந்திமக் காலமும்	73
'சொர்க்கத்தின் குழந்தைகள்'	83
கலையும் சமன்பாடுகள்	94
வெற்றிடத்திலிருந்து எழும் குரல்	100
காலத்தின் வழியே இசைக்கும் பாடல்	109
'காதல்'	116
பிணங்களின் ஊடகம்	125
குறும்படங்கள்	137
வெள்ளித்திரையும் மேற்கத்திய நிழல்களும்	142
திரைக்கதைச் சூழலும் குணச்சித்திரமும்	153

முன்னுரை

நிகழ்த்திப்பார்க்க விரும்பினால் கலைகளில் மிகவும் சவாலானதாக திரைப்படமே இருக்கமுடியும் என்று நம்புகிறேன். அதனை வெளியிலிருந்து விமர்சிப்பதற்கும் அருகிலிருந்து அணுகுவதற்கும் நிறைய வித்தியாசம் இருப்பதாகவும் உணர்கிறேன். திரைப்படத்தை கற்றுக் கொள்கிற மாணவனாக நான் அதனில் இணைந்த பிறகு நிறைய ஆச்சரியங்களும், விநோதங்களும், சில சமயங்களில் பார்வையாளனாகச் சுற்றித் திரிந்த காலங்களில் படம் பார்த்து அதை நண்பர்களுடன் விவாதிப்பதும், சிலாகிப்பதும் கேலி செய்தவதுமாக இருந்த மனநிலை, அதில் ஒருவனாக இணைந்த பிறகு மாறத்துவங்கியது. ஏன் இப்படி எடுக்கிறார்கள் என்ற கேள்வி தன்னிலை சார்ந்த ஒன்றாகி, கேலியும் விமர்சனமும், சிலாகிப்பும் கூட ஒரு நேர்மையையும் பொறுப்புணர்வையும் வேண்டுகிறது.

படப்பிடிப்பு இல்லாத நாட்களில் கலந்து கொள்ள நேர்ந்த கதை விவாதங்கள் இதில் உள்ள சில கட்டுரைகளை எழுதக் காரணமாக இருந்தன. புழுக்கம் நிறைந்த பிரம்மச்சரிய அறைகளிலும், குளிர் நடுங்கும் நட்சத்திர விடுதிகளிலும் நடக்கும் இக்கதை முகமறியாத பார்வையாளனின் பொது ரசனையின்முன் வெற்றிகரமாக சமர்ப்பிப்பதற்காக நடக்கும் இக்கதை விவாதங்கள் நிறைய கற்றுத் தந்தன. திரைக்கதை சார்ந்த பல நுணுக்கங்களை வெளிச்சம் காட்டின. ஒவ்வொரு விவாதமும் முடிந்து அறைக்குத் திரும்பும்போது தார்மீகமான பல கேள்விகள் மனதில் எழும். அதிகபட்சமாக ஒரு நல்ல திரைப்படம் என்ன செய்கிறது? நம்பும் விதத்தில் ஒரு கதை சொல்கிறது. நுட்பம் மேதைமை முதலான சொற்கள் பின்னிருந்தாலும் ஒரு திரைப்படம், தெளிவான கதையை விடவும் அது சொல்லப்படும் விதத்தில் ஒரு தெளிவையும் தொடர்ச்சியையும் கோருகிறது. விவாதத்தித்தில் கேட்கும்போது பிடித்திருக்கும் பல கதைகள் படமாக வருகையில் பிடிப்பதில்லை.

ஏன்? ஒரு கதையை நேரில் சொல்வதற்கும், ஒளியும் இசையும் நுட்பமும் கலந்து திரையில் சொல்வதற்கும் சூக்குமமான இடைவெளி இருக்கிறது என்பதை உணரமுடிந்தது. அந்த இடைவெளி எப்படி நேர்கிறது? கேட்கும்போது இருந்த ஒரு தொடர்ச்சி திரையில் காண்கையில் எப்படிக் கலைகிறது? கேட்கிற கதையின் நம்பகத்தன்மைக்கும் பார்க்கிற கதையின் நம்பகத்தன்மைக்கும் உள்ள இடைவெளி எது?

ஒரு நல்ல திரைப்படம் முடிந்தவுடன் துவங்குகிறது. விதவிதமான படிமங்களாலும் எண்ணங்களாலும் அடுக்கடுக்காக மலந்து நவில்தொறும் புதுப்புது வெளிகளைத் திறந்துகொண்டே இருக்கிறது. ஒரு திரைப்படம் கண்முன் நிகழ்கிற ஒரு காட்சியாக இல்லாமல் கனவாக மாறுகிறது. நீர்ப்பரப்பில் விழும் கூழாங்கல் நனைந்து அமிழ்வதைப்போலத் திரைச்சட்டகத்தின் உள்ளே நாம் அறியாமல் அமிழ்கிறோம். திரைப்படம் நம்மைச் சுற்றி, நாம் இருக்கிற, சமயங்களில் நாம் இல்லாத ஒரு கனவாக நிகழ்கிறது. ஒரு பார்வையாளராக உணர்வுரீதியாக நாம் அடைகிற அந்த அனுபவம் தன்னிச்சையாக நிகழ்வதில்லை. ஒரு எழுத்தாளர் எழுதி ஒளிப்பதிவுடன் இயக்கப்பட்டு, இசையும் சத்தங்களும் சேர்த்து தொகுக்கப்பட்டு ஒரு திட்டமிட்ட முயற்சியாகவே திரைக்கு வருகிறது. எனில் இந்தத் திட்டமிடலுக்கும் அது கனவாகவே மாறுகிற அனிச்சைத்தன்மைக்கும் இடையில் நடப்பது எது?

வாழ்க்கையின் கூறுகளை ஒரு திரைப்படம் செவ்வகமாகக் காட்சிப்படுத்துகிறது. உலகத்தின் வெவ்வெறு நாடுகளின் நேரம் மாறுபடுவதைப்போலக் கனவுலகம் சார்ந்த திரைப்படத்தின் நேரமும் அதன் இயக்கமும் நம் கடிகாரத்தின் வேகத்துடன் தொடர்பில்லாதவை. அதனுடைய கால அலகு வேறு. திரைப்படத்தின் மொழி நாம் பேசுகிற மொழியாக இருந்தாலும் தன் செய்திப் பரிவர்த்தனைக்காக அது கையாளும் நுட்பமொழி வேறானது. அதன் நிறுத்தற்குறிகள், அசை அலகுகள் வேறானவை. பேச்சு மொழியில் எழுத்து நடையில் இருக்கிற ஒரு கதையை காட்சி மொழியாக மாற்றும்போது என்ன நடக்கிறது? தடைகள் இல்லாத சரளமான ஒரு திரைமொழி எப்போது சாத்தியமாகிறது? வெறும் பயிற்சி மட்டுமே போதுமானதா? அந்தப் பயிற்சி காட்சி சார்ந்த அனுபவமாக ஒரு திரைக்கனவாக மாறுவது எந்தக் கணத்தில்? இயல்பு வாழ்க்கையில் சத்தமும் அமைதியும் சூழலுடன் இணைந்தே இருக்கின்றன. ஆனால் திரைப்படத்தில் சப்தமும் அமைதியும் அது கசிந்து இசையாகும் தருணமும் காட்சியும் எப்படிப் பொருந்துகின்றன அல்லது பொருந்தாமல் போகின்றன?

ஒரு திரைப்படம் வாழ்க்கைக்கு மிக அண்மையில் இருப்பதன் காரணம் என்ன? அதனுள் ஒரு காலம் இயங்குகிறது. தன் வழியே கடந்து செல்லும் காலத்தை ஒரு திரைப்படத்திற்குள் நிர்வகிப்பது எப்படி? யதார்த்தத்தில் நில்லாது தொடர்ந்து இயங்கும் கால ஓட்டத்தை துண்டுக்காட்சிகள் எப்படி கணுக்கள் இல்லாமல் பிணைக்கின்றன? வாழ்க்கை முடியும் வரை வெட்டுகள் இல்லாத ஒரு நீண்ட திரைப்படம்போலத் தொடர்கிறது. ஒரு திரைப்படம் வெட்டப்பட்ட காட்சிகளுடன் எப்படி வாழ்க்கையின் தன்மையுடன் ஒரு காலத்தொடர்ச்சியை ஏற்படுத்துகிறது? செயல்களில், உடைகளில் இருக்கும் நேரடியான தொடர்ச்சியைக் கடந்து, புனையப்படும் காலம் தனது தொடர்ச்சியை ஒரு திரைப்படத்தினுள் எப்படி அமைத்துக் கொள்கிறது?

திரைப்படத்தினுள் எழும் இக்கேள்விகள் தவிர திரைப்படத்திற்கு வெளியே ஒப்பீடு சார்ந்து எழும் கேள்விகள் இன்னும் வெளிப்படையானவை. அயல்தேசத்துப் படங்களையும் திரைப்படத்தின் மேதைகள் என மதிக்கப்படும் இயக்குநர்களின் படங்களையும் பார்க்கும்போது இதுபோல தரமான படங்கள் தமிழில் ஏன் வரவில்லை என்ற கேள்வியும் அனுபந்தமாக உடன் எழுகிறது. முதன்முதலில் உலக வரைபடத்தைப் பார்த்ததும் அதில் தனது பெயர் தெரிகிறதா என்று தேடுகிற ஒரு மாணவனின் மனநிலைதான் இதுவும். உலகம் மதிக்கும் தரத்தில் ஒரு படத்தை நம்மால் ஏன் எடுக்க முடியவில்லை? தமிழில் நாம் தரமான படங்கள் என்று கருதும் எத்தனை படங்கள் சர்வதேச அங்கீகாரங்களைப் பெற்றிருக்கின்றன?

அக்கறையுடனும், ஆர்வத்துடனும் நெருங்க நெருங்க ஒரு திரைப்படம் எழுப்பும் கேள்விகளை நோக்கி எனக்கு நானே எழுதிக்கொண்ட குறிப்புகள்தான் இச்சிறுநூல். இதிலுள்ள மூன்று திரைப்படங்கள் பற்றிய கட்டுரையை நான் விமர்சனமாகக் கருதவில்லை. திரைப்படத்தைக் கூர்ந்து வாசிக்கிற வியத்தல் (appreciation) வகைக்குறிப்புகள் என்றே கருதுகிறேன். படம் பார்ந்த நேரத்தில் எனக்குள்ளிருந்த ஆதங்கமும், மகிழ்ச்சியும், கோபமும்கூட அதில் பதிவாகியிருப்பதாக நினைக்கிறேன். அவற்றை இப்போது வாசிக்கும்போது ஒருவிதமான கூச்ச உணர்வு ஏற்படுவதையும் ஒத்துக் கொள்கிறேன். ஒரு திரைப்படத்தைப் பார்க்கிற பார்வையாளன் அது பிடித்திருக்கும்போது கைதட்டி சீழ்க்கை ஒலி எழுப்புகிறான். பிடிக்காதபோது வசைமொழி உதிர்க்கிறான். ஒரு திரைப்படம் குறித்து வெளியாகும் அநேக விமர்சனங்களும் இந்தவகையில் ஒரு தீர்ப்புபோல நல்லது கெட்டது

என்ற இரண்டு நிலையில் முடிந்துவிடுகின்றன. கறுப்பு நிறத்திற்கும் வெள்ளை நிறத்திற்கும் இடையிலுள்ள சாம்பல் நிறத்தின் படிநிலைகள் போலக் கறாரான மதிப்புகள் கடந்து, ஒரு படத்தின் உள்ளிருக்கும் விஷயங்களின் நிறச்சாயைகளையும் குறித்து எழுதவேண்டும் என்று விரும்புகிறேன். ஒரு திரைப்படத்தின் கதை, நுட்பம், அரசியல் சார்ந்து அவற்றின் நிறையையும் அறிமுகப்படுத்துகிற, விவாதிக்கிற, எழுதுபவரின் மேதைமை கடந்து பார்வையாளனை ரசனை சார்ந்து பயிற்றுவிக்கிற ஆய்வுகளாக அவை அமையவேண்டும் என்கிற என் விருப்பம் நோக்கிய துவக்கநிலைப் பதிவுகளாகவே அந்தப் படங்கள் குறித்த கட்டுரைகளைக் கருதுகிறேன்.

இந்நூலில் திரைக்கதை சார்ந்த கட்டுரைகளுக்குப் பின்னிருக்கும் நினைவுகளைப் பகிர்ந்து கொள்ள வேண்டும். சென்னைக்கு வாய்ப்புத் தேடிவந்த தொடக்க நாட்களில் என்னை ஒரு சகோதரன் போல அருகில் வைத்துக்கொண்டு திரைப்படத்தின் சகல இயக்கங்களையும் அருகிலிருந்து பார்க்க வைத்த அன்பிற்குரிய இயக்குநர் திரு. சீமான், திரைக்கதை சார்ந்த ஆங்கிலப் புத்தகம் ஒன்றை எனக்குத் தந்து படிக்கச் சொன்ன எனது ஆசிரியர் ஒளிப்பதிவாளர் திரு. பி.சி.ஸ்ரீராம், சந்திக்கும்போதெல்லாம் பல மணிநேரம் திரைக்கதைகளின் தன்மை குறித்துப் பேசுகிற மதிப்பிற்குரிய இயக்குநர் திரு. பாலாஜி சக்திவேல் மற்றும் கதைவிவாதத்தில் நான் சந்திக்கும் பல உதவி இயக்குனர் நண்பர்கள் திரைக்கதை சார்ந்த புதுவெளிகளை எனக்கு அறிமுகப் படுத்தியவர்கள்.

இந்தக் கட்டுரைகளின் பிரதிகளை சேர்த்துவைத்துக் கொடுத்த தம்பி இளங்கோவிற்கும், இந்நூலைப் பிழைதிருத்த உதவிய துணைவி பிரேமாவிற்கும், எழுதும் நேரத்தில் சத்தம் தராத விளையாட்டுகளைத் தேர்ந்தெடுத்துக்கொள்ளும் மகன் சிபிநந்தனுக்கும், இந்தக் கட்டுரைகளை வெளியிட்ட இதழ்களுக்கும் இந்நூலை வெளியிடும் உயிர் எழுத்து பதிப்பகத்திற்கும் சொல்ல நன்றி என்னும் சம்பிரதாயச் சொல்லே என்வசம் இருக்கிறது.

வலிமையான ஊடகமாகத் திரைப்படம் இருந்தபோதும் அதில் பணிபுரிய விரும்பும் ஒருவர் குடும்பத்தில் எதிர்கொள்ளும் பிரச்சனைகள் அசாதாரணமானவை. இந்நிலையில் ஆசிரியக் குடும்பத்தில் பிறந்து, படித்ததற்குச் சம்பந்தமேயில்லாமல் திரைப்படத்துறைக்கு வரவிரும்பியபோது என் விருப்பத்தை மறுக்க முடியாமல் தயக்கத்துடனும் நம்பிக்கையுடனும் என்னை

அனுமதித்த அம்மாவும், சிறுவயதிலிருந்தே கலைகள்மீதான ஈடுபாட்டை எனக்கு ஏற்படுத்திய அப்பாவும் இதை நான் எழுதுவதற்கு அடிப்படையானவர்கள். திரைப்படத்துறைக்கு வந்த என் முயற்சிக்குப் பலவழிகளிலும் துணையாய் இருந்தவர்களில் என் தம்பிகள் மூவரும் முக்கியமானவர்கள். அவர்களுக்கு இந்நூலை சமர்ப்பிக்கிறேன்.

தமிழில் நல்ல திரைப்படம் வருவதற்கு அதன் துறைசார்ந்த நுட்பங்கள் குறித்து விளக்கமான நூல்கள் வரவேண்டும். அதற்குத் திரைப்படத்தில் இருக்கிற பலரும் தங்கள் அனுபவங்களைப் பதிவு செய்ய முன்வரவேண்டும். நுட்பம் குறித்த பல நூல்களைத் தமிழில் மொழிபெயர்ப்பதன்வழியே திரைக்கலையை மேலும் எளிமையாக்கி, திரைப்படம் என்பது பெருநகரம் சார்ந்தது என்ற எண்ணத்தைத் தளர்த்த வேண்டும். மாணவநிலையிலேயே திரைப்பட நுட்பங்களைக் கற்றுத் தரவேண்டும். அவ்வகையில் நல்ல திரைப்படம் என்கிற பெருங்கனவைச் சாத்தியமாக்க நினைப்பவர் மனதில் இந்நூல் சில துளிர்ப்புகளையேனும் நிகழ்த்தும் என நம்புகிறேன்.

கோடைக்காலம் **செழியன்**
சென்னை.

தமிழ்த் திரைக்கதை - சில குறிப்புகள்

எந்த ஒன்றிலும், அது சூதாட்டமாக இருப்பினும், தொடர்ச்சியாக அதனை ஆராய்வதன்மூலம் கவிழ்த்தப்படும் சீட்டுகளில் ஒரு சூக்கும வரிசை, ஒழுங்கு, பொதுத்தன்மை இருப்பதை 'இடைவெளி' நாவலின் தினகரன்போல - நம்மாலும் உணர இயலும். நமது தமிழ்த் திரைப்படங்களின் திரைக்கதை அமைப்பிலும் இதுபோன்ற பொதுவான தன்மைகள் உள்ளன.

முற்றிலும் பொழுதுபோக்கு என்று கேளிக்கைவரி விதிக்கப்படும் சினிமா அதன் வெகுஜன ஆதரவைப் பொறுத்தே வெற்றியோ தோல்வியோ எனத் தீர்மானிக்கப்படுகிறது. தரம், தரமின்மை என்பது இரண்டாம் பட்சமாகி எது ஜெயிக்கிறதோ அதை மட்டும் கவனிக்கிற, பின்பற்றுகிற போக்கு நம்மிடம் இருக்கிறது. எல்லாத் திரைப்படங்களும் வெற்றிபெறும் நோக்கத்துடனே எடுக்கப்பட்டாலும் அவற்றில் ஒன்றிரண்டு தவிர மற்ற படங்கள் தோல்வியைத் தழுவுகையில் வெற்றிக்கான வழியென்ன என்பது ஒரு புதிராகவே கருதப்படுகிறது.

கல்வி, விளையாட்டு, விஞ்ஞானம், வியாபாரம் எல்லாவற்றிலும் புத்திசாலிகளும், உழைப்பாளிகளும் வெற்றிபெறும்போது முழுக்க முழுக்க கலைசார்ந்த ஒரு வியாபாரத்தில் மட்டும் வெற்றி என்பது எப்படிப் புதிர் தன்மை வாய்ந்ததாக, அதிர்ஷ்டம் நிரம்பியதாக இருக்கமுடியும்?

சினிமா என்கிற மொழியை, அதன் அதிகபட்ச சாத்தியத்தை, அந்தக் கலைவடிவத்தின் அதிகபட்சமான பொழுதுபோக்குச் சாத்தியங்களை, சரியாக அணுக முடிகிறவர்களால் எப்படித் தோற்க இயலும்?

மக்களின் ரசனை புரிந்துகொள்ள இயலாததாக இருக்கிறது என்பதே தோல்வியாளர்களின் கருத்தாக இருக்கிறது. மேலும் ஒட்டுமொத்தமான வெகுஜனங்களின் மனநிலையைப்

புரிந்துகொள்வது சாத்தியமேயில்லை.

கார்ப்பொரேட் நிறுவனங்களிலிருந்து வியாபாரத்திற்கு வரும் சோப், சாக்லேட் முதலான நுகர்பொருட்கள் அதிகம் வாங்கப்படாமல் போகும்போது அவர்கள் மக்களின் சுவை உணர்வை, ரசனையைக் குறை சொல்வதில்லை. மாறாக, அந்தப் பொருளின் தயாரிப்பை நிறுத்துகிறார்கள். அல்லது அதனை வேறு வடிவத்தில் தந்து வியாபாரத்தை பெருக்குகிறார்கள். ஆனால் சினிமா என்கிற நுகர்கலையைத் தயாரிக்கிற முதலாளிகள், இயக்குநர்கள் மட்டும் மக்களின் நுகர்தன்மையை, ரசனையை எப்படிக் குறை சொல்லமுடியும்? மற்ற உபயோகப் பொருட்களைப் போலல்லாமல் சினிமா என்கிற கலைவடிவம் தொழில்நுட்பம் என்கிறவகையில் அறிவு சார்ந்ததாகவும் கலை என்கிறவகையில் உணர்வு சார்ந்ததாகவும் இருப்பதால் இதனை ரசிக்கப்போதுமான அறிவு, உணர்வு இல்லை என்கிற பழி மக்களின் மேல் சுமத்தப்படுகிறது.

மோசமான திரைக்கதை எதுவுமில்லை. மோசமான தயாரிப்பாளர்கள் இருக்கிறார்கள் என்பதுதான் உண்மை

உண்மையில் ஒரு திரைப்படத்தின் தவறு அதன் திரைக்கதையில் - அது சொல்லப்படும் விதத்தில்தான் நிகழ்கிறது. எனவே சினிமாவின் மூலப்பொருளான கதை, திரைக்கதையாகக் கையாளப்படும் விதமே அதன் வெற்றி தோல்விக்கான அளவுகோலாக இருக்கிறது.

'ஒரு மோசமான திரைக்கதையை நல்ல இயக்குநரால் கூட சிறந்த சினிமாவாக எடுக்கமுடியாது' என்கிற குரசோவாவின் கூற்று நினைவுக்கு வருகிறது.

இவ்வாறாக தமிழ்ப்படங்களின் வெற்றிக்கான திரைக்கதைகளை ஆய்வு செய்கையில் அவற்றில் மறைந்திருக்கும் சூக்குமம் - பொதுத்தன்மை - சமன்பாடு நம்மை ஆச்சரியப்படவைக்கிறது.

கதை எப்படிப்பட்டதாக இருக்கவேண்டும் என்று அதன் உள்ளடக்கம் பற்றி நாம் விவாதிக்கவில்லை. மாறாக, அதன் உள்ளடக்கம் எதுவாயினும் சினிமாவாக மொழிமாற்றப்படும் கதையாடலில் இருக்கும் வெற்றிக்கான பொதுத்தன்மை குறித்து நாம் ஆராய வேண்டும்.

எந்த ஒரு கலைப்படைப்புக்கும் - சிறுகதை, கவிதை, நாவல் - எதுவாயினும் அதற்கு அளவு சார்ந்த வரையறைகள் இல்லை. உதாரணமாக ஒரு சிறுகதை மூன்று பக்கத்துக்குள்

இருக்கவேண்டும். பதினைந்து வரிகளுக்குள் இருந்தால்தான் கவிதை என்கிற அபத்தமான வரையறைகள் இல்லை. எந்தக் கலைப்படைப்பையும் அது நிகழும் காலத்தின் அளவை அதன் உள்ளடக்கம் மட்டுமே தீர்மானிக்கிறது. ஆனால் நமது திரைப்படங்கள் மட்டும் 150 நிமிடங்கள் - 13,000 அடி முதல் 14,000 அடி வரை - எடுத்தே ஆகவேண்டிய கட்டாயம் இருக்கிறது. (மனிதனின் பொழுதுபோக்கு வரையறை 2 மணிநேரம் என்கிற தீர்மானத்தை மனவியல் ஆய்வுதான் செய்ய வேண்டும்.)

இந்த அபத்தமான பொழுதுபோக்கு எல்லைக்குள் 14,000 அடி திரைச்சுருளை பிம்பங்களால் நிரப்பவேண்டிய அவசியம் ஒரு இயக்குநருக்கு நேரும்போது அதற்கேற்பத் தனது கதாநாயகனை இரண்டு முறை நடனமாட வைத்து, மூன்றுமுறை சண்டையிட வைத்து, அழவைத்து, சிரிக்கவைத்து நவரசங்களையும் சுவாரஸ்ய மாகப் பிழியவேண்டிய கட்டாயம் நேர்கிறது.

இந்த வரையறையும் நமது இயக்குநர்களுக்குப் பழகிவிட்ட நிலையில் அதற்குள்ளாகக் கையாளப்படும் சமன்பாடுகள் குறித்து ஆய்வு செய்யலாம்.

ஒரு படத்தின் பாடல்களை எடுத்துக்கொண்டால் ஒரு மெலடி, நாட்டுப்புறப் பாடல்களின் வேகமான தாளத்தன்மை கொண்ட பாடல் ஒன்று, மேற்கத்திய சாயலில் ஒரு பாடல் - இந்த வகைகளில் கதையின் தன்மைக்கு ஏற்ற பாடல்களின் இந்த வரிசையை இரண்டாகவே மூன்றாகவோ மாற்றிக் கொள்வது அவசியம். மொத்தம் ஐந்து அல்லது ஆறு. இந்த ஐந்து பாடல்களையும் படத்தில் எங்கே பொருத்துவது என்பதைப் பொறுத்து இயக்குநரின் பொழுதுபோக்கு மேதைமை வெளிப்படும். பொதுவாக கதையை வேகமாக எடுத்துச் செல்ல, கதையின் ஓட்டத்தில் தொய்வு நிகழ்கிறது என உணரும் இடங்களில் பாடல்களின் ரிதம் கதையின் வேகத்தை எடுத்துச்செல்லப் பயன்படுத்தப்படுகிறது. எனவே பாடல்கள் தவிர்த்த வர்த்தக சினிமாவைக் கற்பனை செய்வது ஆபத்தான விளைவுகளையே தந்திருக்கிறது. பாடல்களுக்கு இணையான சுவாரஸ்யம் தருவதற்காகவே நகைச்சுவை மற்றும் சண்டைக்காட்சிகள் வைக்கப்படுகின்றன. நகைச்சுவைப் பகுதி, வெற்றிபெற்ற படங்களில் எல்லாம் கணிசமான சதம் இருப்பதை நீங்கள் உணரமுடியும். (பெரும்பாலும் நகைச்சுவை நடிகர்கள் கதாநாயகனின் நண்பனாக இருப்பார்கள்.) இந்தச் சமன்பாட்டில் பாடல் மற்றும் நகைச்சுவை இரண்டையும் கையாள்கிற விதம் வெற்றிக்கான உறுதியில் பெரும்பங்கு வகிக்கிறது.

உள்ளடக்கம் சார்ந்து அணுகும்போது தமிழ்த் திரைக்கதைகள்

பெரும்பாலும் காதல் சார்ந்தவையாகவே இருக்கின்றன. காதலைத் தவிர்த்த திரைக்கதைகள் அரிதாகவே வந்திருக்கின்றன. போராளிகள் குறித்த கதையாயினும் அதன் முழுமையான விஷயம் காதல் சார்ந்தவையாகவே இருந்திருக்கின்றது. காதல் இரண்டாம் நிலையில் சொல்லப்பட்டிருக்கின்றது. (மணிரத்னத்தின் 'நாயகன்', பி.சி.ஸ்ரீராமின் 'குருதிப்புனல்', வீணை பாலச்சந்தரின் 'அந்த நாள்') இவையெல்லாம் மேலோட்டமாக நாம் அறிந்த உதாரணங்கள். இனி, வெற்றி பெற்ற திரைக்கதைகளை ஆராய்வோம்.

1. எடுத்துக்கொண்ட கதையின் முதன்மையான விஷயத்தைச் சொல்ல ஒரு கதையோட்டம் (Main Track), அதனோடு இணைந்து வரும் இன்னொரு துணைக்கதை (Sub track) இவ்வாறு கதையினை இரண்டு பிரிவாகச் சொல்வதே வெற்றிக்கான வழக்கமான - முதன்மையான வழி எனலாம். வெற்றிபெற்ற பெரும்பான்மையான படங்கள் இந்த உத்தியையே கையாள்கின்றன.

தான் சொல்ல விரும்பும் கதையை Main track இலும் கதையின் பொழுதுபோக்கு அம்சங்களுக்கெனத் துணைக் கதையையும் பயன்படுத்துகிறார்கள். (உதாரணம் : பாரதிராஜாவின் 'வேதம் புதிது', 'முதல் மரியாதை') 21/2 மணிநேரக் கட்டுப்பாட்டுக்குள் பிசிறில்லாமல், கதையைத் தொய்வில்லாமல் கொண்டு செல்ல அல்லது கதையின் தீவிரத்தன்மையை இளக்கி சுவாரஸ்யமாக எடுத்துச் செல்ல இந்தக் கதையாடல் உத்தி பெரிதும் வெற்றிகரமாக இயங்கியிருக்கிறது.

2. இந்த Main track, sub track உத்தியைத் தவிர்ப்பவர்கள் கதாநாயகனை அல்லது கதாநாயகியை இரண்டாகப் படைக்கிறார்கள். இரட்டை வேடங்களில் கதாநாயகன் வருகிறான் ('நீரும் நெருப்பும்', முதல் 'வாலி' வரை - இதில் ஒருவன் கெட்டவனாக இருப்பான்) அல்லது கதாநாயகி இரட்டை வேடமெடுக்கிறாள்.

ஒரே கதாநாயகியை இரண்டு வேடங்களில் நடிக்க வைப்பதைவிட இரண்டு நடிகைகளைப் பயன்படுத்துவது வர்த்தக ரீதியில் ஏற்றதாக இருக்கிறது. இந்த இரண்டு கதாநாயகிகளில் ஒருத்தி நமது கலாச்சார ஒழுங்குகளுக்குள் சேலை, தாவணியில் - இருப்பவளாக, ஒருவனை (தன் மாமனை) மட்டும் நேசிப்பவளாக, சம்பிரதாயங்களில் கட்டுப்பட்டு அடங்கி நடக்கும் மென்மையான குடும்பப் பெண்ணாக இருப்பாள். இன்னொரு பெண்ணோ நவநாகரிகமான மங்கையாக ஜீன்ஸ் அணிபவளாக, ஆண்களைக் கேலி செய்து பாடுபவளாக இருப்பாள். கதாநாயகனை எப்படியும் அடைந்தே தீருவதென்று கவர்ச்சி வேலைகளில் ஈடுபடுவாள்.

கிராமத்து நாயகியெனில் மாமாவைக் கிண்டல், கேலி செய்கிற துடுக்குத்தனம் நிரம்பியவளாக, வாயாடியாக வருவாள். இப்படி நேருக்குநேர் எதிரான குணாம்சங்களைப் படைப்பதன்மூலம் - இயக்குநர் தான் தரவிரும்பும் வர்த்தக சினிமாவுக்குள் சகலரையும் திருப்திப்படுத்தும் வேலையை கதையோடு இணைந்து செய்யமுடிகிறது. இது இரண்டு கதாநாயகிகள் இருக்கும் எந்தப் படத்துக்கும் பொருந்துகிறது ('படையப்பா', 'உயிரே', 'காதல் கோட்டை', 'புன்னகை மன்னன்', 'தேவர் மகன்'). இந்த உத்தியைக் கையாளும் எல்லாப் படங்களும் நாயகன் நாயகியை இவ்விதமாகவே சித்தரிக்கின்றன.

சில நேரங்களில் படங்களின் நட்சத்திர மதிப்பை உயர்த்துவதற்காக இதே உத்தியை இரண்டு நாயகன், இரண்டு நாயகி என இரட்டிப்பாக்கும் உத்தியைத் தனித்தனி ஜோடியாகக் கையாளும் படங்களும் உண்டு. அநேக ஹிந்திப் படங்கள் இந்த முறையைக் கையாள்கின்றன. (தமிழில் 'வெற்றிவிழா', 'குருசிஷ்யன்', 'அக்னி நட்சத்திரம்', 'கண்டுகொண்டேன் கண்டுகொண்டேன்')

3. மேலே சொன்ன இரண்டு விஷயங்களை தவிர மூன்றாவதாக ஒன்றையும் சொல்லலாம். அது பெரும்பான்மையான படங்களில் தவிர்க்கமுடியாத இயலாமல் கையாளப்படும் நினைவு மீள்தல் (flash back) முறை. பழைய தமிழ் சினிமாக்களில் கதாநாயகன் தன் நினைவுகளை நினைக்கத் துவங்கியதும் அவன் நினைவுகள் மீள்கின்றன என்பதைக் காட்ட ஒரு கொசுவர்த்திச் சுருள் சுழலும். சிலர் வண்டிச்சக்கரம் சுழல்வதைக் காட்டுவார்கள். பாலச்சந்தரின் படத்தில் தையல் மிஷின் சக்கரங்கள். இவ்வாறாக சக்கரங்களின் பயன்பாடு, நம் சினிமாக்களில் நினைவை மீட்கும் குறியீடாக இருந்தது.

இதில் அயர்ச்சியாய் உணர்ந்தவர்கள் நினைவை மீட்கும் கதாபாத்திரம் கலங்கித் தெளிவாகக் காட்டினார்கள். ஒரு Zoom in அல்லது மெதுவான truck in முதலான கேமரா இயக்கத்தின் மூலம் பல இயக்குநர்கள் இதைச் சொல்ல முயல்கிறார்கள். மொத்தத்தில் எல்லா இயக்குநரின் கதாபாத்திரங்களும் இறந்த காலத்தின் துர்ச் சம்பவங்களை அல்லது இனிய காதலை நினைவுகூர்வதற்காக காட்சியின் zoom inக்காக காத்திருக்கிறார்கள். எனவே ஒவ்வொரு இயக்குநரும் இந்த நினைவு மீள்தல் துவங்கும் இடத்தைக் காட்ட தன் கற்பனைக்கேற்ப புது உத்தியைத் தேடுகிறார்கள். (அலைபாயுதே படத்தில் மணிரத்னத்தின் இன்று நுங்கம்பாக்கத்தில் காத்திருக்கும் நாயகன் தன் பிம்ப அளவின் சதுர எல்லைகள் சுருங்கிப் புள்ளியாகி மீள்கிறான்) இவ்வாறாகக் கதையின் ஒரு சுவாரஸ்யமான பகுதியை

ஒளித்துக் காட்டும் கதையாடலுக்காகப் பயன்படுத்தப்படும் இந்தநினைவு மீள்தல் அதிகப் பயன்பாட்டினால் சலிப்பைத் தரும் உத்தியாக இருந்தபோதும் சுவாரஸ்யமானதாகும். சற்றேறக்குறைய எல்லாத் தமிழ்சினிமாக்களிலும் புகுந்துவிட்ட இந்த நினைவு மீள்தல் முறைதான் பல வெற்றிபெற படங்களிலும் பயன்படுத்தப்பட்டிருக்கிறது. இன்னும் பொதுப்படையாக ஆராய்ந்தால் வெற்றிபெற்ற படங்கள் எல்லாவற்றிலும் இந்த உத்தியைப் பயன்படுத்தி இருக்கிறார்கள். Main track, Sub track என்று இரண்டு வகையாக கதை சொல்லாதவர்கள் Main track லேயே கதையை நகர்த்தி Sub track ஆகக் கதையின் நாயகன் அல்லது நாயகியின் Flash back -ஐச் சொல்லிவிடுகிறார்கள். கிளைக்கதையின் பங்கை Flash back நிகழ்த்துகிறது.

இன்னும் கூர்ந்து ஆராய்கிறபோது இந்த நினைவு மீள்தல் உத்தியைப் படத்தின் இரண்டாம் பாகத்தில் சொல்வது பலமுறை திருப்தியான விளைவுகளைத் தந்திருக்கிறது. ('ஜென்டில்மேன்', 'சிகப்பு ரோஜாக்கள்') இது ஒரு பொதுவான சமன்பாடு. ஏனெனில் இந்த உத்தியை முன்பாதியில் சொன்ன வெற்றிப்படங்களும் இருக்கின்றன. ('மௌனராகம்'). என்றாலும் கதையின் முடிச்சு - சுவாரஸ்யம் - முன்பாதியிலேயே அவிழ்க்கப்பட்டு விடுகிறது. பிறகு கதையின் பிற்பகுதியை நகர்த்துவதற்கு இன்னொரு நாயகி அல்லது இன்னொரு கதைக்களம் ('மௌனராகத்' தில் புதுதில்லி நகரத்தின் பின்புலம்) அவசியமாகிறது. எனவே பெரும்பாலான படங்களின் திரைக்கதையில் பின்பாதியில் நேரும் தளர்வு இவ்வாறுதான் நிகழ்கிறது.

கதையை நேரடியாகச் சொல்லாமல் நடுவழியிலிருந்து துவங்கி கதைசொல்ல நினைவு மீள்தல் ஒன்றுதான் சிறந்த வழியாக இருந்தாலும் அதைக் கதையின் முதல் அல்லது இரண்டாம் பாதியில் எந்த இடத்தில் நிகழ்த்துவது என்கிற முடிவுதான் முக்கியமானதாகும்.

நினைவு மீளும் இந்த உத்தியை வெவ்வெறு கதாபாத்திரங்களின் வழியே இரண்டு முறை கையாள்கிற படங்களும் உண்டு. நான்கு முறை கையாள்கிற படமும் உண்டு ('ரஷோமான்' - அகிராகுரோசோவா, தமிழில் 'அந்த நாள்'). வெற்றி பெற்ற படங்களில் 'இந்தியன்' சுதந்திரப் போராட்டம் என்கிற பகுதி முன்பாதியிலும், லஞ்சம் தராததால் இறந்த மகளின் கதை இரண்டாம் பாதியிலும் நினைவு மீள்தலாகக் கையாளப்படுகிறது. இதன் வெற்றியில் இரண்டு நாயகன், நாயகி என்கிற உத்தியோடு

இந்த உத்தியும் கலந்து செயல்பட்டுள்ளது. இதைப்போலவே 'வைதேகி காத்திருந்தாள்' முன்பாதியில் நாயகனுக்கும் பின்பாதியில் நாயகிக்குமான நினைவு மீள்தல் செயல்பட்டது. '16 வயதினிலே', 'வருஷம் 16' முதலான படங்களில் இந்த உத்தியிலேயே முழுக்கதையும் சொல்லப்பட்டுள்ளது. 'மௌனகீதங்கள்' நிகழையும் நினைவையும் அழகாகக் கலந்து சொல்லப்பட்டது.

Main track - Sub track என்று இரண்டு வழியான கதையாடல் செய்கையில் Sub track ஐப் பூர்த்தி செய்ய இரட்டை நாயகி, நாயகன் அல்லது Flash back எனப் பார்த்தோம். இந்த சமன்பாட்டைக் கடந்த தமிழ்த்திரைப்படங்கள் மிகமிகக் குறைவு. வெற்றி பெற்ற படங்கள் 90% இந்த உத்தியிலேயே செய்யப்பட்டிருக்கின்றன.

உதாரணத்திற்கு தமிழ்த் திரைப்படங்களில் தொடர்ச்சியாக வெற்றிபெற்றவராகக் கருதப்படும் ஷங்கர், இந்த உத்தியையே தனது படங்களில் கையாள்கிறார். இரண்டு கதாநாயகிகள் - 'ஜென்டில்மேன்', 'இந்தியன்', 'ஜீன்ஸ்', பாரதிராஜாவின் பெரும்பான்மையான படங்கள். வெற்றிக்கு உத்தரவாதம் கொண்டவராக கருதப்படும் ரஜினிகாந்தின் படங்களில் கூட இந்த உத்தியே தீவிரமாகக் கையாளப்படுகிறது. தெரிந்தோ தெரியாமலோ ஜெயிக்கிறவர்கள் மிகவும் வெளிப்படையாகப் பாதுகாப்பான இந்த உத்தியையே கையாள்கிறார்கள்.

இதிலும் புத்திசாலித்தனமாகக் கதாநாயகனை இரட்டையாகப் படைக்காதவர்கள் அவனது பின்புலத்தை இரண்டொரு (தொழில் சார்ந்து ஒன்று, காதல் சார்ந்து ஒன்று) உருவாக்குவதன்மூலம் அந்த இரட்டைத் தன்மையை சாதித்துக் கொள்கிறார்கள். வெளி உலகத்திற்கு நல்லவனாக இருப்பவன் உண்மையில் கொள்ளை யடிக்கும் காட்சிகளும் காதல் சார்ந்த பின்புலமாக அப்பளக் கம்பெனியும் உள்ளது. 'முதல்வன்' படத்தில் தொழில்சார்ந்த பின்புலம் அரசியலாகவும் காதல் சார்ந்த பின்புலம் கிராமமாகவும் உள்ளது. ஒரே படத்தின் பின்புலங்களை நகரமாகவும் கிராமமாகவும் கையாள்வதன்மூலம் A, B, C என்கிற ரசனையான வரிசைப்படி A என்கிற நகரம் சார்ந்த ரசனைக்காரர்களையும், கிராமம் சார்ந்த பின்புலம் நாட்டுப்புற வகையைச் சார்ந்த பாடல் மற்றும் காட்சிகளின் மூலம் B, C என்கிற பிரிவைச் சேர்ந்த கிராமம் சார்ந்த ரசனைக்காரர்களையும் ஒருசேரக் கவர முடிகிறது.

'அலைபாயுதே' படத்தில் இரண்டுவிதமான மனவியல்

பின்புலங்கள். முதல்பாதி காதல், பின்பகுதி குடும்பம். இவ்வாறு இரண்டாகக் கையாள்வதன்மூலம் வணிக சினிமாவில் முதல்பாதி, இரண்டாம் பாதி என்ற பிரிவுகளுக்கேற்ப கதையின் நாயகன் அல்லது நாயகி அல்லது நிகழும் களம் அல்லது மனோவியல் பின்புலம் இவற்றில் ஏதாவது ஒன்றை இரண்டாகக் கையாள வேண்டியதன் அவசியம் புரியும்.

இதனால் மணிரத்னத்தின் படங்களின் பின்புலம் பின்பாதியில் மாறுவதைக் காணலாம். 'ரோஜா' வில் காஷ்மீர் தீவிரவாதிகளின் மறைவிடங்கள், 'பம்பாய்' படத்தின் பின்பகுதியில் கலவரம் சார்ந்த பம்பாயின் நகரப்பகுதிகள், 'மௌனராக'த்தின் பின்பாதி பஞ்சாபி உள்ளிட்ட ஹிந்தி பேசும் கதாபாத்திரங்கள் அடங்கிய தில்லி நகரக் குடியிருப்பு வாழ்க்கை, 'நாயகன்' படத்தின் கதையில் கையாளப்பட வேண்டிய இந்த இரட்டைத்தன்மை கதாநாயகனின் தோற்றத்தை மாற்றுவதன் மூலம் சாத்தியமாகிறது. கதையின் மாற்றம களம் அல்லது புலம் தவிர்த்து காலம் சார்ந்த ஒன்றாக மாற்றப்படுகிறது.

இரண்டு கதைவழிகள் அல்லது இரண்டு கதாநாயக, நாயகியர் அல்லது நினைவு மீள்தல் அல்லது பின்புலம் இவ்ற்றில் இயலாத பட்சத்தில் கதையை முன்னகர்த்திச் செல்லக் கதாநாயகன் தன் முகங்களை மாற்றுகின்றான். தோற்றத்தை மாற்றுவதன்மூலம் கதையில் நிகழ்த்த வேண்டிய மாற்றங்கள் சாத்தியமாகின்றன. (உதாரணம் : எம்ஜிஆர், சிவாஜியின் பல படங்கள்)

இந்தக் கதையாடல் உத்திகளையெல்லாம் தவிர்த்து ஒற்றைக் கதைவழியில் நேர்கோடாகக் கதைசொல்வது இரண்டாவது முறை. இது தமிழ்ப்படங்களில் மிகக் குறைவு. 90% ஆங்கிலப்படங்கள், 100% கலைப்படங்கள் ஒற்றைக் கதைவழியில்தான் கதை சொல்கின்றன. எந்த ஒரு கலைப்படமும் தான் சொல்லவந்த கதையைத் தவிர்த்து வேறு கிளைக்கதைகளைக் கையாள்வதில்லை. தேர்ந்தெடுத்த கதாபாத்திரங்கள் மூலம் தன் கதைக்கு சம்பந்தமில்லாத எந்தவொரு காட்சியையும், காட்சியின் மிகச்சிறிய உட்கூறான Shotஐக் கூடத் திணிப்பதில்லை. பார்வையாளர்களின் ஓர்மை திரையிலிருந்து பார்வையாளனையும் ஒரு பாத்திரமாக உட்கிரகித் துக்கொண்டு ஒரு கலைப்படத்தின் கதையாடல் நிகழ்கிறது. இது, மிகவும் நேர்த்தியாகக் கையாளப்படவேண்டிய உத்தியாகும். கலைப்படங்களின் இந்த மூலக்கூறினை வணிகப் படத்தில் பொருத்திப் பார்ப்பது என்பது சற்றே பரிசோதனையான முயற்சி. சரியாகக் கையாளப்படவில்லையெனில் வணிக சினிமாவுக்குக் கொஞ்சமும் பாதுகாப்பில்லாத உத்தி என்று கூடச் சொல்லலாம்.

கலைப்படங்களுக்குரிய இந்த இலக்கியத்தன்மையை வணிகப்படங்களில் பொருத்திப்பார்க்கும்பொழுது, வணிகப் படங்களுக்கே உரிய அடிப்படையான மூலப் பொருட்களான நகைச்சுவையையும், பாடல்களையும் எடுத்துக்கொண்டு இந்த ஒற்றைக் கதைவழியில் சரியான விகிதத்தில் கலப்பதன்மூலம் மிகச் சிறந்த திரைப்படத்தை உருவாக்க முடியும்.

தமிழில் இவ்வகையில் மகேந்திரன், பாலுமகேந்திரா இருவரையும் முதன்மையாளர்களாகச் சொல்லலாம். கதையின் உணர்ச்சிப்பெருக்கில் காட்சியின் அழகியலில் பார்வையாளனை நடத்திச் செல்வது. இந்தச் சமன்பாட்டினை இன்னும் சுவாரஸ்யமாகக் கையாள்பவர் என்று மணிரத்னத்தைச் சொல்லலாம்.

சரியான துணைக் கதாபாத்திரங்களின் துணையோடு இதைச் சாதிக்கமுடிகிறது. எங்கும் கிளைக்கதையாக மாறிவிடாமல் துணைக் கதாபாத்திரங்களையும் கதையின் பாதையிலேயே இட்டுச் செல்வது இந்த கதைவழியின் புத்திசாலித்தனமான அணுகுமுறையாகும்.

பாலுமகேந்திராவின் 'மூன்றாம்பிறை'யில் நாயகன் மனநலம் குன்றிய நாயகியை வீட்டுக்கு அழைத்துப்போவது வரை நண்பனின் பாத்திரம். மலைநகரத்தில் நாயகனுக்கும் நாயகிக்குமான உறவில் சாட்சியாக நின்கிற பாட்டி, கதையை மேலும் நகர்த்திச் செல்ல, வணிகத்தின் முக்கியத் தேவையான கவர்ச்சி சார்ந்த சுவாரஸ்யத்திற்கெனப் பள்ளி நிறுவனரின் மனைவி. அவளின் காமம். கதையில் அடுத்த நகர்தல் நேர்ந்ததும் அவளது பகுதி முடிந்துவிடுகிறது. மேலும் கதையை முன்னெடுத்துச் செல்ல வழியில் பாத்திரம் அடைக்கும் தொழிலில் இருப்பவனின் பாத்திரம். அவனது பாலியல் பலாத்கார முயற்சி. அதைத்தொடர்ந்து நாயகனுடனான சண்டை (சண்டை என்கிற வணிகப்படத்திற்கான - மதிப்புள்ள - அம்சத்தை யதார்த்தமாக கையாள்வதன்மூலம் இயக்குநரின் சமரசமும் - அதை வணிக் கூறாக மாற்றும் லாவகமும் புரியும்) தேடிவரும் தாய்தந்தையர், மனநல மருத்தகம், மருத்துவர், அந்த நாய்க்குட்டி என ஒவ்வொரு பாத்திரமும் தண்டவாளத்தின் இரண்டு கம்பிகளை இணைக்கும் குறுக்குச் சட்டங்களாக இருக்கின்றன. தவிர இவை, கதையை வேறொரு பாதையில் இட்டுச் செல்வதில்லை. மகேந்திரனின் 'உதிரிப்பூக்கள்', 'முள்ளும் மலரும்' ஆகிய படங்களிலும் இதே உதாரணங்களைக் காணமுடியும்.

மணிரத்னத்தின் 'ரோஜா' - இந்த வகையான கதையாடலில் வணிக அம்சங்களின் கூடுதல் சதவீதத்துடன் கதையை ஒற்றை வழியிலேயே கையாள்கிறது (சுவாரஸ்யத்திற்கெனக் கிழவிகள் நடனம்), கிராமத்தில் பெண் பார்க்கும் படலத்தில் அக்கா பாத்திரம். உடல் நலக்குறைவால் காஷ்மீர் போக இயலாத அதிகாரி. இவர்கள் கதையைத் துவக்கிவைக்க, காஷ்மீரில் காதல், காமம், பாடல் என வணிகக் கூறுகள். தமிழ் பேசுகிற ஜோசியன், தமிழ்பேசுகிற அதிகாரி என்று கதாநாயகியின் மன ஆறுதலுக்கு உடனிருக்கிற இருவர். வாசிம்கானைச் சந்திக்க ஜோசியனும், மந்திரியைச் சந்திக்க ராணுவ அதிகாரியுமாகக் கதையில் நாயகி சார்ந்த பகுதியை இவர்கள் முன்னெடுத்துச் செல்கிறார்கள். தமிழ்பேசும் தீவிரவாதிகளின் தலைவன், பேசாத அவளது தங்கை இவர்கள் இருவரும் நாயகன் சார்ந்த கதைப் பகுதியை முன்னெடுத்துச் செல்கிறார்கள். இடையில் நாயகன் நாயகியிடையிலான மனோரீதியான பிரிவைச் சரிசெய்ய ஒரு பாடல், ஒரு சின்ன நினைவு மீள்தலாக ஸ்வெட்டர் காட்சி என்று இருவருக்குமான கதையை உடன்வரும் பாத்திரங்கள் நேர்வழியில் இட்டுச் செல்கிறார்கள்.

இவ்வாறு கலைப்படங்களுக்கே உரிய நேர்வழிக்கதையாடலை வணிக சினிமாவில் சாத்தியமாக்க மிகச் சரியாகப் படைக்கப்படும் துணைக் கதாபாத்திரங்களும் பாடல்களும் துணைபுரிகின்றன. எனவேதான் இம்மாதிரியான படங்கள் தங்கள் வணிகமதிப்பைக் கடந்து சிறந்து நிற்கின்றன.

இதுமாதிரியான கதைகள் யதார்த்தத்தை வணிக மதிப்புக்காக அதிகம் மீறாமல் கொஞ்சம் நேர்மையோடு சொல்ல முயல்வதால் கதையின்போக்கில் திடீர் திருப்பங்களோ நம்பமுடியாத மாறுதல்களோ, வசனங்களோகூட இருப்பதில்லை. கதாநாயகன் சண்டை போட்டாலும் யதார்த்தம் மீறிய வானளாவிய தாவல்களோ பல்டிகளோ அடிப்பதில்லை. ('மூன்றாம் பிறை' நாயகன் கட்டிப்புரண்டு சண்டையிடுகிறான். 'ரோஜா'வின் நாயகன் எரியும் தேசியக்கொடிக்காகச் சாதாரண மனிதனாக மேல்விழுந்து புரள்கிறான்) அநேக இயக்குநர்களின் கதையைப்போல இடையிடையே சின்னச் சின்னத் திருப்பங்களையோ, ஒவ்வொரு காட்சிக்கும் வசனத்தில் 'பன்ச்' வைக்கிற வேலையையோ இந்த படத்தில் செய்வதில்லை. இவற்றில் முதல்பாதி முடிவுகூட இயல்பாக இருக்கிறது. எந்தத் திருப்பமும் கழிவுளும் இருப்பதில்லை. பெரும்பாலும் காதல் கதைகள் இந்த முறையிலேயே எடுக்கப்படுகின்றன. என்றாலும் வெகுசில இயக்குநர்களே யதார்த்தத்தின் சாயல் திரியாமல் எடுக்கிறார்கள்.

'ஒருதலை ராகம்', 'பாலைவனச்சோலை' - இந்தக் கதையாடல் வகையில் குறிப்பிட்டுச் சொல்ல வேண்டியவை. முழுக்க முழுக்க கதையை மட்டுமே காதல் என்கிற மனஉணர்வில் இருந்து பிறழாமல் சொன்னாலும் 'ஒருதலை ராக'த்தில் பாடல்களின் பங்கு எத்தகையது என்பதை நீங்கள் உணரலாம். 'பாலைவனச்சோலை' யிலும் ஐந்து நண்பர்களுக்கும் அவர்கள் குடும்பம் சார்ந்து ஒரு சில காட்சிகள். அதன்மூலம் ஐந்து சிறுகதைகள் சொல்லி கதையின் மூலப்பாதையிலிருந்து சற்றும் மாறாமல் கொண்டுசெல்லப்பட்டது.

'சேது' படத்தையும் இந்த வரிசையில் பார்க்கலாம். (அக்ரஹாரம், நாயகியின் அக்கா, நண்பர்கள் என்கிற துணைக்கதாபாத்திரங்களின் வலுவினை இதன்மூலம் அறியலாம்)

வணிக சினிமாவில் தீவிரப்படங்கள் போலத் தோற்றமளிக்கும் இவை பாடல்கள் மற்றும் நகைச்சுவை என்கிற வணிக அம்சங்களைச் சரியான விகிதத்தில் கலந்ததன்மூலம் மிகப்பெரிய வெற்றியை எய்தின. இந்த வரிசையில் பாரதிராஜாவின் '16 வயதினிலே' ஏற்படுத்திய தாக்கம் முக்கியமானது. இந்தப் படங்களின் பெயர்களைக் கவனித்தால் இவை வெளியான காலங்களில் ஒரு பாணியை நிறுவிய படங்களாக இவை கருதப்பட்டன. இவை யாவும் கதையை ஒற்றைக்கதை வழியில் சொன்ன படங்கள். ஆரம்பத்தில் வணிகச்சந்தையில் இந்தப்படங்கள் யாவும் சினிமா வியாபாரிகளால் விலைபோகாதவை என்று குறைத்து மதிப்பிடப்பட்டு பின்பு மக்கள் மத்தியில் மாபெரும் வெற்றியை எய்தின என்பதும் இதில் மிகவும் கவனிக்கப்படவேண்டிய அம்சமாகும்.

புத்திசாலித்தனமாகக் கையாளப்படுகையில் இந்தக்கதையாடல் முறைதான் மாபெரும் வெற்றியைத் தருவதாக, பாணியை நிறுவுவதாக இருந்திருக்கிறது. தமிழ் சினிமாவில் இருக்கிற நாமெல்லாம் கற்பனை யதார்த்தமாகப் பழகிவிட்ட பாடல் என்கிற ஒரு வசதியைக் கொண்டு ஒற்றைவழிக்கதைகளில் பாடல்கள் வைக்க முடிவதால் கதையின் தீவிரத்தன்மையை மெழுகி, வணிக சினிமாவின் அடிப்படையான சுவாரஸ்யம், பொழுதுபோக்கு என்பதை நேர்த்தி கெடாமல் சாதித்துவிட முடிகிறது.

திரைப்படத்துறையில் நல்ல சினிமாவை நோக்கிய ஆர்வமும், ஆழ்ந்த இலக்கிய வாசிப்பும், சமூக அக்கறையும் கொண்ட இளைஞர்கள் கனிசமாக இருக்கிறார்கள். தொலைக்காட்சியின் ஆதிக்கத்தை விஞ்ஞான வளர்ச்சியாக ஏற்றுக்கொண்ட நாம் திரைப்படத்தை அடுத்த நிலைக்கு நகர்த்தவேண்டியது அவசியம்.

அதன் வணிக அம்சங்கள் கெடாமலேயே யோசித்தால்கூட அதன் கதை, தொழில்நுட்பம் சாராத, பொருளாதாரம் சார்ந்த விஷயங்கள் பெரிதும் ஒரு திரைப்படத்தின் வெற்றியைத் தீர்மானிக்கின்றன.

சினிமாவின் கலை அம்சங்களை மீறி அதன் தயாரிப்புச் செலவு, வணிகம் செய்யப்படும் விதம் முதலானவை தோல்வியின் விகிதத்தில் அதிகப் பங்கு கொள்கின்றன. எந்தப்பிரபலமான நடிகர் நடித்த படமும் கதை சரியில்லாதபோது தோல்வியைத் தழுவுகின்றது. ஆயினும் நடிகர்கள் சார்ந்து இயக்குநர்கள் இயங்குவதென்பது துரதிர்ஷ்டவசமானது. கதையின் குணாதிசயங்கள் மட்டுமே கதையின் நாயகனைத் தேர்வு செய்யும் அளவுகோலாக இருக்க வேண்டும். அதற்கான முடிவுகளை விதிகளைத் தீர்மானம் செய்யும் பொருளாதார பலம் ஒரு அப்பாவி இயக்குநரிடம் இல்லையென்பது மேலும் துரதிர்ஷ்டமானது.

இன்னொன்றும் நாம் விவாதிக்கலாம். அரைமணிநேர டிவி நாடகங்களையும் 1 மணிநேர ஆங்கிலப் படங்களையும் பார்த்துப் பழகிவிட்ட பார்வையாளன் தமிழ் சினிமாவை 2 மணிநேரம் பார்க்கவேண்டும் என்பது புரியாத கால அளவாக இருக்கிறது. எல்லாம் அவசரமும் வேகமுமான இயந்திர உலகில் சினிமாவும் தன் கால அளவைக் குறைத்துக் கொண்டால் அது நிச்சயம் மகிழ்ச்சி தரும் ஒன்றாகவே இருக்கும். அறுபது முதல் எழுபது காட்சிகள், பதினாலாயிரம் அடி நீளம் என்கிற கட்டாயத்தை நம் இயக்குநர்கள் கடக்க நேர்கிறபொழுது இன்னும் தரமான பொழுதுபோக்குத் திரைப்படங்கள் நம்மிடம் வர வாய்ப்புண்டு. திரைப்படத்தின் நேரம் 1 மணியாகவோ, இரண்டு மணியாகவோ குறைகிறபோது தயாரிப்புச் செலவுகளும் கணிசமாகக் குறையும். பொழுதுபோக்கு சினிமாவின் இந்த கால அளவைக் கொஞ்சம் உடைத்து இதுகுறித்து நாம் தீவிரமாக யோசிக்கலாம். யோசிக்க வேண்டும்.

'ஆரண்யம்' 2000

ஊடகம்: குழந்தைகள் மீதான வன்முறை

திரைப்படம் தனது நூறு வயதை நிறைவு செய்துவிட்டது. நொடிக்கு பதினாறு சட்டகத்தில் தனது கால்களை வெட்டி வெட்டி நடந்த லூமியர் சகோதரர்களின் திரைப்பட மனிதன், இன்று தரை கொள்ளாது இலகுவாய் எம்பி மிதக்கிற கனவுலகவாசியின் மெதுவியக்கம் (Slow Motion) கடந்து, வரைகலை மூலம் முப்பரிமாணம் கொண்டு, பல புதிய பரிணாமங்களை அடைந்துவிட்டான். அழிந்துபோன உயிரினமான டினோசர் உயிர்த்துக் கர்ஜிக்கவும், சுவடுகள் அறியாத கிரகவெளிவாசிகள் பூமிக்கு வருவதான, சாத்தியமற்ற கற்பனைகளையும் கடந்து, கோடுகளைக் கொண்டே, உருவங்களை இயக்குகிற வரைகலைப் பட (Animation) நுட்பங்களும் வந்துவிட்டன.

இத்தனை அதிநுட்பங்கள் இருந்தும் நம் திரைப்படங்கள் பாம்புக்கு பால்வார்த்துக்கொண்டும், பறந்து பறந்து பல்டி அடித்துக் கொண்டும்தான் இருக்கின்றன. கணினியை, ஜோஸியம் எழுதப் பயன்படுத்துவதுபோல, எந்த ஒரு விஞ்ஞான சாதனத்தையும் மேலோட்டமான நகர்வுக்காகப் பயன்படுத்துவது நம் இயல்புகளில் ஒன்று. இந்தவகையில் திரைப்படமும் அதைத் தொடர்ந்து வளர்கிற தொலைக்கட்சியும் நம் பொழுதுகளை கொறிப்பது நாமறிந்த ஒன்றுதான். அருகிலிருக்கும் மாநிலத்தில் நம் அளவுக்கு ஆழ்ந்த கலாச்சார பின்னணியற்ற நிலத்திலிருந்து, கலையாக செழித்து வளர்கிற ஊடகம், இங்கு ஒன்றிரண்டு துளிர்ப்புகளோடு நின்றுவிடுவது ஆச்சரியமானது. அவ்வாறு மேலான கலைக்கும், கூத்தடிக்கும் பொழுதுபோக்கிற்கும் இடையில் உள்ள மையத் திரைப்பட இயக்கம் (Middle Cinema Movement) நம்மிடம் இல்லை. அதுகுறித்து ஆழ்ந்த இரங்கலைத் தெரிவிக்க நம் அநேகப்பேரிடம் பூச்செண்டுகள் மட்டுமே இருக்கின்றன. இருக்கட்டும்.

உங்கள் வயது இருபதைத்தாண்டியதாக இருக்கும்பட்சத்தில் ஒலியாக, பிம்பங்களாக, செய்திகளாக உங்களுக்குள் ஊடுறுவும் திரைப்படத்தின் மறைமுக ஆதிக்கம் குறித்து நீங்கள் உணரத் துவங்கலாம். உங்களின் வேலை அல்லது நோக்கம் கருதி இந்த ஆதிக்கத்திலிருந்து விடுபடுவதோ

பிராயத்தனப்பட்டு தவிர்ப்பதோ சாத்தியமானது. அதிகபட்சமாக நம் திரைப்படம் என்கிற பொழுதுபோக்குச் சாதனத்தின் விளைவுகள், சரி அல்லது தவறு என்கிற விழிப்புணர்வாவது உங்களுக்கும் இருக்கும். ஆனால் இருபதுக்குக் கீழுள்ள குழந்தைப் பிராயத்தினரின் தூய பருவத்தின் மீது திரைப்படம் நிகழ்த்தும் வன்முறை எவ்வளவு தீவிரமானது என்பது குறித்து யோசிக்க நமக்கு அவகாசமில்லை அல்லது அதனை ஒரு வன்முறையாகவே நாம் கருதவேண்டியதில்லை.

இனங்களைப் பற்றிய ஆய்வில் மனிதனுக்கு, முப்பத்து மூன்று வருடங்கள் என்பது ஒரு தலைமுறை என்று கணக்கிடுகிறார்கள். இந்த முப்பத்து மூன்று தலைமுறைக்கு முந்திய தலைமுறை எப்படியிருந்தது. தற்போது தவிர்க்கமுடியாத பொழுதுபோக்காக மாறிவிட்ட ஊடகங்களின் ஆதிக்கமில்லாமல் அந்த தலைமுறையினர் என்ன செய்தனர்?

உங்கள் ஊர் சாதாரண நகரமாய் இருந்தால் இரண்டு திரையரங்குகள், கிராமமாய் இருந்தால் ஒரு டூரிங் டாக்கிஸ் இருந்திருக்கலாம். ஞாயிற்றுக்கிழமை அல்லது பண்டிகை நாட்களில் குடும்பத்தோடு அல்லது நண்பர்களோடு எம்ஜியார், சிவாஜி படங்களை பார்த்திருப்பீர்கள். சாயங்காலம் விளையாட்டுக்கான பொழுதாக இருந்தது. பாட்டிக்கதைகள் இருந்தன. 'ஒரு ஊரில் ஒரு ராஜா' இருந்தான். வானொலியில் ஒலிச்சித்திரங்களும் நீங்கள் கேட்டவையும், கிரிக்கெட் கமெண்ட்ரியும் இருந்திருக்கும்.

இப்போது...? ஒரு ஊரில் எத்தனை வீடுகள் இருக்கின்றனவோ அத்தனையும் திரையரங்குகளாக மாறிவிட்டன. முட்டாள்பெட்டி என்று வர்ணிக்கப்பட்ட தொலைக்காட்சி வந்துவிட்டது. நுகர்வுக் கலாசாரத்தில், ஒரு வீட்டின் பொருளாதாரத் தகுதியை நிர்ணயிக்கும் குறியீடாக மாறி, இப்போது தொலைக்காட்சிப்பெட்டி எங்கள் வீட்டில் இல்லை என்பதை நீங்கள் பெருமையாகக் கூறமுடியாத நிலை வந்துவிட்டது. நூறு அலைவரிசைகள், இருபத்துநாலு மணிநேரமும் திரைப்படம், கிழமைக்கு பொழுதுக்கேற்ற திரைப்படங்கள். இந்த ஊடுறுவல், செயற்கைக்கோள்கள் வழியாக நம் வீடுகளுக்குள் நிகழ்ந்து 10 வருடங்களுக்கும் மேலாகிவிட்டன. முப்பது வருடங்கள் முன்பு அம்மாவாக இருந்தவர்கள் பாட்டியாகிறார்கள். தங்கள் பேரக்குழந்தைகளுக்கான கதைகள் அவர்களிடம் இல்லை. தொடர்கள் பார்த்து முடிப்பதற்கே அவர்களுக்கு நேரம் போதவில்லை. 'ஒரு ஊரில் இருந்த ராஜா' தன் பரிவாரங்களுடன் தற்கொலை செய்துகொண்டான். ராஜா இருந்த இடத்தில் அவனது அரியணையில் ஒரு தொலைக்காட்சிப்பெட்டி வைக்கப்பட்டுவிட்டது. அது அரைமணி நேரத்திற்கு ஒருமுறை அழுகிற தொடர்களை ஒளிபரப்புகிறது. குழந்தைகள் வேறு வழியில்லாமல் தனிமையை உணர்கின்றன.

கடைசியில் பாட்டியோடு உட்கார்ந்து ஒளிபரப்பில் கரைகின்றனர். அவர்களின் விளையாட்டு நிரம்பிய சாயங்காலங்களை அலைவரிசை அபகரித்துக் கொண்டது. அப்பா, அம்மா, தாத்தா, பாட்டி எனக் குழந்தைக்கு உட்கார்ந்துபார்க்கப் பலமடிகள் கிடைத்தன. ஒரு பொத்தானின் அழுத்தலில் காட்சிகள் மாறின. விளையாட்டுக்கென ஒரு அலைவரிசை. பாடல்களுக்கென ஒன்று. ஆடையவிழ்ப்புக்கென ஒரு அலைவரிசை. உங்கள் அலைவரிசை உங்கள் வயதை தீர்மானித்தது. குழந்தைகள் பொது சாட்சியாயினர். இந்தத் தொலைவியக்கும் சாதனம் (Remote) குழந்தைகளின் விளையாட்டுப் பொருளாயிற்று.

ஃப்ராய்டு, மனிதப் பருவங்களை நான்காகப் பிரிக்கிறார். இத் (id) என்கிற அறியாப்பருவம், தன்முனைப்பு (ego) துவங்கிய உடன் நிகழும் குழந்தைப் பருவம், பாலியல் மாற்றம் உடலில் நிகழும் விடலைப் பருவம், பொறுப்புணர்கிற பெற்றோர் பருவம்- இந்த நான்கு பருவங்களையும் முழுமையாகக் கடந்து வரும்போதுதான் நாம் முழுமை பெறுகிறோம். பெற்றோர்களின் அதிகமான கண்டிப்பினால் அல்லது கண்டிப்பற்ற தான்தோன்றித்தனத்தால் இப்பருவங்களைக் கடக்கிறபோது மனப்பிறழ்வு நிகழ்கிறது. இழந்தவை குறித்த ஏக்கம் அல்லது அடைந்தது குறித்த ஏக்கம் அல்லது அடைந்தது குறித்த குற்றம் வாழ்க்கை முழுக்க தொடர்கின்றது.

இனி நம் குழந்தைகளின் இந்தப் பருவங்களைக் கூர்ந்து நோக்குங்கள். அறியாப் பருவம் பொதுவானது. ஒரு குழந்தை எதையும் தன்னுடையதெனக் கருதும் நிலை, பாலுறுப்புகள் குறித்து வெட்கம் கொள்ளும் நிலை, தன்னை உணரத்துவங்கும் நாட்கள், அதன்மூலம் அதற்குள் வளர்கிற - வளர்க்கப்படுகிற தன்முனைப்பு முக்கியமானது. ஒரு குழந்தை தனது தாய் தந்தையையே ஆதர்சமாகக் கொண்டு வளரத் துவங்குகிற இந்தப் பருவம், ஒரு மனிதனின் முழுவாழ்க்கைக்கும் முக்கியமான பருவம். இவ்வாறான மனச்சூழலில், பதமாக வளர்த்தெடுக்கப் படவேண்டிய பொறுப்பில் இருக்கிற பெற்றோர்களாகிய நாம் ஊடகங்களால் மாசுபடுத்தப்பட்டவர்களாக இருக்கிறோம்.

சமீபத்தில் நண்பர் ஒருவரின் வீட்டுக்குச் சென்றிருந்தேன். அங்கு அவரது மூன்று வயது குழந்தையை பிரபல நடிகர் செய்வதைப்போன்று, ஆடுவதைப்போன்று செய்துகாட்டச் சொன்னார்கள். அந்தக் குழந்தை செய்து காட்டுகிறது. இன்னும் ஒன்றிரண்டு நடிகர்களின் பெயரைச் சொன்னதும் அக்குழந்தை அவர்களைப்போலச் செய்துகாட்ட முயல்கிறது. பெற்றோருக்குச் சந்தோஷம் தாங்கவில்லை.

சமீபத்தில் பிரபலமான கவர்ச்சிப் பாடல் தொலைக்காட்சியில் வந்ததும் அந்தக் குழந்தை இடுப்பை வளைத்து ஆடுகிறது. படம்காட்டி, நடிகர் பெயர்களைச் சொல்கிறது. சாலையோரங்களில் குரங்குகளை ஆட்டுவிப்பது போன்று இவ்வாறு குழந்தைகளைப் பழக்குவது

எவ்வளவு அருவருப்பானது! வரும் நாட்களில் அக்குழந்தை தனது ஆதர்சமாக எந்தப் பழக்கங்களைப் பின்பற்றி வளரும்? போலச் செய்வது தான் உயர்ந்தது எனக் கருதும் நிலையில் அதன் உண்மையான படைப்புத்திறன் எப்படி வெளிவர இயலும் ? 'குழந்தைகள் நம் வழியாக வருகின்றன. அவை நம்முடையவை அல்ல' என்கிற கிப்ரானின் வரிகள் எவ்வளவு நிதர்சனமானவை!

இவ்வாறான திரைப்பட மோகம் குழந்தைகளின் வீட்டிலிருந்து மட்டுமல்ல அவை முதன்முதலில் கற்கப்போகும் கல்விச் சாலையிலிருந்தும் துவங்குகிறது. காலனி ஆதிக்கத்திலிருந்து மீண்டபோதும் இதன் நிழல் நம்மீதிருந்து இன்னும் விலகவில்லை. நம் கலாசாரத்திற்குப் புதிதான குழந்தைக் காப்பகங்கள் வந்துவிட்டன. குழந்தைகள் அம்மாவை விடவும் அதிகம் ஆயாவுடம் வளர்கின்றன. தெருதோறும் நர்சரிப் பள்ளிகள் முளைத்துவிட்டன.

புதிதான அவர்களின் படைப்புத்திறனை மழுங்கடித்து, சக்திக்கு அதிகமான பாடங்களின் மூலம் மனப்பாடம் செய்யப்பழக்குகிற, தன்னிச்சையான துளிர்களை முளையிலேயே கத்தரிக்கிற, பாடத் திட்டங்கள் வந்துவிட்டன. எல்.கேஜி, யுகேஜி படிக்காமல் குழந்தைகளை நேரடியாக முதல் வகுப்பில் சேர்க்கிற வழக்கம் அருகிவிட்டது. வீடுகளுக்கு மேல், மொட்டைமாடியின் கூரைக் கொட்டகைகளில் துவங்கப்படும் இதுமாதிரியான பள்ளிகள், வங்கி உதவியுடன் வாகனம் வாங்கிக் கிராமந்தோறும் பிள்ளை பிடிப்பதை வழக்கமாகக் கொண்டு விட்டன. இதுமாதிரியான பள்ளிகளில் வருஷந்தோறும் பிப்ரவரி, மார்ச் மாதங்களில் ஆண்டுவிழாக்கள் நடக்கின்றன. கலைநிகழ்ச்சிகள், கலாசார நடனம் என்கிற பெயரில் விதவிதமான சினிமா பாடலுக்குக் குழந்தைகள் இடுப்பு வளைந்து நடனமாடுகின்றன. படத்தில் நடித்தவர்கள் என்ன உடை உடுத்தினார்களோ அதேமாதிரி வடிவமைக்கப்பட்ட உடைகளுடன் குழந்தைகள் ஆடுகின்றன. இதற்கான ஒத்திகை ஒரு மாதத்திற்கு முன்பே துவங்கிவிடுகிறது. மேலும் பாடல்களின் வரிக்கேற்ப வாயை அசைத்து ஆடவேண்டியிருப்பதால், குழந்தைகள் முழுப்பாடலையும் கேட்டுக் கேட்டு மனப்பாடம் செய்ய வேண்டியது அவசியமாகிறது. குதர்க்கமான பாடல் வரிகள் குழந்தை மனதில் பதிவாகிறது. 'முன்னழகு, பின்னழகு, செக்ஸ்மலை, இடுப்பு மடிப்பு, மார்புக்கு மத்தியில், முத்தமிடத் துடிக்குது..' இன்னும் என சொல்லக்கூசும் வார்த்தைகளை அர்த்தம் புரியாமல் குழந்தைகள் கற்றுக் கொள்கின்றன.

பின்பு, தன் தாயிடமோ தந்தையிடமோ இதற்கான அர்த்தம் என்ன என்று கேட்கின்றன. அதற்கான சூழலை ஏற்படுத்தித் தந்த நாம், அவர்களாக அதனைக் கற்றுக் கொண்டதாக எண்ணி 'இந்தக் காலத்துப் புள்ளைக எவ்வளவு வெவரமா இருக்கு பாருங்கள்' - என்று பெருமைப்பட்டுக் கொள்கிறோம். பத்து வயதுக்கு உட்பட்ட எந்தக் குழந்தையிடமும் கேட்டால் சரளமாக அடுத்தடுத்த வரிகளை ஒப்பிக்கும்.

இதை நம் காலத்திற்கேற்ற வளர்ச்சியெனச் சொல்லிப் பெருமைப்பட முடியுமா? இதுமாதிரியான பள்ளிவிழாக்களில் அசைவின் வக்கிரம் புரியாது இடுப்பை வெட்டி ஒட்டி ஆடுவதைக் காலத்தின் கட்டாயம் என்று கைதட்டி நாம் ரசிக்க வேண்டுமா? இந்த ஒத்திகை, அரங்கேற்றம், அதற்குப் பிறகு அக்குழந்தையின் அந்தரங்க மனஉலகில் நிகழும் மாற்றங்கள் குறித்து நாம் யோசிக்கிறோமா? இதனுள் நிகழும் குற்றத்தைக் காலத்திற்கு எதிரான விஞ்ஞான வளர்ச்சி என்று ஏற்றுக் கொள்வது சரியானதா ?

இன்னொரு விஷயத்தை நாம் ஒத்துக்கொள்ளவேண்டும். குழந்தைகளின் பொழுதுபோக்குக்கென ஆரோக்கியமான சூழல் நம்மிடம் இல்லை. குழந்தைகளுக்கான திரைப்படம் நம்மிடம் எங்கே இருக்கிறது? குழந்தைகளுக்கான பாடல் எங்கே இருக்கிறது? குழந்தைகளுக்கான அலைவரிசை தமிழில் இருக்கிறதா? நூற்றுக்குத் தொண்ணூற்றி இரண்டு விளம்பரங்களில் குழந்தைகள் இருக்கிறார்கள். ஏனெனில் அதன் விற்பனை குழந்தைகளைச் சார்ந்திருக்கிறது அல்லது குழந்தைகளைப் பார்ப்பதன்மூலம் கிடைக்கிற சந்தோஷத்தில், ஈர்ப்பில் அந்தப் பொருளை வாங்க நம் மனம் விரும்புகிறது.

இவ்வாறு குழந்தைகளைத் தங்கள் விளம்பரத்தின் மூலப்பொருளாகக் கருதுகிற வியாபாரிகள், குழந்தைகளைக் கவர்வதன்மூலம் ஒரு குடும்பத்தைக் கவர்வது எளிது என்கிற தந்திரத்தை அறிந்திருக்கிறார்கள். இவ்வாறான சூசகமான உபாயம் இருந்தும் ஏன் குழந்தைகளுக்கான திரைப்படம் தமிழில் வருவதில்லை என்பது வேறொரு விதத்தில் ஆய்வு செய்யப்படவேண்டிய விஷயம். மேலும் நம் தமிழ்ப்படங்களில் குழந்தைகள் இருந்தபோதும், அவை குழந்தைகளுக்கான படமாய் இருந்ததில்லை. இதுவரையில் தமிழ்ப்படங்களில் வந்த பெரும்பான்மையான குழந்தைகள் அதிகப்பிரசங்கிகளாகவே இருப்பார்கள். காதலர்களைச் சேர்த்து வைப்பார்கள். விலங்குக்குச் சினேகிதமாய் இருப்பார்கள். அநாதையாக அல்லது மாரியம்மனின் அவதாரமாய் இருப்பார்கள். கதையோட்டத்தில் ஒரு பொருளாகவே குழந்தைகள் கையாளப்படுகிறார்கள். நடிக்கிற குழந்தைகளுக்குப் பின்னணிக்குரல் கூட பெண்களைக் குரல் மாற்றி குழந்தைகளைப் போலப் பேசவைக்கும் வழக்கமே நம்மிடம் அதிகமாக இருந்தது. அசலான மழலையை, நம் திரைப்படங்களில் கேட்க முடிவது அரிது.

போன தலைமுறை குழந்தைகளுக்கு, விளையாடுவதற்கு மரப்பாச்சிப் பொம்மைகள் இருந்தன. ஒருவர் சட்டையை ஒருவர் பிடித்துக் கொண்டு தெருத்தெருவாக ஓடும் ரயில் விளையாட்டு இருந்தது. வண்ணத்துப் பூச்சிகள் இருந்தன. பொன்வண்டு இருந்தது. இவையெல்லாம் நகரம் சார்ந்த கிராமங்களிலும் இப்போது அரிதாகிவிட்டன. நகரத்துக் குழந்தைகள் இன்னமும் பரிதாபமானவர்கள். பிழைப்பு தேடி இடம் பெயரும் பெற்றோர்களின் நிமித்தமாகக் குழந்தைகள் எதிர்கொள்ளும்

நகரம் ஆபத்தானது. தொகுப்புவீடுகளின் இரும்புக் கிராதிகளின் ஓரத்திலும், மொட்டைமாடியிலும் வளர்க்கப்படும் தொட்டிச்செடிகள் போல இவர்கள் பராமரிக்கப்படுகிறார்கள். மண்ணில் இறங்கி விளையாடுகிற விளையாட்டு மறைந்துவிட்டது. குழந்தைகள் தரைக்குத் திரும்புவது அரிது. அண்டை வீட்டுக்காரருடன் எந்தத் தொடர்புமற்று, பெற்றோர்களின் பாதுகாப்பு உணர்வின் காரணமாக வீட்டுக்குள்ளேயே விடப்படுகிற குழந்தைகள் அநேகம். இத்தருணங்களில் தொலைக்காட்சியின் முன் தங்கள் குழந்தைப் பருவத்தை அவர்கள் இழக்கிறார்கள். விளையாட்டு வீடியோவிலும் கணினியிலும் வந்துவிட்டது. இதில் உடம்பின் ஒரு கலோரியைக்கூட எரிக்காமல் கண்வலிக்கும் வரை விளையாடலாம். நூற்றுக்கணக்கான விளையாட்டுகள் இருக்கின்றன.

இதைவிடுத்தால் விளையாடுவதற்குப் பொம்மைத் துப்பாக்கிகளும், துரத்தி மோதுவதற்குப் பொம்மைக் கார்களும், மல்யுத்த வீரர்களின் பொம்மைகளும் கொண்டு, சகமனிதனின் மீது வன்முறையைப் பிரயோகிக்கும் விளையாட்டினையும் விளையாடலாம். இவ்வாறு நீங்கள் கடந்துவந்த குழந்தைப் பருவத்திற்கு இணையான எந்த சம்பந்தமுமற்று, அந்தப்பருவத்திற்கு உரிய இயல்பான எந்த அடையாளமும் அற்று ஒரு தலைமுறையை உருவாக்குவது எவ்வளவு பரிதாபமானது! ஆபத்தானது!

ஒரு தொலைக்காட்சியில் இருபது நிமிடங்கள் ஒரு திரைப்படத்தைப் பார்த்தால் அந்தக் குறுகிய நேரத்திற்குள் ஆணும் பெண்ணும் நெருக்கமான காட்சியையோ விரசமான வசனத்தையோ நாம் பார்க்கமுடியும். செய்தியைப் பார்த்தால் சாலைவிபத்து, வன்முறை என்று ரத்தம் தோய்ந்த மனிதர்களையோ, பிணங்களையோ பார்க்கமுடியும். பாடல்காட்சிகள் என்றால் நடிகையின் கீழ்வயிற்றுப் பகுதியையும் மார்புகளையும் அவற்றின் தசை அதிர்வோடு துல்லியமாக, அருகாமையில் நீங்கள் பார்க்கமுடியும். ஒரு படுக்கையறைக்காட்சி, வன்முறையில் பெருகும் ரத்தம், பெண்ணின் அடி வயிறு இவை யாவற்றையும் ஒரு இருபது நிமிடத்துக்குள் புனிதமாகப் போற்றும் உங்கள் வீட்டுக்குள் குழந்தைகளுடன் பார்க்கமுடியும் என்றால், கலாச்சாரம் சார்ந்த உங்கள் மதிப்பீடுகள் எதை நோக்கிப் போகின்றன? நீலப்படங்கள் ஒளிபரப்பும் திரையரங்காக நம் இல்லம் மாறிவருகிறது என்பதுதானே அர்த்தம்? இவ்வாறாக, சூழலில் இவ்வாறான ஊடகங்களுடன் நம் குழந்தைகளைப் பழக அனுமதிக்கிறபோது, ஒழுக்கவிதிகள் சார்ந்த அவர்களின் பொன்னான எதிர்காலத்தை எந்த முகத்துடன் நாம் வரவேற்கப்போகிறோம்?

ஒரு படைப்பாளன், வாழ்நாள் முழுக்கத் தனது படைப்புகள் அனைத்திலும், தன்னுடைய இருபது வயதுக்கு முந்திய குழந்தை மற்றும் விடலைப் பருவ நினைவுகளையே பதிவு செய்கிறான். நெகிழிப்பருவம் என்று சொல்லப்படுகிற அந்தக் காலம்தான் ஒரு மனிதனின் வாழ்க்கையில்

மிக முக்கியமானது. திரைப்படம், அதைப் பிரதியெடுக்கிற தொலைக்காட்சி என்கிற ஊடகங்கள் மூலம், ஒரு தலைமுறை தனது அறியாப்பருவத்திலிருந்து பிஞ்சு நிலையிலேயே பழுத்து - இருபது வயதிற்குரிய பாலியல் சிக்கல்களுடன், முதிர்ச்சியுடனும் உருவாக்கப்படும்போது எதிர்காலம் எத்தனை பாதுகாப்பற்றதாக இருக்கும். பொழுதுபோக்கு என்கிற பெயரில் வெளிவரும், பெரியவர்களுக்கான வக்கிரங்களை உள்வாங்கும் குழந்தைகளின் அடுத்த தலைமுறையை எப்படி வன்முறையற்றதாகக் கனவு காணமுடியும்? பிறகு தனக்கான நீதிக்கதைகளை எந்த எழுத்தாளனிடம், எந்தத் திரைப்பட இயக்குநரிடம் அவர்கள் எதிர்பார்க்கமுடியும்? சொல்லப்படாத கதைகளுடன் இறந்துபோன தன் மூதாதையர்களை அவர்கள் எங்கு போய்த் தேடமுடியும்? மாசுபடாத சூழலை காலப்போக்கில் திரும்பப் பெற முடியும்? அதற்கான சொற்ப வாய்ப்புகள் இன்னும் மீதமிருக்கின்றன. ஆனால் தலைமுறைகளைத் திரும்பப் பெறுவது சாத்தியமல்ல.

அமெரிக்காவில் பள்ளிச்சிறுவன் சகமாணவனைச் சுட்டுக் கொன்றது செய்தி. அந்த வயதில் அவர்கள் தற்கொலைக்கு முயல்வதும், போதைப் பழக்கத்திற்கு அடிமையாவதும், பதினோறு வயதுச் சிறுமி குழந்தை பெற்றுக்கொள்வதும் நாம் ஏற்கனவே கேள்விப்பட்டவை. அங்குள்ள பெற்றோர்கள் இதுகுறித்து அதிர்ச்சியில் ஆழ்ந்துள்ளார்கள்.

இங்கும் நமது குழந்தைகள் ஆழ்ந்த மனச்சோர்வினை, அந்நியமாகும் உணர்வினை அடையத் துவங்கியிருக்கிறார்கள் என்பது ஆய்வுகள் தெரிவிக்கின்றன. ஊடகங்களின் ஆக்கிரமிப்பை, மேலான பொழுதுபோக்கென நீங்கள் அனுமதிக்கும்பட்சத்தில் மேற்சொன்ன அதிர்ச்சி உங்களுக்கும் நேரலாம். அப்போது பள்ளிக்குப் போகும் உங்கள் குழந்தைகளுக்கு நீங்கள் சாக்லெட் வாங்கித் தருவதற்குப் பதிலாக ஆணுறையோ, கருத்தடை மாத்திரையோ வாங்கித்தரவேண்டியிருக்கும். காத்திருங்கள். அந்தக் காலம் விரைவில் வருகிறது.

'தீராநதி' ஆகஸ்ட் 2002

'கன்னத்தில் முத்தமிட்டால்'

இன்று இரண்டாவது முறையாகக் 'கன்னத்தில் முத்தமிட்டால்' பார்த்தேன். நீர்நிலையும் மலைத்தொடருமான நிலக்காட்சியின் கீழே மாங்குளம் - 'சில வருடங்களுக்கு முன்பு' என்ற துணைத்தலைப்பிட்டு படம் துவங்குகிறது. அலங்கரிக்கப்பட்ட மணப்பெண் வருகிறாள். மணப்பெண்ணுடன் வருபவர்கள் ஈழத்தமிழ் பேசுகிறார்கள். முன்பு சிறுவயதில் 'நாயகன்' பார்க்கும்போதும், பின்னாளில் 'ரோஜா' பார்க்கும்போதும் அதில் வருகிற பம்பாயின் தாதாக்கள் மற்றும் காஷ்மீர் தீவிரவாதிகளின் முகங்கள் நிஜமாக அந்தக் களத்திற்கு நம்மை அழைத்துச் சென்றன. மிகச்சிறிய விஷயத்திலும் துல்லியம் பார்ப்பது, நேர்த்தியைக் கையாள்வது இவர் படங்களில் நமக்கு ஆச்சரியத்தையும் பெருமையையும் தருவதாக இருக்கும். இங்கு மாங்குளத்தில் புதுமணப்பொண்ணோடு வரும் பெண்கள் ஈழ முகங்களற்று வெறும் துணை நடிகைகளாக உடன் வருகிறார்கள்.

வழக்கமான பூச்சரங்கள், பால்சொம்பு சம்பிரதாயங்களற்ற தமிழ்க்குடும்பத்தின் அறை. முதலிரவு. இயல்பான ஒளிப்பதிவு. நிலா வெளிச்சம் கசிவதைப் போன்ற படுக்கையிலிருந்து எழுந்து புதுப்பெண்ணை நோக்கி நாயகன் வருகிறான். இந்த முதலிரவுக்காட்சிகள் தொகுக்கப்பட்ட விதம் குறித்து சிலாகிக்கலாம்.

எந்தச் சூழலாயினும், காட்சிக்குள் கதாபாத்திரங்களைப் பொருத்துகிற விதம் composition கருதி அவர்களை நிறுத்துகிற விதம் நேர்த்தியாக இருக்கும். குளக்கரை. தனக்கு என்னவெல்லாம் பிடிக்கும் என்று மரத்தின்மேல் அமர்ந்து பேசுகிற காட்சி (இதுபோலவே வேறொரு களத்தில் - மணல் சார்ந்த குன்றுகள் - 'உயிரே' நாயகி தனக்கு அம்மாவின் உள்ளங்கை பிடிப்பதாகச் சொல்கிறாள். காட்சியின் அதே உள்ளடக்கம் இங்கு வேறொரு களத்தில் நிகழ்கிறது.) இயல்பாக நிகழும் நெருக்கத்தில், முகத்தில் மண்பூசிக் கொண்டு, சப்தம் கேட்டு ஒளிந்து, கவச கண்டி கடந்ததும் அந்தப் பெண்ணைத் தன்னைவிட்டுப் போகச்சொல்கிறான். அவள் போக மறுக்கிறாள். கடைசியில் போகிறாள். Steady camera வின் காட்சிச் சட்டகம் அழகாக மிதப்பதுபோல் அசைகிறது. பிரிவின் மனநிலையை frameன் மிதக்கிற தன்மை தர முயல்கிறது.

நாயகி அழுகிறாள். 'வெள்ளைப்பூக்கள்' பாடல் துவங்குகிறது. காட்சியின் மனநிலையைப் பொருட்படுத்தாது வேறொரு விதமான உணர்வுநிலையில் பொருந்தாத இசையுடன் கூடிய பாடல். திரையில் எழுத்துகள் வரத்துவங்குகின்றன.

இதுவரை பார்த்த படங்கள் குறித்து சில கேள்விகள் எழுகின்றன. நாயகியை விட்டுப்பிரிகிற நாயகன் விடுதலை இயக்கம் சார்ந்தவனா? சார்ந்தவனெனில் அவனுக்கான திருமணம், மனைவியுடன் உல்லாசமான நீர்விளையட்டு இதெல்லாம் சாத்தியமா? இந்த திருமணம், முதலிரவு, நீர்விளையாட்டு யாவும் வெறும் சுவாரஸ்யம் கருதி விடுதலை இயக்கப் பின்னணியில் பொருத்தப்பட்டதா? புரியவில்லை. கர்ப்பத்துடன் கணவனைப் பிரிகிற ஈழத்துப் பெண் அதற்கான கிளுகிளுப்பான முன்கதை என்பதை மட்டும் எடுத்துக் கொள்ளலாம். பின்வரும் கதைக்கு அந்தக் கணவனின் முக்கியத்துவமின்மையைக் கருதி இந்தக் கேள்விகளை விலக்கிவிடலாம் என்று தோன்றுகிறது.

அப்பாவுடன், நாயகி சாப்பிட்டுக்கொண்டிருக்கையில் பின்னணியில் குண்டுகள் வெடிக்கின்றன. வான ஊர்திகளின் சப்தம் DTS நுட்பத்தில் நம் இருக்கைகளை அதிரவைக்கின்றன. ஒலிப்பதிவின் துல்லியம் பாராட்டுக்குரியது. இடையிடையே குண்டுவெடிக்க, பின்னணியில் இனிமையான பாடல் தொடர்ந்து ஒலிக்கிறது. சப்தங்களின் விநோதமான இந்த கலவை நம்மைக் குழப்பமான உணர்வு நிலையில் இருத்துகிறது. நாயகியின் சோகம் நம்மைப் படர்வதில்லை. ('தளபதி'யில் தன் குழந்தையைப் பிரிகிற பின்னணியாக ஒலிக்கும் டைட்டில் பாடலின் தீவிரத்தன்மை இங்கு ஏற்படாமல் போகிறது)

கடற்கரை, பின்புலத்தில் பாய்மரக்கப்பல் மிதக்கிறது. தந்தை அழைக்க இவள் வரமறுக்கிறாள். சமாதானப்படுத்தி அழைத்துப் போகிறார். இலங்கையிலிருந்து இராமேஸ்வரத்துக்குக் கள்ளத்தோணியில் வருகிற யாரும் இரவு வேளையில் மோட்டார் படகில் வருகிறார்கள் என்பதுதான் அறிந்த செய்தியாக இருக்கிறது. ஆனால், இங்கு சுற்றுலா போவது மாதிரியான பாய்மரக்கப்பல். பகல்வேளை. பிறகு அலைகள் விசிறியடிக்க புயலில் சிக்கிக் கொண்டதைப்போலச் சித்தரிக்கப்படுகிற ஸ்டூடியோவில் எடுக்கப்பட்ட காட்சி. (இதன் அப்பட்டமான செயற்கைத்தனம் குறித்து என்ன சொல்ல?) நீர் தெறிக்கிற ஒலியின் இரைச்சல் - இதன் நடுவே உரையாடுகிறார்கள். இதையெல்லாம் பொருட்படுத்தாது என்ன நிகழ்ந்தாலும் தன் பாட்டுக்கு ஒலிக்கிற பாடல் மந்தகதியில் தொடர்கிறது)

அகதிகள் முகாம் பெயர் சொல்லும்போதே பிரசவவலி வருகிறது. பெண்கள் கூடித் தூக்கிப் போகிறார்கள். திரும்பவும் அதே சூழலுக்குப் பாடல். தனியாக ரசிக்கமுடிகிற அந்தப்பாடல் காட்சியின் பிம்பங்களோடு, பிம்பங்கள் மீட்டுகிற மனநிலையோடு

அந்நியமாகிவிடுவதால் ரசிக்கமுடியாது போகிறது. (இதுபோலவே 'அஞ்சலி' படத்தில் நாயகி பிரசவ வேதனையோடு ஸ்ட்ரெச்சரில் அழைத்துச்செல்லப்படுகிறாள். Frame இருட்டுகிறது. இங்கும் அதேபோல் தூக்கிச் செல்லப்படுகிறாள். திரை இருட்டுகிறது)

'என் பெயர் ஜி. அமுதா' என்கிற குழந்தையின் சுய அறிமுகம். முகத்தில் பாதியில் வெயில் அடிப்பது மாதிரியான ஒளி அமைப்பின் மூலம் ஒளிப்பதிவாளர் குழந்தையின் யதார்த்தத் தன்மையை சொல்ல முயலுகிறார். அறிமுகமான சில நிமிஷங்களிலேயே குழந்தை தன்பருவம் மீறி சினிமாக் குழந்தையாகி வசனங்களை ஒப்புவிக்கிறது. தன் தாத்தா பற்றிய அறிமுகத்தில் 'உலகத்தில் சகலத்தையும் பற்றிய அபிப்ராயம் கொண்டிருப்பவர்' என்று சொல்கிறது. அம்மா அறிமுகமாகிறாள். குழந்தையிடம் 'உன் படுக்கையைச் சுருட்ட உன் மாமியாரா வருவாங்க' என்று அம்மா சொல்கிறாள். மாமியார் பற்றி குழந்தையிடம் பேசுவதை நாம் நகைச்சுவையாக எடுத்துக் கொள்ள இயலவில்லை. ஜிப் போடாமல் அடுப்பங்கரைக்கு வருகிறான். 'என்னாகும் தெரியுமா?' என்று அமுதா கேட்க, 'வெட்டிடுவாங்க, மொட்டையாகத்தான் போகனும்' என்று பையன் பதில் சொல்கிறான். வசன எழுத்தாளரின் உத்தேசம் போலவே தியேட்டரில் மெலிதான சிரிப்பலை பரவுகிறது. ஒரு ஆவணப்படத்தின் தன்மையோடு தன்னை அறிமுகப்படுத்திக் கொள்கிற குழந்தை, அதற்குப் பிறகான குடும்பத்தாரின் அறிமுகம், வகுப்பறை, அடுப்பங்கரை montages எல்லாம் ஒரு ஆரோக்கியபானத்தின் விளம்பரம் போல இருக்கிறது. இருந்தாலென்ன?

இதில் தனது அப்பாவைப்பற்றிய அறிமுகம் பற்றிச் சொல்லவேண்டும். அவர் ஒரு எழுத்தாளர். இந்திரா என்ற தன் மனைவியின் பெயரில் தன் அக்காவைப்பற்றிய உண்மைகளை கதையாக வாரப்பத்திரிகையில் எழுதுகிற எழுத்தாளர், கோபக்காரர் (?), பேருந்தில் தன் எழுத்தில் அபிமானம் கொண்டு உட்கார இடம் தர நினைக்கிற ஒரு அப்பாவி விசிறி அல்லது ஆர்வக்கோளாறான வாசகனிடம் 'நானென்ன கால் இல்லாத சவலைப்பிள்ளையா' என்று கோபப்படுகிற எழுத்தாளர். இவர் கோபம் நமக்குத் தெளிவாகப் புரிந்துவிடுகிறது. இவரது கதைகளை வாசிக்கிற வாசனின் தன்மை, அதன்மூலம் அவர் எழுதுகிற கதைகளின் தரமும் நமக்குப் புரிந்துவிடுகிறது.

இன்னொரு காட்சித்துணுக்கு எழுத்தாளனின் மனைவி தொலைபேசியில், 'அவர் வெளியூர்க் கூட்டங்களில் கலந்து கொள்வதில்லை. ஏனெனில் அவர் மனைவிக்கு மனநோய்' என்று பொய் சொல்லுகிறாள். விநோதமான உரையாடலை ரசிக்கமுடியவில்லை. இதைவிடவும் அதிகபட்சமான நகைச்சுவை என்னவெனில் எழுத்தாளர் தன்னைப் பார்க்க சென்னைக்கு ஓடிவந்துவிட்ட மூன்று இளைஞர்களிடம் உபதேசம் செய்கிறார். 'உங்களை நம்பி வாங்க... நம்பிக்கையை உங்க மேல வைங்க' என்று அன்பாகத் திட்டி 'இனிமேல்

வந்தீங்க... தொலைச்சிடுவேன்' என்கிறார். இந்த எழுத்தாளரை வீடு தேடி, இப்படிப் பக்குவமில்லாத ரசிகர்கள் வரும் அளவுக்கு அவர் எதுமாதிரியான எழுத்தாளர் என்பதும குழப்பம். அதைத் தொடர்ந்து வரும் தொலைபேசியிலும் எழுத்தாளர், 'உன்னை உதைக்காமல் விடமாட்டேன்' என்று பேசுகிறார். இவ்வாறாக கோபக்கார எழுத்தாளரை உருவமைக்கச் செய்யப்பட்ட காட்சிகள் அபத்தமானவை.

கோயிலில் இருந்து திரும்பும் கணவனும் மனைவியும் குழந்தையிடம் அதன் ஒன்பதாவது பிறந்தநாளை முன்னிட்டு உண்மையை சொல்வதாக முடிவெடுக்கிறார்கள். அம்மா பின்வாங்குகிறாள். பெண் குழந்தைக்கு நேரும் பிரச்சனை குறித்து உடனிருக்க வேண்டிய அம்மா, அதனால் தனக்கு நேரும் குற்றவுணர்வு குறித்த சுயநலம் கொண்டு தப்பிக்கிறாள். பிறகு எழுத்தாளர் அப்பா உண்மையைக் கூறுகிறார். (இந்தக் காட்சி அம்மாவுக்கும் மகளுக்குமானதாக இருந்திருந்தால் இன்னும் நன்றாக இருந்திருக்கும் என்று தோன்றுகிறது.)

குழந்தை கடல் மற்றும் மணல்வெளி சார்ந்த பின்புலம் கொண்டவள் என்பதாலோ என்னவோ கடற்கரையில் இந்தக் காட்சி நிகழ்கிறது. காட்சியின் துவக்கத்தில் அமுதா ஓடிக்கொண்டிருக்கிறாள். கேமரா அவளைத் தொடர்கிறது. இருவரையும் கடல் பார்த்து ஒரு படகின் அருகில் அமர்த்திவிடாமல் composition value கருதி இருவரையும் காட்சிக்குள் கையாள்கிற விதம் பாராட்டுக்குரியது. தன் தந்தையையே மையமாகக் கொண்டு, அவன் புலத்துக்குள் அவனையே சுற்றிச் சுற்றி வருகிற குழந்தை என்கிற மனோவியல்ரீதியான படிமம் நமக்குக் கிடைக்கிறது. எழுத்தாளன் உறைந்த முகத்துடன் குழந்தையின் விளையாட்டுத்தனத்தைப் பொருட்படுத்தாது, "நான் உனக்கொரு உண்மையைச் சொல்லவேண்டும்" என்று துவங்குகிறான். வார்த்தையின் தீவிரம் ஒரு நிலையில் புரிந்து தன் தந்தைக்கு எதிரில் முழந்தாளிடுகிறாள் அமுதா.

ஒன்பது வயதே ஆன குழந்தையிடம், "நீ எனக்கும் அம்மாவுக்கும் பிறக்கல" என்கிறான். வசனத்தின் அபத்தம் துவங்குகிறது. "உன் அப்பா அம்மா நாங்க இல்லை... நீ எங்க பிள்ளை இல்ல" என்று சொல்ல விழைகிற அர்த்தத்தை "இரண்டுபேருக்கும் நீ பொறக்கல" என்று சொல்வது விபரீதமாக இருக்கிறது. குழந்தைக்குப் புரிகிற மொழியில் இல்லாமல் எழுத்தாளன் தன்மொழியில் இருந்து பேசுகிறான். "உன்னைத் தத்தெடுத்தோம்" என்கிறான். தத்து என்கிற வார்த்தையின் பரிமானம் குழந்தைக்குப் புரியுமா? கதைப்படி எல்லாம் புரிகிறது. குழந்தையின் இயல்பான நடிப்பு- வார்த்தைகளை மீறி புரிந்துகொண்ட பாவனை - நம்மை ஈர்க்கிறது. நிலையான closeupன் ஒருநிலையில் அந்தக் குழந்தை கலங்கிய தன் கண்களை இடதுபக்கம் திருப்பி மீள்வதன் மூலம் புரியாத பாவங்களை அதன்முகம் நமக்கு உணர்த்துகிறது. இனி தனது தந்தை சார்ந்த வட்டத்தில் இருந்து விலகி நம்மை நோக்கி ஓடிவருகிறாள்.

கால்தவறி வீழ்கிறாள். பின்புலத்தில் தந்தை கலங்கிய பிம்பமாக அவளைத் தொடர்கிறான். காட்சியின் இந்த composition நம்மைப் பெரிதும் கவர்கிறது.

இந்தக் காட்சியின் உள்ளடக்கம் அதன் வசனங்கள் தவிர்த்து சப்தமில்லாமல் பார்த்தாலே அந்தக் குழந்தையின் மனநிலையை நம்மால் புரிந்துகொள்ள இயலும். (இதுபோலவே 'தளபதி' யில் அம்மா மற்றும் நாயகனின் பிறப்பு பற்றிக் கூறுகிற காட்சி. அடுத்தடுத்த தொடர்ச்சியான குளோசப்களால் நேர்த்தியாகச் சொல்லப்பட்டிருக்கும். அங்கு இரண்டு பக்குவமான கதாபாத்திரங்களின் உரையாடல். இங்கு குழந்தை என்பதால் சுற்றிக் கொண்டிருக்கும் அவளது பிம்பம். அதில் சூரியனின் பின்னணி. இதில் கடல்மணல். பாத்திரங்களின் மனோவியல் பின்புலம் கையாளப்படுகிற நேர்த்தி பாராட்டுதலுக்குரியது.)

நுட்பரீதியாக வெகு அழகான காட்சி. ஆனால் உள்ளடக்கத்தில்? ஏன் குழந்தையிடம் சொல்லவேண்டும் என்பது வழக்கமாக எல்லோருக்கும் எழுகிற கேள்வி. படத்தின் தோல்வி இந்தப் புள்ளியிலிருந்து துவங்குகிறது. தோல்வி என்று அதன் பொருளாதார ரீதியான வெற்றி குறித்துச் சொல்லவில்லை. மாறாக படத்துடன் நமக்கு நேர்கிற ஓர்மை விலகல், இந்தப் புள்ளியிலிருந்து துவங்குகிறது. அபத்தமான பிரச்சனையை, எந்த அவசியமும் இல்லாமல் கதையின் நாயகனான எழுத்தாளன் துவங்கிவிட்டான் என்பதில் பார்வையாளனாகிய நமக்கு உடன்பாடில்லை. ஏன் சொல்கிறான்? விளையாடுகிற பிள்ளையை நிறுத்தி இதைச் சொல்லவேண்டிய அவசியம் என்ன? நமக்கு எழுகிற இந்தக் கேள்வி நியாயமாகவே இருக்கிறது.

அந்தச் செய்தி எப்படியும் அந்தக் குழந்தைக்கு அதிர்ச்சியாக இருக்கும் என்பது ஒரு எழுத்தாளனுக்குத் தெரியாதா? இல்லை இந்தச் செய்தி மிகுந்த சந்தோஷத்தைத் தரும் என்று நம்புகிறானா? அதுவும் பிறந்தநாள் அன்று சொல்லவேண்டிய அவசியம் என்ன? "நீ ஒரு அனாதை, உன்னை அன்போடு வளர்க்கிற தியாகி நான்" என்கிற தொனியில் அதைச் சொல்ல முற்பட்டானா? எப்படி யோசித்தாலும் இந்த அபத்தம் தெளிவாகவில்லை.

நமக்கு ஏற்படும் இந்தக் கேள்விகளை ஓய்வு பெற்ற தாசில்தார் (அமுதாவின் தாத்தா) அதற்கான அவசியம் என்ன என்று கேட்கிறார். ஒரு பார்வையாளனின் குரலாக இயக்குநர் இதனை திரைக்குள் எழுப்பினாலும் அதற்கான சரியான பதில் அம்மா, அப்பாவிடமிருந்து வருவதில்லை. மாறாக, கவலைப்படும்போது 'நீ அழகா இருக்க' என்று மனைவியைக் கொஞ்சுகிறான் எழுத்தாளன். (காட்சியின் மனநிலை கருதாது ஒரு விளம்பரப்படத்தின் அடுப்பங்கரையைப் போல மிகவண்ணங்கள் (சன்னலின் நீளம்) இடறுகின்றன).

குழந்தைக்கு ஊஞ்சலில் சோறூட்டுகிறாள் வளர்ப்புத்தாய். கடைவாயில் இருக்கும் பருக்கையை இயல்பாக வாய்க்குள்

இட்டுக்கொள்கிறது குழந்தை. "குப்பைத்தைதொட்டியில் கிடந்தனாம்மா" என்று கேட்கிறாள். தான் அநாதை, இவர்கள் குழந்தை இல்லை என்பதெல்லாம் மறந்து நிதானமாக வளர்ப்புத் தாயின் மடியில் அமர்ந்து, ஊஞ்சலில் ஆடிக்கொண்டு தன்னை எங்கு கண்டெடுத்தீர்கள் என்று கேட்கிறாள். இது அந்தக் குழந்தையின் இயல்பான மனநிலையாக இருக்கமுடியுமா? "கேளடி கண்மணி"யில் தன் தந்தையின் தோழி, தனது ஆசிரியை தனக்கு அம்மா ஆக முயல்கிறாள் என்று உணர்ந்ததும் அந்தப் பெண் குழந்தை (அநேகமாக அமுதாவின் வயதுடையவள்) பூட்டிய குளியலறைக்குள் முழங்காலைக் கட்டிக்கொண்டு தனிமை உணர்ந்து அழுவாள். "அந்த ஏழு நாட்கள்" படத்தில் தனது தந்தையின் புதுமனைவி போய்விடுவாள் என்று தெரிந்ததும் வாளியைக் கவிழ்த்து மேலேற முயன்று விழுவாள். அதுவும் இதேவயதுக் குழந்தைதான். ஆனால் அமுதாவிடம் அதற்கான எந்த வருத்தமும், தனிமை உணர்வும் இல்லை. அது, "நான் குப்பைத்தொட்டியா, ஏன் கறுப்பா இருக்கேன்" என்று ஆதங்கப்படுகிறது. எனவே அந்தக் குழந்தையின் மீது நமக்கு ஏற்படவேண்டிய அனுதாபம் ஏற்படாமலே போகிறது. குழந்தையின் possesiveness அபூர்வமானது. ("அஞ்சலி என் தங்கச்சி இல் லையாம்மா" என்று கேட்டு அநதக் குழந்தையைத் தலையணையால் அடிக்கிறபோது நமக்கு நேர்கிற மனநிலையை நினைவுகூறலாம்)

படத்திற்கான சுவரொட்டி விளம்பரங்களில் ஈரமான குழந்தை தன் முழங்காலைக் கட்டிக்கொண்டு குனிந்திருக்கிறது. இந்த பிம்பம் நமக்குள் எழுப்பும் குழந்தையின் அந்நியமாகிற மனநிலை படத்திற்குள் இல்லை என்பது வருந்தத்தக்கது. காட்சியின் முடிவில் "இது தெரிஞ்சா அகிலன் என்னைய அடிப்பாம்மா" என்கிறபோது மட்டும் இயல்பாக இருக்கிறது.

பிறகு ஆறுதலாகப் பாடல். கடல் அலைகளின் நெளிவுகளை அண்மையில் வேகமாகப் படம்பிடித்து முன்னகர்கிற, பாடல் காட்சியின் துவக்கம், அழகாக இருக்கிறது. அந்திவானப் பின்னணியில் தாயும் மகளும் நிழல் உருவங்களாக நீருக்குள் ஒருவரையொருவர் துரத்தி விளையாடுவது, அதற்குப் பின்னணியாக இழைகிற குழல் இசை அபூர்வமான ஒத்திசைவு. உடைந்த படகுக்குள் பட்டுப்பாவாடை, கட்டிய சிறுமி நீளவாக்காக ஓடுகிறாள். வறண்டு வெடித்த உப்பு நிலத்தில் உடைந்த கண்ணாடி போல் கடல் மிச்சமிருக்கிறது. தாயும் மகளும் முகம் பார்க்கிறார்கள். உடைகளின் வண்ணம் காட்சியின் அழகோடு இயைந்து அலாதியாய் இருக்கிறது. தாயின் முந்தானையைப் பிடித்துக்கொண்டு சுற்றுகிறது குழந்தை. வெறுமையாக வானத்தையும் மணற்பரப்பையும் விட்டு வேறெந்த மனிதக்கூறுகளும் அற்று இருவரை மட்டும் படம் பிடித்திருப்பது அழகாக இருக்கிறது. (தொலைவில் நடனமங்கையர் ஆடாமல் இருந்தது அதிர்ஷ்டம்) நீளமாய்க் கட்டிய கொடிக்கயிற்றில் துணிகள் உலர்கின்றன. குழந்தை ஓடுகிறாள். இது ஒரு ஆங்கிலப் படத்தின் துண்டுக் காட்சியை நினைவுபடுத்துகிறது.

திரும்பவும் ஊஞ்சல், தான் எப்படி எழுத்தாளன் ஆனேன் என்று சொல்லத் துவங்குகிறாள். தேர்ந்தெடுத்த வார்த்தைகளில் நேர்த்தியான கவிதைவரிகள் திரையில் ஓட flash back துவங்குகிறது.

சன்னலுக்கு வெளியே அழும் குழந்தை. வெளியே தாய் நிற்கிறாள். காட்சி தன் வண்ணங்கள் இழந்து கோட்டோவியமாகி கேமராவின் அழகான இயக்கத்தில் ஒரு பத்திரிகையின் கதைக்கான விளக்கப்படமாக மாறுகிறது. அழகான உத்தி.

நாயகனும் நாயகியும் சந்தித்துக்கொள்ளும் காட்சிகளில் இருவருக்குமான வாகனங்களை ஸ்கூட்டர், சைக்கிளாக மாற்றுவதன்மூலம் வேறொரு விதமான பரிமாணம் காட்சிக்குக் கிடைக்கிறது. உட்கார்ந்து பேசினால் வெகுசாதாரணமான உரையாடல். சாதாரணமான காட்சி. வாகனங்களை மாற்றி ஒரு இயக்கத்தை உருவாக்குவதன் மூலம் காட்சி ரசிக்கும்படியாக மாறுகிறது, அழகு. இன்னொரு காட்சியில் சேலையை மடித்துக்கொண்டே உரையாடுவதையும் சொல்ல வேண்டும்.

காதலை வெளிப்படுத்தும் காட்சியில் அக்கா முன்னிலையில் மாறிமாறிக் கட்டிக்கொள்கிறார்கள். இயக்குநரின் வழக்கமான குறும்பு.

முகாமில் இருக்கும் குழந்தையை நாயகன், நாயகி இருவரும் போய்ப் பார்க்கிறார்கள். நாயகி, குழந்தையைத் தூக்கி வைத்துக்கொண்டு வளவளவென்று பேசுகிறாள் - எழுத்தாளன் பாவனைகளையும் மழித்துவிட்டு மலங்க மலங்க விழிக்கிறான்.

குழந்தையைத் தத்தெடுப்பதற்காகத் திருமணம் செய்து கொள்கிறார்கள். மூவரும் நிழற்படமாக உறைய, திரை வெண்மையாகி மீள்கையில் flash back முடிகிறது.

பிறகு குழந்தை தன் தாயைத் தேடி ராமேஸ்வரம் வருகிறது. வளர்ப்புத் தாயும் தந்தையும் தேடி வருகிறார்கள். சன்னலுக்கு வெளியே கடற்கரையில் நிற்கிறாள் அமுதா. தன் அம்மாவைப் பார்க்கவேண்டும் என்கிறாள். சொன்ன கணத்தில் மூவரையும் கடற்கரையில் நிறுத்தி கேமரா பறக்கத் துவங்குகிறது. மூவரும் புள்ளியாய்ப் போகிறார்கள். (முதற்பாதி நிறைவுறுகிறது) . அடுத்த காட்சியில் மூவரும் விமானத்தில் உள்ளிருக்கிறார்கள்.

விமான நிலையம். சம்பிரதாயமான வரவேற்புகள். நீளமூக்குடைய நடிப்புடன் வந்து சிங்களராக வரவேற்கிறார். காரில் வீடு நோக்கிப் பயணிக்கிறார்கள். பிரமாண்டமான புத்தர் சிலைகளைக் கடந்து தெருக்களில் பயணிக்கிறார்கள். இசையமைப்பாளர் பாப் இசைப்பாடல் ஒன்றை ஒலிக்க விடுகிறார். குழந்தை சந்தோஷமாக கார் கண்ணாடியின் வழியே நகரத்தைப் பார்க்கிறது.

வீடு. குழந்தை சந்தோஷமாகப் படுக்கையின்மேல் விளையாடுகிறது. வளர்ப்புத்தாய் அதட்டுகிறாள். "அம்மா சொன்னாக்கேளு."

"நீ ஒண்ணும் அம்மா இல்ல" என்றதும் கன்னத்தில் அறைகிறாள். தன் தாயைத் தேடி வந்திருக்கும் குழந்தையை "நீ அம்மா இல்லை" என்று சொன்னதும் அடிப்பாளா? அடிக்கிறாள். அவள் சிங்கள நண்பருடன் உற்சாக பானம் அருந்துகிற தனது எழுத்தாள அப்பாவின் மார்பில் சாய்ந்து அழுகிறாள். இந்தக் காட்சிக்கான அவசியம் புரியவில்லை.

எழுத்தாளருக்கான பாராட்டுவிழா. குழந்தை அங்கிருந்து நழுவி பூங்காவுக்கு வந்து சக்கரநாற்காலியில் இருப்பவரிடம் பேச்சுக் கொடுக்கிறது. அவரிடமிருந்து ஒரு கவிதை நூலினைப் பெற்றுக் கொள்கிறது. இடையிடையே பாராட்டுவிழாவின் இடைச்செருகல். எழுத்து என்றால் என்ன? எழுத்தாளன் என்பவன் யார்? கதை என்பது என்ன என்பது குறித்துப் போதிக்கிறான். சிரிப்பு வருகிறது. (தியேட்டரில் கத்துகிறார்கள்) குழந்தையைத் தேடித் தாயும் சிங்கள நண்பரும் வரும்போது சக்கரநாற்காலிக்காரன் மனிதவெடிகுண்டாக மாறுகிறான். குழந்தை தூக்கி எறியப்படுகிறாள். மூக்கிலும் காதிலும் ரத்தம் வருகிறது. பிறகு இந்தச் சம்பவம் குழந்தையின் மனநிலையில் எந்த மாற்றத்தை நிகழ்த்துகிறது என்பதற்கு எந்தவிதமான தடயங்களும் இல்லை. இப்படியான தேசத்தில் தன் தாய் இருக்கிறாள் என்பதைக் குழந்தை புரிந்துகொள்வதற்கான காட்சியாக எடுத்துக்கொள்கிறாள்.

மாங்குளம் என்று சிங்களத்திலும், தமிழிலும் எழுதிய பெயர்ப்பலகை. தெருவின் வழியே தேடிவருகிறார்கள். எழுத்தாளரும் சிங்கள நண்பரும். பின்புலத்தில் ராணுவ உடையணிந்தவர்கள் ரோந்துப்பணியில் இருக்கிறார்கள். சட்டையில்லாத கறுப்பான முதியவரிடம் 'தமிழா?' என்று கேட்கிறார்கள். அவர் 'ஓம்' என்கிறார். மாங்குளம் என்பது சிங்களர், தமிழர் வசிக்கும் பகுதியா? அங்கு உலவுவது சிங்க ராணுவமா? அந்தச் சூழலில் தமிழர் ஒருவர் சுதந்திரமாக சைக்கிளுடன் உ லவமுடியுமா? உண்மையில் நிலைமை இப்படி இருக்கிறதா? தெரியவில்லை. இடிந்த வீடுகள். கூரைகள் சரிந்து கிடக்கின்றன. எழுத்தாளர் பார்க்கிறார். பின்னணியில் இஸ்லாமியரின் தொழுகைப் பாடலின் ராகத்தில் ஏதோ ஒலிக்கிறது. அங்கிருந்து கோரைப்புல் காற்றில் அலையும் வயல்வெளிகளில் வருகிறார்கள். கொரில்லாப் போர் ஜெயிப்பது இல்லை. சிறிது இடைவெளிக்குப் பிறகு தோற்பதும் இல்லை என்று சிங்கள நண்பர் ஆரூடம் கூறுகிறார். அபத்தமான உரையாடல் முற்றுப்பெறுவதற்குள் இருவரும் விடுதலை வீரர்களால் சிறைப்படுகிறார்கள். கீழே விழுந்தவனை இழுத்துப் போகிறார்கள். அவன் அந்த நிலையில் தமிழ்க்கவிதை சொல்கிறான். உடனே அவன் தமிழன் என அடையாளம் காணப்படுகிறான். இந்தக் காட்சியின் சினிமாத்தனம் கருதி நீங்கள் சிரிக்கலாம். இந்தியாவிலிருந்து வந்திருக்கிற எழுத்தாளன் இப்படித்தான் கொலைக்குப் போவதுமாதிரி எந்தப் பாதுகாப்பும்

இல்லாது போவாரா? உடன் சிங்களவரைக் கூட்டிக்கொண்டு. சிங்களவனுக்கு இங்கு வர என்ன தைரியம் என்கிறார்கள். ஆனாலும் அந்த நடிகர் 'சாமா தெரியுமா சாமி' என்று முகத்தை முன்னால் கொண்டுவந்து சலிப்பூட்டும் தனது மிகை நடிப்பைக் காட்டுகிறார். சாமா குறித்துக் கேட்டதும் அவர்கள் அமைதி கொள்கிறார்கள். இந்தக் காட்சி இத்துடன் முடிந்துவிடுகிறது.

அம்மாவைக் கண்டுபிடித்துவிட்டோம் என்று வீட்டுக்கு வருகிறார்கள். குழந்தையோடு சேர்த்து மனைவியையும் கூட்டிக்கொள்கிறார் எழுத்தாளர்.

விடுதலை இயக்கத்தவரின் முகாம். சாமாவிடம் செய்தி சொல்லப்படுகிறது. குறைந்தபட்சம் அவள் தனக்கு ஒரு குழந்தை பிறந்தது என்கிற ஞாபகம் கூட இல்லாததுபோல, இவர்கள் எல்லோரும் என் குழந்தைகள் என்று சொல்லி எழுந்துபோகிறாள்.

பயிற்சிக்களம். காட்சியின் இயற்கையான ஒளியமைப்பு. கூடாரத்தினுள் ஒளிவிளிம்புடன் கறுப்புத்தேநீர் அருந்துதல். இந்தக் காட்சியின் யதார்த்தமான ஒளிப்பதிவு நிறைவாக இருக்கிறது.

சுப்பிரமணியன் பூங்காவில் காத்திருக்கிறார்கள். குழந்தை, வளர்ப்புப் பெற்றோர், சிங்கள நண்பர். போகும் வழியில் பெண்களைத் தாயெனப் பார்க்கிறது குழந்தை. தன் தாயை யாரென்று அறியாமல் தேடுகிற குழந்தையின் மனநிலை நம்மை ஏதோ செய்கிறது. யுத்தவண்டிகள் வரிசையாக வருகின்றன. எல்லோரும் கலைந்து ஓடுகிறார்கள். குழந்தை வரமறுக்கிறது. தரையில் விழுந்து புரள்கிறது. சுற்றிலும் வண்டிகள் சூழ்ந்ததும் ஒத்திகை பார்த்த விளையாட்டுப் போல கொரில்லா யுத்தம் துவங்குகிறது. பரஸ்பரம் சுட்டுக்கொள்கிறார்கள். (இந்தக் காட்சியின் ஒலிப்பதிவு பிரமிக்க வைக்கிறது.) கையெறி குண்டுகள் வீசப்படுகின்றன. ஆனாலும் இவர்கள் சாதாரணமாக வெள்ளைக் காரில் ஏறிக் கிளம்புகிறார்கள். (நம்பகத்தன்மைக்காக கதாநாயகி தன் கையில் மட்டும் ஒரு குண்டடி படுகிறாள்)

சிகிச்சை முடிந்து திரும்பும் வழியில் திரும்பவும் சுப்ரமணியன் பூங்காவுக்கு வருகிறார்கள். காத்திருக்கிறார்கள். சாமாவும் அவளது சகோதரனும் வருகிறார்கள். இனி நிகழப்போவதைக் கூர்ந்து கவனியுங்கள். "உட்கார்ந்து பேசலாமே" என்று வளர்ப்புத்தாய் சொல்கிறாள். உட்கார்கிறார்கள். "உங்களிடம் கேட்க இருபது கேள்விகள்" என்று சொன்னதும் காகிதத்தைப் பிரிக்கிறாள் குழந்தை. குழந்தை கேள்வி கேட்கிறாள். தன் தாயைப் பார்க்கும் தீவிர மனஉந்துதலோடு கடல் கடந்து வந்திருக்கும் குழந்தை தாயைப் பார்த்த கணத்தில் என்ன உணர்வு பெறுவார்? அவளைப் பார்க்காமல் மண்ணில் புரள்கிற குழந்தை, போகும் வரும் பெண்களில் தாயை ஏக்கமாகத் தேடுகிற குழந்தை காகிதம் பிரித்துக் கேள்வி கேட்பாளா? (இந்த இடத்தின் பின்னணி இசை இயல்பான

உணர்வை உயிரோட்டமாகப் பிரதிபலிக்கிறது) அத்தனை நிதானம் குழந்தைக்கு இருக்குமா? அதுவும் அம்மாவைப் பார்க்கிற குழந்தைக்கு? இயக்குனரும் அந்த இருபது கேள்வியை எழுதியவரும்தான் பதில் சொல்ல வேண்டும்.

தன் ஆல்பத்தைக் காட்டி கமல்ஹாசன், A.R.ரஹ்மான் உடன் எடுத்த புகைப்படங்களைப் பற்றிக் குழந்தை சொல்கிறது. முதல்முறை, சுப்பிரமணியன் பூங்காவில் தன் வளர்ப்புத் தாய்க்கு அடிபட்டதும், "என்னாலதானம்மா உனக்கு காயம். இனி அங்க வேணாம்" என்கிறது குழந்தை. உண்மையான தாயைச் சந்தித்ததும் அவள் காதில் நேர்ந்த காயம் பற்றி ஏதும் கேட்கவில்லை. அவள் காதில் இருக்கும் வெளிப்படையாகத் தெரிந்தும், மாறாகத்தான் கமல்ஹாசனுடன் எடுத்த புகைப்படம் பற்றிச் சொல்கிறது.

இது குழந்தையின் அப்பாவித்தனம் என்று புரிந்துகொள்ள எழுதப்பட்ட வசனமா? அதன் போலித்தன்மை அருவருப்புணர்வைத் தருவதில் ஆச்சரியம் என்ன?

"எங்கூட வந்துருமா... டிவி பார்க்கலாம். சினிமா பார்க்கலாம். பீச் இருக்கு" என்கிறபோது மட்டும் இயல்பாக இருக்கிறது வசனம். குழந்தையின் இயலாமை, அப்பாவித்தனம் எல்லாம் பிரதிபலிக்க ஒட்டுமொத்தக் காட்சிக்கும் இந்த இரண்டுவரிகள் மட்டுமே போதுமானதாக இருந்திருக்குமே.

"இப்பத் தூக்கிக்கலாமே" என்று வளர்ப்புத்தாய் சொன்னதும், தன் மகளைத் தூக்கிக் கொள்கிறாள். இவ்வாறு இடையிடையே வளர்ப்புத்தாய் பேசும் விதம் செயற்கையாக இருக்கிறது.

'விடுதலை கிடைத்ததும் வருகிறேன்' என்று தாய் பிரிகிறாள்.

"எப்பம்மா எப்பம்மா....?" என்று குழந்தை கேட்கும் விதம் நம்மைக் கலங்கவைக்கிறது.

"இன்னொரு தடவை வந்துட்டுப் போம்மா...?" என்கிறது குழந்தை. தாய் வருகிறாள். கண்ணீருடன் போகிறாள். எல்லோரின் மனநிலையின் குறியீடாக மழை பெய்கிறது. வளர்ப்புப் பெற்றோருடன் குழந்தை மூவருக்குமான frame புகைப்படம்போல உறைகிறது. இதுவரையிலும் பின்னணியாக இழைந்த இசையே நீட்டித்திருக்கலாம். மாறாக, படம் முடிந்ததும் எதைப்பற்றியும் கவலை கொள்ளாது வேறுவிதமான மனநிலையைப் பிரதிபலிக்கும் 'வெள்ளைப் பூக்கள்' என்கிற பாடல் ஒலிக்க, திரையில் எழுத்துகள் மேல்நோக்கி நகர்கின்றன.

திருப்தியற்ற மனநிலையோடு கூட்டமில்லாத திரையரங்கிலிருந்து நாமும் வெளியேறுகிறோம். ஒட்டுமொத்தமான படத்தினைப்பற்றிய சில கேள்விகள் எழுகின்றன.

'சந்தோஷமாக வளர்கிற குழந்தை. ஒரு நாள்தான் இவர்களின் குழந்தையில்லை என்பதைத் தனது வளர்ப்புத் தந்தை மூலம் அறிகிறது. உண்மையான தாய் தந்தையைப் பார்க்க விரும்புகிறது. இலங்கை வருகிறது. போராளியான தன் தாயைச் சந்திக்கிறது. தாயின் விருப்பப்படி தனது வளர்ப்புப் பெற்றோருடன் இருந்துவிடுகிறது. எளிமையான அழகான கதை. கதையில் இருக்கும் உயிர்ப்பு திரைக்கதையில் நழுவி விடுகிறது. இயக்குநர், தான் எடுத்துக் கொண்ட கதையை முழுக்க தனது வர்த்தக உத்திகளைக் கொண்டு ஸ்தாபிக்க முயல்கிறார். ஆனால் கதையின் யதார்த்தமான, உணர்வுபூர்வமான களம், அதற்கு இடையூறாக இருந்துவிடுகிறது. பிரச்சனையை, மூலத்தன்மையை மேலோட்டமாகப் பார்ப்பதால் கதைமேல் நமக்கு ஆழமான ஈடுபாடு ஏற்படுவதைத் தடுக்கிறது.

இந்தப் படத்தில் பாடல்களைக் கையாள்வது குறித்து இயக்குநருக்கு நேர்ந்திருக்கிற தர்மசங்கடம் நமக்குப் புரிகிறது என்றாலும் பாடல்களுக்கான கட்டாயத்தில் சில திணிப்புகள் நிகழ்ந்திருக்கின்றன. தாயைத் தேடிவருகிற குழந்தையின் மனநிலையாக இயக்குநர் பார்ப்பது வருந்தத்தக்கது. இலங்கைக்கு வந்ததும் பாப் இசைப் பாடலின் பின்னணியில் (இந்தப் பாடல் விவஸ்தையற்றது) அந்தக் குழந்தை இலங்கையின் அழகில் லயிக்கிறது. இது தவறில்லை, என்றாலும் இயக்குநர் தன் பாடலைத் திணிப்பதற்கான சூழலைக் கட்டாயமாக ஏற்றுக் கொள்கிறார். எழுத்தாளனும் தன் வளர்ப்புக் குழந்தைக்காகத் தாயைத் தேட வந்த இடத்தில் தமிழ்ச்சங்கத்தில் கதைபற்றி உபதேசம் செய்கிறான். இன்னொரு லோக்கேஷன் கிடைத்த சந்தோஷத்தில் அந்தப் பின்னணியில் தன் குழந்தையோடு பாட்டுப்பாடிக் குதூகலிக்கிறான். படத்தின் வர்த்தக மதிப்பு அல்லது கதையின் தீவிரத்தன்மையை இளக்குவதற்காக அல்லது diversionக்காகப் பயன்படுத்தப்படும் இதுமாதிரியான கூறுகள் தாய் குறித்த தேடல் மனநிலையை இரண்டாம் பட்சமாக மாற்றுகின்றன. இதுவே பெரிய பின்னடைவைத் தருகிறது.

பொழுதுபோக்கு அம்சங்களில் தனக்கெனச் சில முன்மாதிரிகளை நிகழ்த்துகிற கலைஞன், தன் முதிர்ச்சி, அனுபவம் காரணமாகத் தனது அடுத்த நகர்தலாக, யதார்த்த சினிமா நோக்கி அடியெடுத்து வைக்கிறான் என்பது நமக்கு புரிகிறது. (தமிழ்ச் சூழலும் அதை நோக்கி மாறிவருவதற்கான முன்மாதிரிகள், அறிகுறிகள் தெரியத் துவங்கியிருக்கினறன. இது ஆரோக்கியமானது)

இந்தப் படத்தில் அவரது முந்தைய படங்கள்போல் அல்லாது காட்சித் துணுக்குகள் நிதானமாக வெட்டப்படுகின்றன. கதை மெதுவாக இயல்பாக நகர்கிறது என்றாலும் யதார்த்தத்திற்கும் வியாபார சினிமாவுக்கும் தமிழிடையிலான தள்ளாட்டம் மொத்தப் படத்திலேயும் மேலோட்டமானதாக மாற்றுகிறது. சில நெருடல்கள், பாடல்காட்சிகள் தவிர்த்து அடிக்கடி கேமரா ஹெலிகாப்டரில் போய் உட்கார்ந்து

கொள்கிறது. ஜிம்மி ஜிப் கிரேனில் பொருத்திக்கொண்டு சுழல்கிறது. கேமரா ஸ்திரமாக பூமியில் காலூன்றட்டும். அவ்வாறு இருந்திருந்தால் மண் சார்ந்த இந்தக் கதை இன்னும் வீரியமான மன உணர்வை ஏற்படுத்தியிருக்கும் என்று தோன்றுகிறது.

இறுதிக்காட்சி தவிர இசை குறித்துச் சிலாகித்துப் பேச ஏதுமில்லை. ஏதாவது ஒரு பாடலை எடுத்துக்கொண்டு அதன் லயவேகத்தைக் குறைத்து, இசைக்கருவியால் அதைப் படம் முழுக்க வாசித்துக் கொண்டிருப்பது பொருத்தமான பின்னணி இசை என்று ஒத்துக்கொள்ள முடியவில்லை.

எழுத்தாளராகவும், அவரது மனைவியாகவும் நடிக்கிறவர்களின் பிரபலத்தன்மை எந்தவகையிலும் உதவவில்லை. பலவீனமாகத்தான் தெரிகிறது. எந்த உணர்வுமற்று உறைந்த முகத்தை வைத்துக்கொண்டு எழுத்தாளர் விழிக்கின்றபோது பரிதாபஉணர்வு மேலிடுகிறது. (இறுதிக்காட்சியில் உடைந்த மூக்குக்கண்ணாடியோடு விழிக்கின்ற சண்டைக்காட்சிகள்) மேலும் இவர் எழுத்தாளர் என்பது கதைக்கு எந்த வகையிலும் வலுச்சேர்க்கவில்லை. கதை எழுதி காதல் பண்ணுகிறார். பாராட்டுவிழாவில் கலந்து கொள்கிறார் என்பதைத் தவிர எழுத்தாளன் என்பது கதையோடு பொருந்தாத போலியான சித்தரிப்பாகவே தெரிகிறது.

சிங்கள நண்பராக வருபவர் இன்னொரு பலவீனம். இவர்மீது நமக்கிருக்கிற படிமம் அசௌகரியமானது. தனது பதற்றமடைந்த தன்மையைக் கொஞ்சம்கூட மாற்றிக்கொள்ளாமல் மிகைநடிப்புக் காட்டி சலிப்பூட்டுகிறார். எப்போதும் இதுமாதிரியான தருணங்களில் இயல்பான முகங்களைப் பயன்படுத்துகிற இயக்குநர் எப்படி தவறவிட்டார்! புரியவில்லை. சாமா மற்றும் அவளது சகோதரன் - இவர்களின் இயல்பான நடிப்பை கண்டிப்பாகப் பாராட்டவேண்டும். குழந்தை அமுதாவின் பங்களிப்பு அதிர்ஷ்டவசமானது தமிழுக்கு. வெகு அசலான கலை கொண்ட குழந்தை.

'கன்னத்தில் முத்தமிட்டால்' கர்வம் ஓங்கி வளர்ந்திருக்க வேண்டும். வெற்றி தோல்வி என்ற வர்த்தக வார்த்தைகளைத் தேடல் கொண்ட கலைஞனின் பரிசோதனைக்கான அளவீடாக கொள்ளாதிருப்போம். அடுத்த நிகழ்விற்காக காத்திருப்போம்.

- 'கணையாழி' ஏப்ரல் 2002

இளையராஜா
அங்கீகரிப்பதன் மூலம் புறக்கணிக்கப்பட்ட கலைஞன்

'கலைஞனின் கூட்டுப் பரிணாமத்தின் குழந்தை' என்று திரைப்படக்கலை வர்ணிக்கப்படுகிறது. நாமறிந்த அனைத்துக் கலைகளின் கூறுகளையும் தன்னகத்தே உள்வாங்கிக் கொண்டதன் மூலம் செவ்வியல் பண்புகளையும் அதேநிலையில் பொழுதுபோக்குக்கான நுகர்பொருளாகவும் விளங்குவதால் ஜனரஞ்சகத்தன்மையும் கொண்டதாக திரைப்படக்கலை விளங்குகிறது. ஒரு பார்வையாளன் தனக்கு அர்த்தமாகிற, தான் விரும்பும் கலையின் மொழியை ஒரு திரைப்படத்திலிருந்து தனியே பிரித்துப் பெற்றுக் கொள்ளமுடியும். ஒளியின் குணாதிசயங்களைக் கற்கும் மாணவன் ஒரு படத்தின் ஒளிப்பதிவு குறித்து தனது ரசனையை, பாடத்தை, அதன் வசனங்களைக் கவனிக்காமலேயே பெற்றுக் கொள்ளமுடியும். இதுபோலவே நடிப்பு, ஒலி, நடனம் என அவரவர் துறைக்கேற்ப ஒரு நல்ல திரைப்படத்தை அணுகலாம். அது நமக்கென அறிந்திராத பல சாளரங்களை நிச்சயம் திறந்து வைத்திருக்கும் ஒரு திரைப்படத்தை பார்வையாளனாக, மாணவனாக இவ்வாறான தீவிர வாசிப்புக்கு உட்படுத்தும்போது, மற்ற கலைகளின் தன்மைகளைக் கடந்து உன்னதமான வெளிப்பாடாக இருப்பது திரைப்படத்தின் உயிராக உள் இழையும் இசை. இசையற்ற திரைப்படத்தை நம்மால் கற்பனை செய்வது இயலாது. ஏனெனில் மௌனப்படங்களின் காலத்திலேயே பின்னணி இசைதான் நடிகனின் முகபாவத்தைக் கடந்த உணர்வினை நமக்குச் சொன்னது. சாப்ளின் படங்களில் இழையும் வயலின் மூலம் நகைச்சுவையின் உள்ளார்ந்த சோகத்தை நம்மால் உணரமுடியும்.

கோடைகாலத்தின் வெயிலில் காதல் அல்லது நட்பு சார்ந்த பிரிவில் தனித்திருக்கும்போதோ அல்லது ஒரு மரணத்தின் கூடுதலான சோகத்தை உணரும்போதோ நிஜவாழ்க்கையில் நமக்குப் பின்னணியாக ஒரு குழலோ அல்லது ஷெனாயோ இசைக்கப்படுவதில்லை. மாறாக திரைப்பட மொழியில் அது அவசியமாகிறது. ஏனெனில் இயல்பு வாழ்க்கையின்

நேரத்திற்கும் (real time), திரைப்பட நேரத்திற்கும் (cinema time) உள்ள வித்தியாசம் மிக முக்கியமானது. நீங்கள் காத்திருக்கும்போது வெயிலின் எரிச்சலை, பிரிவின் வெறுமையை தனிமையைக் காலத்தின் நிகழ்தன்மையையோடு அரைமணி நேரம் வலியாக உணர்கிறீர்கள் என்றால் திரைப்படத்தில் இந்த அரைமணி நேர மனவெறுமையை இரண்டொரு நிமிடங்களில் சொல்லவேண்டும். அது உங்களின் இயல்பான காத்திருத்தலுக்கு ஈடான உணர்வை உங்களுக்கு ஏற்படுத்த வேண்டும். இந்த உணர்வு சார்ந்த வேலையை ஒரு இசையமைப்பாளர் தன்னுடையதாக எடுத்துக்கொள்கிறார். இதுமாதிரியான தருணங்கள் நிஜவாழ்க்கையில் இசைத்தன்மை வாய்ந்தவை. இந்த உணர்வு பார்வையாளனின் இதயத்தில் பொதிந்திருக்கும். அதே தருணத்தில் வெளிப்படும் உணர்வைத் தனது இசையின் மூலம் வெளிப்படுத்தி ஒரு இசையமைப்பாளர் பார்வையாளனைக் காட்சி நிகழும் மனநிலைக்கு இட்டுச்செல்கிறான். அறிந்த சூழலிலிருந்து அறியாத உணர்வுக்கு ஆழ்த்துவது, எவ்வளவு நுண்ணிய வேலை.

ஒரு அரூப ஓவியத்திடமிருந்து வண்ணங்களை, கோடுகளை, வெளியை நாம் பார்த்தறிய முடியும். ஆனால் இசை, அதனினும் மேம்பட்ட பார்க்கவியலாத சப்தங்களின் ஒழுங்குபடுத்தப்பட்ட அதிர்வெண்களைக் கொண்ட ஸ்வரங்களாய் அதினினும் நுண்ணிய ஸ்வர ஸ்தானங்களால், காற்றில் புலப்படாத வண்ணங்களால் வரையப்படுவது. உணர்வுகளை ஒலியாக மொழிபெயர்ப்பது. இவ்வாறு மேம்பட்ட அரூபமான கலையை மக்களுக்குப் புரிகிற, உள்வாங்க முடிந்த உணர்வுகளை மீட்டுவது என்பது உன்னதமான பணி. இந்த இசையை மக்களுக்கானதாக கொண்டுசென்றதில் திரைப்படம் மிக முக்கியப் பங்கு வகிக்கிறது.

வசனமே இல்லாமல் வெறும் முகங்களின் அண்மைக் காட்சிகளைக் கொண்டே நிகழும் ஒரு நிமிடக் காட்சியை ஒரு இசையமைப்பாளர் தனது மேதைமை மூலம் அழகான உயிர்ப்புள்ள காட்சியாக மாற்றிவிடமுடியும். இதற்கான சான்றுகள் நமது தமிழ்சினிமாவில் இருந்தே நிறையக் கிடைக்கும். இவ்வாறு தட்டையான இரண்டு பரிமானம் கொண்ட திரைப்பிம்பத்துக்கு உணர்வுரீதியான பரிமாணம் தருவது இசைதான். எனவே இசையைத் திரைப்படத்தின் மூன்றாவது பரிமாணம் என்று சொல்லலாம். இவ்வளவு முக்கியத்துவம் இசையை உருவாக்குகிற ஒரு இசைக்கலைஞன் திரைப்படம் விமர்சிக்கப்படும்போது அந்த விமர்சனத்தில் எவ்வளவு முக்கியத்துவம் பெறுகிறான். 'பாடல்கள் இனிமை, பின்னணி இசை பரவாயில்லை' என்பதோடு ஒரு இசைக்கலைஞனின் அங்கீகாரம் முடிந்துவிடுகிறது. இது மூன்றாந்தரமான, படத்தின் இரண்டரை மணி நேரத்தையும் வள்ளி திருமணக் கூத்துபோலத் தனது சப்தங்களால் கிளுகிளுப்பூட்டுகிற ஒரு

இசையமைப்பாளருக்குப் பொருந்தலாம். ஆனால் தனது ஆழ்ந்த இசைப்புலமை மூலம் திரைப்பட மொழியை உள்வாங்கிக் கொண்டு திரையில் பொம்மைகளாய் அசைகிற பிம்பங்களை உயிர்ப்புள்ள மனிதர்களாக மாற்றும் இசைக்கலைஞனுக்கு இது எப்படிப் பொருந்தும்? போதுமானதாகும்?

அவ்வாறான தகுதியுடைய தற்காலத் தமிழ்சினிமாவின் இசைக்கலைஞன் என இளையராஜாவைச் சொல்லலாம். எனவே, இசையில் அவரது அறியப்படாத முகங்கள் குறித்து ஆய்வு செய்வது அவசியம் என நினைக்கிறேன்.

2

'ஒரு திரைப்படத்தின் எந்தக் காட்சிக்கு இசையமைப்பது என்பது மட்டுமல்ல எந்த இடத்தில் இசையில்லாமல் மௌனத்தை ஏற்படுத்துவது என்பதும்தான் சிறந்த இசையமைப்பாளரின் வேலை' என்கிற அகிராகுரோசோவாவின் கூற்று கவனிக்கத்தக்கது.

நமது படங்களில் காட்சிக்குப் பின்புலமாக இருக்கிற இசையை விடவும் பாடல்கள் அதிக முக்கியத்துவம் பெறுகின்றன. ஏனெனில் பாடல்கள் வார்த்தைகளுடன் இருப்பதால் பார்வையாளனை எளிதில் சென்றடைகின்றன. இவ்விதமான பாடல்கள் நம் நாடக மரபிலிருந்து வந்தவையாகக் கருதினாலும் இவை கதையின் இரண்டரை மணி நேரத் தீவிரத்தன்மையை இளக்குவதற்காகவும், கதையின் தொய்ந்த பகுதிகளில் விறுவிறுப்பூட்டுவதற்காகவும் பயன்படுத்தப்படுகின்றன. இதுவரை தமிழில் வெளியான மொத்தப்படங்களிலும் பாடல்கள் நிகழ்கிற சூழலை ஆராய்ந்தால் அதனை விரல்விட்டு எண்ணிவிடலாம். காதலை வேண்டிப் பாடுவது, காதல் கைகூடி இணையாகப் பாடுவது, காதல் பிரிவில் பாடுவது இந்த மூன்று சூழல்களே பெருந்தன்மையானவை. (இவை தவிர பக்தி, இலட்சிய வேகம், அம்மா, குழந்தை மீதான அன்பு, சீர்திருத்தம் என்றும் நாயகனின் பிரபலத்தன்மைக்கேற்பப் பாடப்படுகிற பாடல்களும் உண்டு) எனினும் காதல் குறித்த மூன்று சூழல்களே முக்கியமானவை. இந்த மூன்று சூழல்கள் அதாவது காதல் என்கிற ஒரே உணர்வினை மட்டும் இதுவரையிலான தமிழ்ப்படங்களில் மாறிமாறிப் பலவிதமான இடங்களில் பலவிதமான ஒப்பனையிட்ட நடிகர்கள் பாடுவதாகத் தோன்றி இருக்கிறார்கள். மேலும் இதனைப் பாடுகிற பாடகர்களின் எண்ணிக்கையும் மிகக் குறைவானது. உத்தேசமாக இருபதாயிரம் பாடல்கள் பாடப்பட்ட தமிழ்ச்சூழலில் அதைப் பாடியவர்கள் குறிப்பிடும்படியான பத்துப்பேர் மட்டுமே இருப்பார்கள். விநோதமான இந்தக் குறுகிய சூழல் வரையறைக்குள் ஒரு இசையமைப்பாளர் தனது படைப்புத்திறமையை விதவிதமாக மாற்றிக் காட்டுவது ஆச்சரியம் அளிக்கிற ஒன்று.

'சூளைச் செங்கல் குவியலிலே / தனிக்கல் ஒன்று சரிகிறது' என்கிற ஞானக்கூத்தனின் கவிதையைப் போல இந்தத் திட்டமிட்ட கட்டுப்பாட்டுக்குள், தனது தனித்துவத்தை, தனது மேதைமையைக் காட்டுவதன் மூலம் வித்தியாசப்பட்டு நிற்கிறார் இளையராஜா.

பொதுவாக எந்த ஒரு விசயத்தையும் மேலோட்டமாகப் பார்த்துக் கருத்துச் சொல்வது, அதாவது அபிப்ராயங்கள் மூலம் தவறானதென்று ஒதுக்குவது அல்லது மிகச்சிறந்ததெனப் புகழ்வது தமிழ்க்குணங்களில் முக்கியமானதாக இருக்கிறது. தமிழில்தான் புதுமை இயக்குநர்களும், இயக்குநர் இமயங்களும் இருக்கிறார்கள். பட்டங்கள் இல்லாது எந்தக் கலைஞனையும் நாம் தனியாக விடுவதில்லை. இதுபோன்ற மூன்றாந்தரமானப் பட்டங்கள், இந்தியாவில் நல்ல சினிமாக்கள் உருவாகிற வங்காளத்தில், கேரளத்தில் இருக்கினறனவா? அவ்வாறு பட்டங்கள் வழங்கினாலும் அவைகளை உண்மையான கலைஞன் பெருமைக்குரிய அடைமொழியாகப் பயன்படுத்துவானா? இந்தப் பட்டங்கள் நமது அரசியல் சார்ந்த திராவிட இயக்கங்களின் பரிசாக வந்த துர்ப்பிரயோகங்கள் என்றுதான் கருதவேண்டும்.

இதுபோலவே இளையராஜா என்கிற இசைக்கலைஞனுக்கும் பலவிதமான பட்டங்களை அடைமொழியாக்கி அதன் செயற்கைத் தன்மையில் போலியான புகழ்ச்சியில் அந்த கலைஞனின் உன்னதத்தை மழுங்கடிக்கிற வேலையை நாம் செய்திருக்கிறோம். எட்டாவது ஸ்வரம் என்றும், இசைஞானி என்றும் பலவிதமான பட்டங்களைக் கண்டுபிடித்துக் கௌரவிக்கிற நாம், அவரது உண்மையான படைப்பின் தீவிரத்தன்மையை, இசைமூலமாக நிகழ்த்தும் உணர்வின் சத்தியமான தரிசனம் பற்றிப் பதிவு செய்திருக்கிறோமா? அவரது இசை குறித்த விமர்சன நூல்கள் வந்திருக்கின்றனவா? உணர்வுகளை ஸ்வரங்களாகத் துல்லிய மொழியாக்கம் செய்கிற அவரது புலமை குறித்த நேர்மையான ஆய்வு இதுவரையிலும் செய்யப்பட்டிருக்கிறதா? இல்லை என்று சொல்ல நேர்வது துரதிர்ஷ்டவசமானது.

மார்கழியில், குளிர்பதனம் செய்யப்பட்ட அரங்குகளில் முன்பதிவு செய்யப்பட்ட இருக்கைவாசிகளுக்காக இசைக்கச்சேரிகள் நடக்கின்றன. இவற்றில் பாடப்படும் கீர்த்தனைகள் ஏற்கனவே எழுதப்பட்டவை. இதன் ராகம், தாளம் முதலான அனைத்துச் சங்கதிகளும் ஏற்கனவே தீர்மானிக்கப்பட்டவை. இந்த இசைப்பாடல்கள் அட்சரசுத்தமாகப் பாடப்படுகின்றன. இது ஒருவிதத்தில் காலங்காலமாகப் பிரதியெடுக்கிற வேலை. நவீன கருவிகளுடன் ஆர்க்கெஸ்ட்ராவில் பாடுகிற பாடகனின் வேலையைவிட கூடுதல் லாவகத்துடனும், நேர்த்தியுடனும் செய்கிற வேலைதான் இதுவும். இரண்டுமே முன் தீர்மானம் உடையவை. ஒத்திகை செய்யப்படுபவை. பாடப்படும் விஷயங்களைப் பொறுத்து உள்ளடக்க ரீதியான வித்தியாசமே இரண்டுக்கும். பிரதியெடுக்கிற செயல் ஒன்றுதான்.

இவ்வாறு பிரதியெடுக்கிற சங்கீதப்பாடகன் தனது அட்சரப் படைப்பாக கல்பனா ஸ்வரங்கள் பாடுகிறான். அதில் அவன் காந்தாரத்தையும் பஞ்சமத்தையும் அசைப்பது குறித்துச் சிலாகிக்கிற இசைவிமர்சனங்கள், திரைத்துறையில் நிகழ்கிற உண்மையான இசைமுயற்சிகளைக் கண்டுகொள்வதில்லை. சிறந்த இசை முயற்சிக்கு இணையான ஒன்று திரைப்படத்தில் நிகழும்போது அது எப்படிக் கவனிக்கமுடியாத அளவுக்கு தரம் தாழ்ந்ததாகும்? அல்லது மூன்றாந்தரமான வழிபாட்டுப் பாடல் சபாக்களில் ஒலிப்பதால் மட்டும் அது எப்படி விமர்சனத்திற்கு உண்டான ததகுதியைப் பெறுகிறது? திரைப்படத்தில் இருப்பதால் அதில் பயன்படுத்தப்படும் இசை மலிவானது, மேலோட்டமானது என்று எப்படித் தீர்மானிக்கமுடியும்?

இவ்வாறான தீர்மானங்களை உடைத்து உயர்ந்த இசைக்கு ஈடான பல பரிசோதனைகளை இளையராஜா திரைப்படத்தில் நிகழ்த்தி இருக்கிறார். பொதுவாக நம் திரைப்பாடல்கள் கர்நாடக சங்கீதத்தின் அடிப்படையான தனியிசைக்கு ஏற்ப ராகத்தையும், மேற்கத்திய சங்கீதத்தின் கூறுகளான கூட்டிசைக்குப் பொருந்தும் ஹார்மோனியத்தையும் இணைத்துப் புனையப்படுகிறன. மூன்று அல்லது அதற்கு மேற்பட்ட ஸ்வரங்களின் இணைப்பான chord என்கிற இசை அமைப்பினைக் கொண்டு அதனைத் தொடர்ச்சியாக நடத்திச் செல்வதன்மூலம் (chord progression) குரலுக்கான ஏற்பாடாக ராகத்தையும், அதன் அடுத்தபடியாகப் பின்தொடரும் ஏற்பாடுகளுக்கு (arrangements) மேற்கத்திய இசைக்கூறுகளும் பயன்படுத்துகின்றன. இதனால் சில நேரம் பாடலின் இனிமை கருதி ராகங்களின் கட்டமைப்புத் தளர்த்தப்படுகிறது. இது ஒருவிதமான இசைநிலை என்று தான் கருத வேண்டும். இதனை மெல்லிசை (melody) என்று சொல்லலாம். யதார்த்தபாணி ஓவிய வகைகள் நிழற்படக் கலையின் வருகையின் பின்பு தனது ஓவியக் கொள்கைகளை மாற்றிப் புனைந்தது. நவீனபாணி ஓவியங்களும் அவற்றின் அடுத்த நிலையாக அரூப ஓவியங்களும் தோன்றின. இதேமுறைகள் மரபுகளின் கட்டுகளை உடைத்து கவிதையிலும் எழுத்திலும் மாற்றங்கள் நிகழ்த்தின. எனவே, இசையும் அதன் பண்டிதக் கோட்பாடுகளை விடுத்து வெளிவர வேண்டிய அவசியமிருந்தது. இதைத் திரைப்படம் இலகுவாகச் செய்தது.

இவ்வாறு தளர்த்தப்பட்ட விதிகளுக்குள் அல்லது சுத்தமான கர்நாடக சங்கீத ராகத்தின் கட்டுப்பாட்டுக்குள் அல்லது மேற்கத்திய சங்கீதத்தின் - நமது ராகக் கட்டுப்பாடுகளுக்கு இணையான - மாறாத வரையறைக்குள் என்று, என்று எப்படிப் பார்த்தாலும் இளையராஜாவின் படைப்புலகம் அசாத்தியமானது.

இவற்றையெல்லாம் கடந்து, புதுவிதி எழுதுகிற இவரின் கூட்டுப் புனைவான Fusion இசையோ அலாதியானது. உதாரணத்திற்கு திரைப்படப் பாடல்களைப் பற்றிப் பார்க்கலாம்.

பொதுவாகத் திரைப்பாடலை அதன்தன்மை கருதி இரண்டுவிதமாகப் பிரிக்கலாம். கேட்கப்படுகிற பாடல். பார்க்கப்படுகிற பாடல். பாடல்கள் பெரும்பாலும் திரைப்படம் சார்ந்தே இருக்கின்றன. திரைப்படம் சாராத பாடல்கள் நம்மிடையே அதிகம் இல்லை. ஒரு பாடலைப் பார்ப்பதற்கும் கேட்பதற்கும் நிறைய வித்தியாசங்கள் உண்டு.

பார்க்கப்படும் ஒரு பாடல் ஒப்பனை பூசிக்கொண்ட, செயற்கை முடி பொருத்திக்கொண்ட நடிகன் அல்லது நடிகையின் பிம்பங்கள் மீது ஒலிக்கின்றன. பார்க்கப்படுகிற உருவங்களின் அசைவுக்கேற்ப பின்னணியில் ஒலிக்கிற விஷயமாகவே பாடல்கள் இருக்கின்றன. பார்த்தலும், கேட்டலும் ஒருசேர நிகழ்ந்தாலும் கவனத்தின் முதன்மை, பிம்பங்களையே சார்ந்திருக்கிறது. மேலும் ஒரு பாடலைத் தனியாகத் திரையரங்கிற்கு வெளியே கேட்கும்போதும் அதன் உருவம் சார்ந்த பிம்பங்களை எப்போதும் நம்மால் தவிர்க்க முடிவதில்லை. தன்னிச்சையாகவே நடிக, நடிகையரின் பிம்பங்களின் சாயல் ஒரு பாடலின்மீது படிந்துவிடுகிறது. திரைப்படம் என்கிற ஊடகம் அவ்வளவு வலிமையானது. மேற்கத்திய நாடுகள் போலத் திரைப்படம் சாராத இசைத்தொகுதிகளில் இசை, தன்மீது எந்தப் படிமங்களுமற்று தனித்த இசையாக இருக்கிறது. எந்த ஒப்பனை செய்த பிம்பங்களையும் அது மீட்டுவதில்லை. எனவே, இங்கு இயற்றப்படுகிற திரைப்பாடல் அதன் உண்மையான உணர்வை நமக்குள் ஏற்படுத்த பல நிலைகளைக் கடந்து வர வேண்டியிருக்கிறது.

'எந்த ஒரு பாடலையும் நாம் முழுமையாகக் கேட்பதில்லை' என்கிற கோட்பாட்டின்படி ஒரு பாடலைக் கேட்கத்துவங்கியதும் நம் நினைவுகள் சார்ந்த மனவிலகல் ஏற்பட்டுவிடுகிறது. அந்தப் பாடலின் இசை தொற்றி உள்மனம் சார்ந்த படிமங்களில் ஆழ்ந்துவிடுதால் ஒரு பாடல் தன்னிச்சையாக நம்முன் சொல்ல விழையும் உணர்வினை நாம் கடைசிவரை தவறவிட்டுவிடுகிறோம். மேலும் இவ்வாறு ஒரு பாடலின் இசைமொழியைப் புரிந்துகொள்வது என்பதும் இசைப் பரிச்சயமற்ற எல்லோருக்கும் சாத்தியமில்லை. புலனாகிற நவீன ஓவியங்கள் புரியாமல் போகிறபோது அரூபமான இசையை அதன் முழு உணர்வோடு புரிந்துகொள்ள முடியாமல் போவதில் ஆச்சரியமில்லை. புரியாமல் போவதன்மூலம் புறக்கணிப்பு ஒரு ஓவியத்துக்கு நேர்வதுபோல அதன் இனிமை கருதி மேலோட்டமாக ரசிப்பதன்மூலம் பாடலுக்கும் நேர்கிறது. பாடல்களின் பயன்பாடு உபயோகத்தின்பின் தூக்கியெறியப் படும் காகிதக் கோப்பைகளாக, அது பொருத்தப்பட்ட திரைப்படத்தின் கவர்ச்சிக் காலம் முடிந்ததும் தாமும் கவனிக்கப் படாமல் போய்விடுகின்றன.

மேலும் இளையராஜா போன்ற தேர்ந்த இசைப்படைப்பாளி தன் ஆழ்ந்த புலமை கொண்டு ஒரு ஸ்வரக் கோர்வையை எழுதி, அதனை எந்த இசைக் கருவியில் வாசித்தால் உயிர்ப்பிருக்கும் என்று யோசித்து எழுதிய ஒரு பாடலின் வயலின் இசைக்கு, எந்த யோசிப்புமற்று படத்தின் நாயகி தன் பின்புறத்தை ஆட்டுவாள். அது எவ்வளவு அபத்தமானது. ஒரு கலைஞனின் படைப்பு, அவன் சார்ந்த ஊடகத்தின் உள்ளாகவே கேலிசெய்யப்படுகிறது. இதுபோலவே சிரத்தையுடன் இயற்றப்பட்ட ஒரு பாடலுக்கு, அதன் மெல்லிசையைப் புறக்கணித்துவிட்டு, அதன் லயத்திற்கேற்பக் கால்களை வெட்டுகிற நடனத்தையும் நாம் பார்த்திருக்கிறோம். பொருந்தாத இவையனைத்தும், பிம்பங்களோடு இசைஞனுக்கு நேர்கிற விபத்து. இவ்வாறு நிகழ்கிற அசம்பாவிதம், அந்த இசையின் தீவிரத்தன்மைக்குள் புகுந்து ஏதும் நிகழ்த்துவதில்லை. ஆனால் பார்க்கிற - கேட்கிற நமக்கு, பாடல் என்பது மலிவான நோக்கத்திற்காக, நடிகையின் அடிவயிற்றுத் தசையை அசைப்பதற்காக உற்பத்தி செய்யப்படுகிற உற்பத்தி செய்யப்படுகிற சரக்காகப் புரிந்துகொள்ளப்படுகிறது. எனவே, பாடல்கள் குறித்த பிரதான அக்கறை ஏதுமற்று, வெறுமனே, அறியாமல் புறக்கணித்துவிடுகிறோம். உண்மையில் திரைப்பாடல்களின் நோக்கம் குஷிப்படுத்துவதுதான் என்றாலும், அதனூடாக இழைகிற ஒரு கலைஞனின் சாஸ்வதத்தன்மையை, உண்மையான படைப்பின் ஒளியை நாம் புறக்கணித்துவிடமுடியாது. ஒரு திரைப்படத்தின் மீது நமக்கிருக்கிற மதிப்பின்மையை சமுதாய ஒழுக்கவிதிகள் சார்ந்து தமிழ்த் திரைப்படம் குறித்த பொதுவான ஏளனம். ஒரு நடிகை அல்லது நடிகனின் சுயவாழ்க்கை குறித்து நமக்கிருக்கிற படிமம் இவை அனைத்தையும் மனதில் கொண்டு இவைகளுக்காக இயற்றப்படுகிற இசைவடிவம் என்கிற பண்டித நோக்கில் சம்பிரதாயங்களின் மீறலான - ஒரு நல்ல இசைப்பாடலை மூன்றாந்தர சினிமாவின் குழந்தையாகப் பார்ப்பது அவசியமற்றது. ஊற்றுமூலம் கருதி, அதன் பிரவாகத்தை, அது உண்டாக்கும் சமவெளிகளை எப்படிப் புறந்தள்ள முடியும்?

ஒரு பொழுதுபோக்கு ஊடகத்துக்குள் சிக்கிக்கொண்டதால் மட்டுமே இளையராஜா என்கிற கலைஞன் இவ்வளவு பிரலாபிக்க வேண்டியிருக்கிறது. அவர் கலிபோர்னியாவில் இருந்து இசைத்தொகுதி எழுதுபவராகவோ, ஐரோப்பிய தேசத்தின் வயலின் கலைஞராகவோ இருந்திருந்தால் இவ்வளவு பிரயத்தனங்கள் அவசியப்படாது. நம் அருகில், நாம் பேசுகிற மொழியில் பாடுகிற கலைஞன் என்பதாலேயே நமக்கு நேரும் அலட்சிய உணர்வு கண்டிக்கத்தக்கது. நம் உடனிருக்கிற கலைஞனின் படைப்பின் ஆழங்களை, பரிசோதனைகளின் விளைவுகளைக் கண்டறியும்போதுதான் மற்ற பிரதேசங்களின் சாதனைகளை நம்மால் அளவிடமுடியும். அதைவிடுத்து,

இசைப்பரிச்சயமே இல்லாமல், அதன் சூக்குமங்கள் நமக்குப் புரியாது என்பதால் வெறுமனே பாராட்டுவது, பட்டமளிப்பது எப்படி உண்மையான அங்கீகாரமாக இருக்க முடியும்?

3.

'ஒரு கலைஞனை எந்த விமர்சனமுமற்று ஏற்றுக் கொள்வதான் அவனது படைப்புக்கு நாம் தருகிற கொலைத்தண்டனை' - ழான் போல் சார்த்தார்.

ஆரம்பகாலத்தில் சினிமா பார்ப்பதே ஒழுக்கக் குறைவான செயலாகவும், அதில் வேஷம் கட்டுகிற நடிகர்கள் கூத்தாடிகளாகவும் பார்க்கப்பட்டனர். அதிலிருந்து முன்னகர்ந்து அவர்களைக் கலைஞர்களாகப் பார்க்கப் பழகிய பின்னும், சினிமாவுக்கு வாசிக்கிற இசைக்கலைஞனைப் பாரம்பரிய இசைக்கலைஞர்கள் ஒத்துக்கொண்டு விமர்சிக்கிற நிலை இங்கு இல்லை.

எந்தக் கலைவடிவமாக இருந்தாலும் அதனுள் இருந்து ஒரு கலைஞன் தன்னை எப்படி வெளிப்படுத்திக் கொள்கிறான் என்பதுதான் முக்கியமானது. அகழ்வாராய்ச்சி செய்து புதைந்த கலைச் செல்வங்களை மீட்டெடுக்கிற நாம், நம் காலத்தில் நிகழ்கிற ஒரு கலை முயற்சியை எப்படி புறக்கணிக்க முடியும்?

திரைப்பாடல் என்கிற தீர்மானிக்கப்பட்ட மூன்று முதல் ஐந்து நிமிடத்திற்குள்ளான நேரம் மற்றும் சூழல் வரையறைக்குள், இளையராஜாவின் தீவிரமான வெளிப்பாடு குறித்துப் பார்ப்போம். கிராமத்திற்குரிய இசையைத் திரையில் இசைத்தவர் என்பது நாம் அறிந்த ஒன்றுதான். அதைக் கடந்து தன் பாடலின் ஸ்வரக்கட்டுக்குள், லயங்களின் மித அதிர்வுக்குள் இவர் ஒளித்து வைத்திருக்கும் படைப்பின் சூக்குமங்கள், பரிசோதனைகள் நாம் அறியாதவை.

'நிழல்கள்' படத்தில் 'பூங்கதவே....' என்றொரு பாடல் இருக்கிறது. இந்தப் பாடலின் Preludeஐக் கவனியுங்கள். (Prelude என்பது பாடலின் வரிகள் பாடப்படுவதற்கு முன் இசைக்கப்படும் இசை)

2/4 என்கிற காலக்குறிப்பின் (time signature) தாளத்திற்கேற்ப 34 bar நிகழ்கிறது. (Bar என்பது இரண்டு அழுத்தமான தட்டுதலுக்கு - strang beats - இடையே உள்ள இசைப்பகுதி) இதன் prelude தமிழ்ப்பாடல்களிலேயே நீளமான முன் இசைப்பகுதி உள்ள பாடல் இதுவாக இருக்கும். வயலினும், குழலும், வீணையும் இழைந்து இழைந்து, மேலோங்கி, தயங்கிப் பின்நகர்ந்து ஒன்றையொன்று சுவீகரித்துத் தேய்ந்து அற்புதமான கணத்தை நிகழ்த்துகிறது. இதுபோலவே 'ராஜபார்வை' படத்தில் கண்தெரியாத நாயகன், படத்தின் துவக்கத்தில் வயலின் கூட்டிசை நிகழ்த்துவதாக ஒரு காட்சி வரும். அதில்

வரும் வயலின் ஸ்வரக்கலவை அற்புதமானது. ஆனாலும் இது கவனிப்பற்று, பிம்பங்களின் மீதான சப்த ஒப்பனைபோலக் கரைந்து விட்டது. மேற்சொன்ன இரண்டு முயற்சிகள்தான் பின்னாளில் இவர் வெளியிட்ட 'எப்படிப் பெயரிடுவது' (How to Name it). 'காற்றைத்தவிர ஒன்றுமில்லை' (Nothing Bus Wind) என்கிற இசைக்கோலங்களுக்கான பரிசோதனை முயற்சிக்கு வித்திட்ட துவக்கம் என்று சொல்லலாம்.

ஒரு பாடலின் பல்லவி முடிந்ததும் வருகிற இசையை, 'முதல் பின்னணி இசை' (first background music) என்றும், சரணம் முடிந்ததும் வருகிற இசையை, இரண்டாவது பின்னணி இசை (Second BGM) என்றும் அழைக்கிறார்கள். இந்த முதல் இரண்டாவது பின்னணி இசை இரண்டையும் பெரும்பாலும் ஒரே இசையாக வாசிப்பதுதான் வழக்கமாக இருந்துவந்துள்ளது. இளையராஜா இந்த முதல், இரண்டு பின்னணி இசைகளையும், வெவ்வேறாக எழுதினார். ஒரு பாடலுக்கு இடையிலான இரண்டுவிதமான பின்னணி இசைகளைக் கூர்ந்து கவனிப்பதன் மூலம் வெவ்வேறுவிதமான பரிசோதனைகள் நிகழ்த்தப்பட்டிருப்பதை அறியமுடியும்.

ஒருமுறை எனது இசைவகுப்பின் ஆசிரியர் மேற்கத்திய இசையின் கூட்டுச்சரங்கள் (chord) பற்றிய பாடத்தில் 'C' மேஜர் ஸ்கேல் பற்றிய பாடத்தை நடத்தினார். அப்போது 'C' மேஜர் கேலின் முதல் chord 'C' மேஜர். இரண்டாவது chord 'D' minor. ஒரு பாடலின் ஏற்பாட்டில் (arrangement) இந்த இரண்டு chord களையும் அடுத்தடுத்து இசைப்பது தவறானது என்று சொன்னார். கர்நாடக சங்கீதத்திலும் ஸட்ஜமம் என்கிற முதல் ஸ்வரத்திற்கு, அடுத்தடுத்து வருகிற இரண்டாவது ஸ்வரமான ரிஷபம் பகை ஸ்வரம். இதுபோலவே மேற்கத்திய இசையிலும் முதல் chord (இதனை chord என்றும் இரண்டாவது chord super tonic chord என்றும் அழைக்க வேண்டும்). அதற்கடுத்த இரண்டாவது chord உடன் இணைந்து வருவதில்லை.

'உதிரிப்பூக்கள்' படத்தில் 'அழகிய கண்ணே' பாடலைக் கேட்கும்போது அந்தப் பாடலின் துவக்கமே C மேஜர், D மைனர் இரண்டு chord களின் அடுத்தடுத்த தொடர்ச்சியோடு இருந்தது ஆச்சரியமாக இருந்தது. இதைப்போல ஹார்மனி (harmony) பற்றிய பாடத்தில் ஒரு இசையை இயற்றும்போது ஒரு ஸ்வரத்திலிருந்து அடுத்த ஸ்வரத்திற்கு நகருகையில் ஒரு ஒழுங்கான இயக்கம் (Movement) இருக்க வேண்டும். முதல் ஸ்வரத்திலிருந்து ஏழாவது ஸ்வரத்திற்குத் தாவுதல் போன்ற great jump செய்யக் கூடாது. அது இனிமையாக இருக்காது என்பது இசைக்கோட்பாடு. ஒரு இசைவிதி. 'செந்தூரப்பூவே...' என்ற '16 வயதினிலே' பாடலைக் கேட்கும்போதும் 'என்னுள்ளில் எங்கோ....' என்ற 'ரோசாப்பூ ரவிக்கைக்காரி' பாடலின் ஹம்மிங் கேட்கும்போதும்

இந்தவிதி இவரால் எவ்வளவு அழகாக மீறப்பட்டிருக்கிறது என்பது புரிந்தது.

இவை மிகச்சிறிய உதாரணங்கள். இதுபோல மேலோட்டமாகப் புலப்படாத, இசைவிதிகளுக்கு முரணான மீறல்களைத் தனது பாடல்கள் பெரும்பாலானவற்றில் நிகழ்த்துவதன் மூலம் விதிகளை திருத்தி எழுதியிருக்கிறார். இதுபோலவே 'மலர்களே... நாதஸ்வரங்கள்' என்ற பாடலின் முடிவு அந்தரத்தில் ஒரு மணியோசையோடு முடியும். cadence விதிகளின் இனிமையான மீறல் இது.

இசை கற்று, ஒரு பாடலை ஏதேனும் இசைக்கருவியில் வாசித்துப் பார்க்கும்போதுதான் ராகங்களை, அதன் கடினத்தன்மையை எப்படியெல்லாம் இவர் இனிமையாக்கியிருக்கிறார் என்பது புரியும். Chord progression dischord என்று ஒதுக்கப்படுகிறவைகளைக் கூட, இவர் இனிமையாகக் கையாள்கிற விதம் ஆச்சரியமானது. 'என் வானிலே..' என்ற 'ஜானி' படப்பாடலில் ஸ்வரங்களின் முரணான தொடர்ச்சியும், அதன் போக்குக்கேற்பப் புனையப்படும் chordகளின் தொடர்ச்சியும் அலாதியானது.

பொதுவாக இவர் மெட்டினை இயற்றுகிற விதமே தலைகீழானது. ஒரு பாடலின் கட்டமைப்பை ஆய்ந்து பார்க்கிறபோது இவ்வாறு தோன்றுகிறது. எப்போதும் ஒரு மெட்டு இயற்றப்பட்டு அதன்பிறகு அதன் போக்குக்கேற்ப அதற்கான ஏற்பாடுகளை எழுதுவதுதான் இயல்பு. ஆனால் இவரது பாடல்களின் சூட்சுமத்தை அறிய நேர்கிறபோது, அவர் முதலில் chordகளின் தொடர்ச்சியை ஏற்படுத்திக்கொண்டு அதன் போக்குக்கேற்ப பாடலின் மெட்டினை வளைத்துக் கொள்வதாகத் தோன்றும். இவ்வாறான தலைகீழ் விகிதத்தினால் ராகங்களின் அனாயாச மீறலும், கற்பனைக்கு எட்டாத மெல்லிசை இனிமையும் கூடி வருகிறது. கலைடாஸ்கோப்பில், வண்ணவண்ணமான வளையல் துண்டுகளின் சேர்க்கையை, அவை வரையும் அழகழகான கோலங்களை, கற்பனை மூலம் முன்திட்டமிட முடியாது. ஆனால் ஒரு சிறு அசைவின் மூலம் ஸ்வரங்களால் ஆன கலைடாஸ்கோப் என இவர் இயற்றும் இசைக்கோலங்கள் அற்புதமானவை. ஏழு ஸ்வரங்களால் ஆன தகவமைப்பு (probability) மூலம் தனது கலைடாஸ்கோப்பின் கண்ணாடிப் பெட்டகங்களை, தேவைக்கேற்ப அதிகரிப்பது அல்லது குறைப்பதன்மூலம் கணக்கிடமுடியாத பிம்ப அடுக்குகளை, பரிமாணத்தை ஏற்படுத்துகிறார். 'இசையமைப்பது எளிதான வேலை' என்று தனது நேர்காணலில் கூறுவதன் யுக்தி, இந்தச் செயல்பாடுகளின் மூலம் என்பதை நம்மால் புரிந்து கொள்ளமுடிகிறது. ஒரு மைத்துளி நீர்ப்பரப்பில் உதிரும்போது, உள்வரையும் சித்திரம்போல, இவரது படைப்புச் செயல்பாடு தன்னிச்சையாக, விதிகளைப் பொருட்படுத்தாமல் தனக்குள்ளாகவே, ஒரு இயங்குதலோடு நிகழ்கிறது.

4.

'ஒரு படைப்புக் கலைஞன், கலையின் வெவ்வெறு தளத்தில் இயங்குதவன்மூலம் தனது ஆதர்சமான படைப்பின் மேன்மை நிலையைச் சென்றடைகிறான்' - சார்லி சாப்ளின்.

எழுத்து மற்றும் ஓவியத்துறையில் பிரான்சில் உருவான சர்ரியலிஸ்ம் என்கிற கனவுத்தன்மையான மிகை யதார்த்தப் புனைவுப் பாணியை இளையராஜா இசையில் கையாள்கிறார். இதுபோலவே க்யூபிசம் என்கிற ஜியோமிதி வடிவங்களான (geometric elements) பிக்காசோவின் ஓவியக் கொள்கைபோல, தொடர்ச்சியான உருவ அமைப்புகளைத் திரும்பக் கையாள்வதன்மூலம் - வண்ண வண்ணமான சதுரங்களைக் கொண்டு வரையப்படுகிற மனச்சித்திரம் போல - ஒரு விதமான ஹார்மனியை இவர் ஏற்படுத்துகிறார். இதனை இவரது பாணி என்றுகூடச் சொல்லலாம். அநேகப் பாடல்கள் தவிர, How to Name it, Nothing but wind முதலான இசைத் தொகுதிகளிலும் இந்த யுக்தியைக் கையாள்கிறார்.

'கூறியது கூறல்' என்கிற தமிழ் இலக்கண மரபுப்படி பாடலின் முன்னால் இசைத்த ஒரு இசைக்கோர்வையை, பாடலின் முடிவில் கையாள்வதன்மூலம், ஒரு வட்டத்தை நிறைவு செய்கிற (circular music) பாணியை நிறுவுகிறார். துவங்கிய காட்சியிலேயே படத்தை நிறைவு செய்கிற இந்த உத்தி, திரைப்பாடல்களுக்காக இவர் கையாண்ட உத்திகளில் இது புதுமையானதாகும். 'பூவே.... செம்பூவே...' என்ற பாடல் இதற்குச் சிறந்த உதாரணம்.

இதுபோலவே புகைப்படக்கலையின் diffusion என்கிற உத்தியை இசையில் இவர் கையாள்கிறார். புகைப்படக்கலையில் இந்த diffusion என்கிற உத்தி, பிம்பத்தின் கூர்முனைகளை மென்மையாகப் பூசியது போன்ற தோற்றத்தை ஏற்படுத்தி, நிழலுக்கும் ஒளிக்கும் ஆன முரனை மெழுகி, ஒரு ஓவியத் தன்மையைப் பிம்பத்திற்குத் தருகிறது. இந்த உத்தியை இசையில் கையாள்வதன்மூலம், சப்தங்களில் வேறொரு விதமான பரிமாணம் கிடைக்கிறது. இந்த contrast என்கிற விசயத்தை diffusion மூலம் பகை ஸ்வரங்களுக்கும், இணை ஸ்வரங்களுக்கும் இடையில் மங்கலான பூச்சினை ஏற்படுத்துவதன் மூலம் பாடலில் ஒருவிதமான பனிப்பிரதேசத்தை நம்மால் உணரமுடிகிறது. அதுபோல், ஒரு தொலைவுக்கு இட்டுச் செல்லும், ஏங்கும்விதமான (haunting) ராகங்களை இவர் கையாள்வது அலாதியானது.

இவ்வாறு ஓவிய உத்திகளைத் தனது இசையில் உள்வாங்கிக் கொண்டு அழகாகப் பயன்படுத்துகிறார். ஓய்வு நேரங்களில் இவர் புகைப்படம் எடுப்பவர் என்பதும், அரூபமான ஒளி குறித்த பரிச்சயமுடையவர் என்பதும் இவரது இசைக்குப் பலம் சேர்க்கிறது.

5

'தனது கலையின் மூலம் ஒரு மனப்பரப்பையும் (mindscape) அந்தப் பிரதேசங்களின் வாசனையையும் ஏற்படுத்துகிறவனே சிறந்த கலைஞனாய் இருக்கிறான். - மார்க்சிம் கார்க்கி.

பாடல்களின் மூலம் இளையராஜா தீர்மானிக்கும் நிலவெளி அழகானது. இயல்பாகவே இவரது பாடல்களைக் கேட்க நேர்கையில், அவை தனக்கென ஒரு மனப்பரப்பை நமக்குள் ஏற்படுத்துகின்றன.

மாதா உன் கோயிலில்.... என்கிற பாடலின் உள்ளார்ந்த பக்தி உணர்வும், தன்னிரக்கமும், கடவுள் உள்ளமே... கருணை இல்லமே... என்ற பாடலில் கைவிடப்பட்ட குழந்தைகளின் தனிமை உணர்வையும், மாலையில் யாரோ... என்ற 'சத்ரியன்' படப் பாடலில், காதலின் ஏகாந்த வெளியின் தீராத தொலைவையும், ஓ பட்டர்பிளை... என்ற 'மீரா' படப்பாடலில் வண்ணத்துப் பூச்சிகளின் சிறகின் இசையையும், அவை திக்கற்று அலையும் மனப்போக்கையும், 'செந்தாழம்பூவில்....' என்ற முள்ளும் மலரும் படப்பாடலின் preludeஆக வரும் ஹம்மிங், மலைப்பாதைகளின் ஈரத்தையும், பயண அனுபவத்தையும், 'சின்னத்தாயவள்......' என்ற 'தளபதி' படப்பாலின் preludeல் தந்தி இசைக்கருவிகள் மீட்டும் பிரிவின் வலியையும், விடைபெறும் மனநிலையை, 'நல்லதோர் வீணை' என்ற 'பாரதி' படப்பாடலில் ஆற்றாமையையும் காலத்திற்கு எதிராக மறுபதிவற்றுக் கலைந்து போகிற வேண்டுதலின் அபத்தத்தையும் நாம் உணரலாம். இவை மிகச்சில உதாரணங்கள்.

இவ்வாறாகப் பாடல்களின் மூலம் அவை நிகழும் மனப்பரப்பை நமக்குள் விஸ்தரிப்பது , திரை இசைக்கலைஞர்களில் இவருக்கிருக்கிற அபூர்வமான படைப்புக் குணாதிசயம். (இந்த மாதிரியான இசைதரும் நிலப்பரப்பைப் பொருட்படுத்தாமல், பொருந்தாத சூழலில், பொருந்தாத உடல் அசைவுகளுடன் படம் பிடிக்கப்படுவது இவரது பெரும்பாலான பாடல்களுக்கு நேர்கிற சோகம்)

இவரது தாலாட்டுப்பாடல்கள், அதில் குழந்தைத்தன்மையை இசையில் உருவகிக்க, தொட்டிலின்மேல் அசையும் சிறுமணி போல இவர் பயன்படுத்தும் லய வகைகள் (rhythm pattern) ஆய்வுக்குரியவை. 'தென்பாண்டிச் சீமையிலே....' என்கிற நாயகன் படப்பாடலின் prulude இதற்கு ஒரு பதமாகக் கொள்ளலாம்.

நாயகி, காமவயப்படுகிற சூழல்கள், நம் திரைப்படங்களில் அடிக்கடி நிகழ்கிறது. இதுமாதிரியான தருணங்களிலும் இவரது இசைதரும் உணர்வு நேர்மையானது. 'என்னுள்ளில் எங்கோ....' என்ற ரோசாப்பூ ரவிக்கைக்காரி' பாடலில் முதல் பின்னணி இசையில் (First BGM) குழலிசை கீழ்ஸ்தாயிக்கும் மேல்ஸ்தாயிக்கும் இடையில் தள்ளாடுகிற விதம், தயக்கம்,

மனப்போராட்டம், அதைத்தொடர்ந்து உடல்சிலிர்ப்பில் நடுங்குகிற விதமாக வருகிற தபேலாவின் லயம் அற்புதமானது. இந்தப் பாடலின் ஹம்மிங், கீழ்ஸ்தாயி, ஸட்ஜமத்திலிருந்து மேல்ஸ்தாயி ஸட்ஜமத்திற்கு தாவுதல் மூலம் மனஉணர்வின் கேவலை, தவிப்பை, காமப்புலத்தின் கிறங்குதலை தெளிவாக உருவகிக்கிறது. 'என்னுள்ளே.. என்னுள்ளே' என்ற 'வள்ளி' படப்பாடலில், பாடலின் வரிகளை நீக்கிவிட்டு வெறும் ட்யூனாக வாசித்துப் பார்த்தால் இதன் உட்பொதிந்த வயப்படும் (obsessive) உணர்வை நாம் பெற முடியும். இதுபோன்ற உதாரணங்கள் அளவில்லாதவை. 'ஜானி' படத்தின் 'ஆசையைக் காத்துல...' பாடலின் இசையில் பின்னணியில் இசையாக வரும் குழலிசை இன்னொரு உதாரணமாகக் குறிப்பிடலாம்.

இசையின் ஏற்பாடுகளில், கேள்வி - பதில் என்றொரு உத்தி இருக்கிறது. குரலுக்கும், குரலுக்கும், இசைக்கருவிக்கும் இசைக்கருவிக்கும் அல்லது குரலுக்கும் இசைக்கருவிக்கும் இடையில் ஸ்வர ஸ்தானங்களை எதிர் எதிரான திசையில் - ஒரு பிரமிடின் உச்சியிலிருந்து ஒருவர் கீழிறங்கும் போது அதன் எதிர்த்திசையில் ஒருவர் கீழிறங்கும்போது அதன் எதிர்த்திசையில் ஒருவர் கீழிருந்து உச்சி நோக்கி ஒரே சமயத்தில் ஏறுவதுபோல - ஆரோஹண அவரோஹணத்தில் ஒரு முரணான ஒத்திசைவு இயக்கத்தை (contrary motion) ஏற்படுத்துவதன்மூலமும் இதை நிகழ்த்தலாம். இதன்மூலம் கேள்வி கேட்கிற தொனியையும் அதற்குப் பதில் சொல்கிற பணிவையும் ஏற்படுத்த முடியும். இது எல்லா இசையமைப்பாளர்களாலும் பின்பற்றப்படுகிறது. இதிலும் இவரது உத்திகள் குறிப்பிடத்தகுந்தவை.

"அக்கரைச்சீமை...." என்ற 'பிரியா' படப்பாடலின் பல்லவியில் குரலைத்தொடரும் வயலின் இசையைக் கவனியுங்கள். 'சுந்தரி...' என்ற தளபதிப் படப் பாடலின் பல்லவியின் குரலோடு இழையும் குழலிசையைக் கவனியுங்கள். இதுபோல 'நினைவோ.. ஒரு பறவை...' என்ற 'சிகப்பு ரோஜாக்கள்' படப்பாடலில் ஹம்மிங்கை மேல்ஸ்தாயியிலும் 'பூமாலையே....' என்கிற 'பகல்நிலவு' படப் பாடலில் கீழ்ஸ்தாயியில் குரலைப் பயன்படுத்துகிற விதமும் இதற்கான உதாரணங்களில் சில.

திரைப்படத்தின் உத்தியான dissolve என்கிற பிம்பங்கள் ஒன்றொடொன்று கலந்து கரைந்து மீள்கிற உத்தியை இவர் இசையில் கையாள்கிற விதம் அழகானது. தன்னுடைய இசைக்கோலத்தில் Nothing but Wind என்கிற பெயருடைய இசையில், இவரது குழல்கள் ஒன்றோடொன்று dissolve ஆகிற விதம் கவனிக்கத்தக்கது. இதன் ஜனரஞ்சகமான உதாரணமாக "ராக்கம்மா..." என்ற 'தளபதி' படப்பாடலைத் தேவாரப் பாடலுடன் இணைக்கிற இடத்தைச் சொல்லலாம்- நவீன வரைகலை (graphics) உத்தியில், உருவம்

படிப்படியாக மாறுகிற உத்தியை இசையின் ஸ்வரங்களில் நிகழ்த்துகிறது மேற்சொன்ன பாடல்.

இந்த உத்திகள் தவிர்த்து, ராகங்களைக் கையாள்கிற லாவகம் இவரது மேதைமைக்கு எளிய உதாரணங்கள். மோகனராகத்தின் "நின்னுக்கோரி_" வர்ணத்தை அந்தப் பெயரிலேயே பல்லவியாக வைத்து இயற்றிய 'அக்னி நட்சத்திரம்' படப்பாடலில் மோகனத்தின் ஸ்வரங்களைக் கையாள்கிற விதம் அழகானது. பரதக்கலையின் உடல்மொழியென பாவிக்கப்பட வேண்டிய ராகத்தின் லட்சணங்களை, இவர் ஒரு ஜிம்னாஸ்டிக் கலைஞனின் லாவகத்தோடும், அழகோடும் வெகு சாதாரணமாகக் கையாளும்போது, மிகுந்த ஆச்சரியம் உண்டாகிறது. அதேநிலையில் இது தவறானது என்று பழம் பண்டிதர்களின் விமர்சனத்திற்கும் ஆளாகிறார். எந்த ஒரு கலையும் காலத்தின் இயங்கும் தன்மைக்கேற்ப அடுத்த பரிமாணத்தை அடைவது தவிர்க்கவியலாது. 'ஒவ்வொன்றும் மற்ற ஒவ்வொன்றையும் பாதிக்கிறது; பாதிக்கப்படவும் செய்கிறது' என்கிற இயற்கையின் இயக்கவியல் பற்றிய ஏங்கெல்சின் மேற்கோளின்படி, நாகரிகம், அதன் பயனாக இயந்திரமயமாகும் வாழ்க்கை, நகரமயமாகுதல், அதைத்தொடர்ந்து வாழ்வின் செயல்பாடுகளில் தொற்றிக்கொள்கிற வேகம் - இவையாவும் கலையின் பண்புகளைப் பாதித்து மாற்றுகின்றன. எனவே ராகங்கள், தமது அடுத்த வளர்ச்சியாக, இறுகிய முட்டைக்கூடுகளை உடைத்துச் சிறகு முளைத்துப் பறப்பது அவசியமானது. உணர்வு சார்ந்து, காலந்தோறும் உயிர்த்துவருகிற ராகங்களை, பண்டிதக் கட்டுப்பாடுகளெனும் அடைத்த தாழிகளுள் விதையெனப் பராமரிப்பது கேலிக்குரியது! அவை உரிய விளைநிலத்தில் கலாச்சாரம் சார்ந்து விருட்சங்களென வளர்வது அவசியமானது. எனவே இளையராஜாவின் பாடல்களில் ராகங்கள் கட்டுப்பாடுகள் தாண்டி அபிநயிப்பதை, இலகுவான மொழியாக மாறுவதில் பண்டிதர்களின் கோபம் அவசியமற்றது; படைப்பின் தீவிர உயிர்ப்பு சக்திக்குமுன் பரிதாபமானதும் கூட! மேலும் ராகங்களின் கோட்பாடுகளுக்குள் இவர் நிகழ்த்திக்காட்டிய 'சிந்து பைரவி', 'சலங்கை ஒலி' முதலான படப்பாடல்கள் விதிகளை மீறுவதற்கான தகுதி, பாண்டித்யம் இவருக்கு இருப்பதைக் காட்டியது.

6.

பாடல்கள் குறித்து ஒரு சில விமர்சனங்கள் மேலோட்டமாக நிகழ்ந்தபோதும், திரைப்படத்தின் பின்னணி இசையாக (background scoring) இவர் நிகழ்த்திய சாதனைகள் கவனிக்கப்படாதவை. ஏனெனில் பாடல்கள் திரையரங்குகளைக் கடந்து வெளியிலும் ஒலிக்கின்றன. ஆனால் இந்தப் பின்னணி இசை திரையரங்கில் ஒலித்து, பிலிம் சுருளுடன் தகரப்பெட்டியில் தூங்கிவிடுகிறது. அயல்நாடுகளில் வெளியிடுவதைப் போன்று ஒரு படத்தின் பின்னணி இசை, தனி

ஒலியிழையாக வெளியிடும் வழக்கம் நம்மிடம் இல்லை. ஏனெனில் நம்மில் பெரும்பாலான இசையமைப்பாளர்கள், படத்தில் வருகிற பாடலின் மெட்டையே பின்னணி இசையாக வாசிக்கும் பழக்கம், நம் தமிழ்சினிமாவில் இருக்கிறது. அநேகமாக இந்தப் பாணியை இளையராஜாவும் கையாள்கிறார் என்ற போதிலும், அதையும் கடந்து சில சூழல்களுக்கு இவர் எழுதும் இசை அற்புதமானது.

'‘ஹேராம்' படத்தின் "நீ பார்த்த பார்வை..." என்ற பாடலின் prelude ஆக வரும் பியானோவும் குரலும் இழைந்து வருகிற இசை, நினைவுகள் மீள்கிற உணர்வையும் கடந்து தரும் அனுபவங்கள் வித்தியாசமானவை. 'மகாநதி' படத்தில் நாயகன் தன் மகளின் அறையை விபச்சார விடுதியில் கண்டு கொண்டதும், மேலெழுகிற இசை எவ்வளவு உணர்வுபூர்வமானது. அதிகமாகப் பயன்படுத்தப்படும் காதல் சூழலில் இவரின் இசை குறிப்பிடத்தகுந்த இடத்தினை வகிக்கிறது. 'அலைகள் ஓய்வதில்லை' படத்தில் நாயகியிடம் தன் காதலைச் சொல்லக் கடிதம் தூக்கியெறிகிற தொடர்ச்சியான காட்சித்துணுக்குகளில் (montage sequences) 'ஸஸமம ஸாஸஸாஸ' எனத் துவங்கும் ஸ்வர வரிசைகள், காதல் வேண்டும் மனநிலையையும் கடிதத்தை நாயகி மிதித்ததும் ஆணின் குரலாக மேலெழும்பித் தணிகிற இசைதரும் உணர்வும் அழகானது. அதே படத்தின் வேறொரு காட்சியில் நாயகி மரத்தில் பெயரெழுதுகிறாள். நாயகன் பார்க்கிறான். இருவருக்குமிடையிலான தூரத்தை, தயங்கிக் கொண்டே நெருங்கவிரும்புகிற மனத்தவிப்பை, வயலின் இசையால் நிரப்புகிறார். வெறுமனே ஒலிக்கான பாதையை (sound track) தவிர்த்துவிட்டால் சாதாரணக் காட்சியை எவ்வாறு உயிருள்ளதாக இவரது இசை மாற்றுகிறது என்ற வித்தகம் நமக்குப் புரியும். இவை எளிதில் அடையாளம் காணச் சொல்லபட்ட உதாரணங்கள்.

பாடல்களை விடவும் இவரது பின்னணி இசை வலிமையானது. ஏனெனில் பாடல்கள் அதன் ஸ்வரக்கட்டிலும், லயக்கோர்வையிலும் ரசிகனைச் சென்று சேரவேண்டிய - அவனை உற்சாகப்படுத்த வேண்டிய - அம்சங்களைக் கருதி இயற்றப்படுபவை. ஆனால் பின்னணி இசை, முழுக்க முழுக்க இசையமைப்பாளரின் ஆளுமையை நிரூபிக்கத் தகுந்த முயற்சிகளாகவே இருக்கும். எனவே இளையராஜாவின் இசையை அளவிடும்போது அவரது பின்னணி இசையையே முதன்மையாகக் கருதவேண்டியது அவசியம். இதிலும் உள்ள ஒரு சிக்கல் என்னவெனில், வியாபாரரீதியாக எடுக்கப்படும் நமது திரைப்படங்கள் உள்ளூர ஒரு வேகம் (pace) கொண்டவை. காட்சித்துணுக்குகள் (shots) வேகமாக வெட்டப்படுவதையே நம் இயக்குநர்கள் பழக்கமாகக் கொண்டிருக் கிறார்கள். மேலும் ஒரு காட்சியில் அதிகமான காட்சித் துணுக்குகள் இருப்பதே, காட்சியை வேகமாக நகர்த்த உதவும் என்று மூடப்பழக்கம் நம்மிடையே பெரும்பான்மையானவர்களுக்கு இருக்கிறது. நிலைத்த

காட்சிகளான 'மிஸான் சேன்' நமது திரைப்படங்களில் குறைவு. (மிஸான்சேன் என்பது ஒரு காட்சியைத் துண்டு துண்டாகக் கூறுபடாமல் ஒரே shot ஆக எடுப்பது). இதன்மூலம் காட்சியின் மீது பார்வையாளனுக்கு நிலைத்த ஓர்மை வருமெ பிரெஞ்சு புதிய அலை திரைப்படக் கொள்கையாளர்கள் நம்பினர். பின்பற்றினர். இவ்வாறு நறுக்கப்பட்ட காட்சிக்கூறுகளை, ஒரு இசையமைப்பாளர் தனது பின்னணி இசையால் பிணைக்கிறார். வர்த்தக சினிமாவில் வேகம் கருதி வைக்கப்பட்ட சிறு சிறு துண்டுக்காட்சிகளுக்குள், பொருத்தமான இசையை எழுதுவது என்பது நிச்சயம் கடினமானது. (மிஸான்சேன் மாதிரியான நீடித்த காட்சிகளில் ஒரு நிலைத்த உணர்வை ஏற்படுத்துவதைவிடவும் இது சிக்கலானது.) இவ்வாறு தீர்மானிக்கப் பட்ட நேர வரையறைக்குள், ஒரு துவக்கத்தையும் முடிவையும் கொண்ட இசைக்குறிப்பை எழுத வேண்டும். இது தன்னிச்சையாக ஒரு இசைத்தொகுதிக்குச் சுதந்திரமாகக் குறிப்பு எழுதுவதைவிடவும் கடினமானது.

இத்தனை எல்லைகளையும் மீறி ஒரு சிறந்த இசைக்குறிப்பை எழுதுவது என்பதுதான் சவாலானது. இதனால்தான் சாஸ்திரிய இசைக்கலைஞர்கள் திரைப்படத்துக்குப் பின்னணி இசை எழுதுவது என்பது பெரும்பாலும் தோல்வியாகவே முடிந்திருக்கிறது.

'முதல் மரியாதை' படத்தில், குழல் இசைக்கிற மாட்டிடையன் தனது காதலி இறந்ததும், பைத்தியமான மனநிலையில், நெருக்கமாக இழையும் பட்டுப்புழுக்களைப் பார்க்கிறான். தலையெல்லாம் புழு ஊர்கிற மாதிரி dischord போன்ற அபஸ்வர ஒலிகளால் இந்தக் காட்சிக்கு இளையராஜா தரும் சப்தப்படிமம் (sound image) துல்லியமானது. இவ்வாறான உதாரணங்கள் அவர் இசையமைத்த ஐந்நூறுக்கும் மேற்பட்ட படங்களில் இருந்தும் சொல்லலாம்.

'பாரதி', 'காசி', 'அழகி' முதலான படங்களில் இவரது பின்னணி இசை குறிப்பிடத்தகுந்ததாக இருந்தபோதிலும், அதுகுறித்து ஒரு வரி பாராட்டுவதோடு நமது விமர்சனங்கள் முடிந்து போகின்றன. இது பின்னிருந்து உழைக்கிற கலைஞனுக்கு எவ்வளவு ஆற்றாமையையும் படைப்புச் சோர்வையும் தரும். ஒரு படத்தின் பின்னணி இசை ஏன் சிறந்தது, எவ்வாறு காட்சியின் மன உணர்வுடன் ஒத்துப்போகிறது அல்லது காட்சிதரும் உணர்வையும் கடந்த மனநிலையை ஏற்படுத்துகிறது என்று, இசை அறிந்தவர்கள் ஆராய்ந்து சொல்வதன் மூலம், ஒரு படத்திற்கான பின்னணி இசை எப்படி இருக்கவேண்டும் என்கிற விசயம் ஒரு திரைப்பட மாணவனுக்கு அல்லது ரசிகர்களுக்கு - ஏன் ஒரு திரைப்பட இயக்குநருக்குக்கூட தெரியும் அல்லவா! அதுபோன்ற தீவிரமான, ஆழமான திரைப்பட இசை குறித்த விமர்சனங்கள் தமிழில் வரவேண்டும்.

புதிதாக இசை கற்கிற மாணவர்கள், வாசித்துப் பழகுவதற்கு மைக்கேல் ஜாக்சனின் பாடல்கள் இசைக்குறிப்புகளாக (music notations) கிடைக்கின்றன. அயல்நாட்டவரின் புகழ்பெற்ற எந்த இசைப்பாடலும் அச்சிடப்பட்ட இசைக்குறிப்புகளாகக் கிடைக்கின்றன. இசை எந்த மொழிக்கும் பொதுவானது என்பதால் (Universal language) ஒரு இசைக்கலைஞன், தனது இசையைக் குறிப்புகளாக வெளியிடுவதன் மூலம், இயற்றப்பட்ட தனது படைப்பின் சூக்குமங்களை, சாதாரணமானவனுக்கும் எடுத்துச் செல்ல முடிகிறது. இளையராஜாவிற்கு அதற்கான தகுதி இருந்தபோதிலும், அவரது சிறந்த பாடல்கள் சிறந்த பின்னணி இசை, Nothing Bus Wind, How to Name it முதலான இசைக்கோலங்கள் ஆகியவற்றின் மூலமான இசைக்குறிப்புகளை, ஏற்பாடுகளை (Arrangements) நாம் படித்துப் பார்ப்பதற்கோ, வாசித்துப் பழகுவதற்கோ - அச்சிடப்பட்டோ அவரது கைப்பிரதியோ அல்லது இசைக் குறிப்புகளோ கிடைப்பதில்லை. அவ்வாறு இவை வெளிவந்தால், உலகெங்கிலும், உள்ள இசை மாணவர்களுக்கு அரிய பரிசாக அமையும். உலகளாவிய விமர்சனம் ஒரு தமிழ்ப்படைப்பாளிக்குக் கிடைக்கிற வாய்ப்பும் ஏற்படும்.

தனது பரிசோதனைகளின் மூலம், இசையின் பூட்டிய பல கதவுகளைத் திறந்தபோதும், அதனுள் பிரவேசிக்கிற இசையின் அடிப்படைத்தகுதிகள் குறித்தான விழிப்புணர்வு அற்று, வெறுமனே நாம் போற்றிக் கொண்டிருப்பதன்மூலம் வெறும் பார்வையாளர்களாகவே இருக்கிறோம். உண்மையான தரிசனங்களைக் கண்டு கொள்ளாமல் மேலோட்டமாகப் புகழ்கிறோம்.

இளையராஜா, திரைப்படம் என்கிற வலிமையான ஊடகத்தினுள் இருப்பதால் தன் சமகாலத்தில் அதிக அளவு புகழப்பட்டவரும், அதே சமயம், திரைத்துறையில் இருப்பதாலேயே இசை விமர்சகர்களாலும், இசை அறிஞர்களாலும் அதிக அளவு புறக்கணிக்கப்பட்ட கலைஞராகவும் இருக்கிறார். உன்னதமான கலைஞன் திரைத் துறையிலிருந்து வரமுடியாது என்று எந்தப் பண்டிதச் சட்டங்களும் இல்லை. 'சார்லிசாப்ளின்தான் திரைப்படத் துறையின் ஒரே மேதை' என்று பெர்னாட்ஷா சொன்னார். அது அவரது கூற்று. ஐன்ஸ்டீன், தார்க்கோவ்ஸ்கி, குரோசோவா, ரே என்று மேதைகளின் பட்டியல் தொடர்ந்து கொண்டே இருக்கிறது. மேலும் மேற்சொன்ன கலைஞர்கள் மூன்றாந்தரமான பொழுதுபோக்குப் படங்களில் இருந்து கண்டெடுக்கப்பட்டவர்கள் அல்ல. ஆனால் இந்தியப் பாரம்பரிய இசைக்கும், பொழுதுபோக்கான திரை இசைக்கும் தனது தீவிரமான படைப்புகளின் வீச்சின் மூலம், அறியப்படாத பல சாதனைகளை நிகழ்த்தியிருக்கும், நிகழ்த்தும் இளையராஜாவின் நிலை முற்றிலும் வித்தியாசமானது. இவர் மூன்றாந்தரமான சினிமாவின் முதல்தரமான

கலைஞர். நடிகர் திலகம் சிவாஜி கணேசனுக்கும் இதே விபத்து நேர்ந்தது. தமிழ்சினிமாவில் நடித்ததன் மூலம், உலக அரங்கில் அதிகம் கவனிக்கப்படாமல் புறக்கணிக்கப்பட்டார். இவரையும் நாம் பாராட்டிப் புகழ்ந்தோமே தவிர, இதுவரையிலும் அவர் நடிப்பு குறித்த உண்மையான விமர்சனத்தை உலகத்திலிருக்கும் தலைசிறந்த நடிகர்களோடு ஒப்பிடுகையில், எந்தவகையில் அவர்களுக்கு இணையானவர் என்கிற ஒப்பீட்டைத் தமிழில் இதுவரை யாரும் செய்யவில்லை. இவ்வாறான விபத்துகளைத் தொடர்ந்து எப்படி அனுமதிக்க முடியும்.

கவிஞர் கண்ணதாசன் தனது கடைசிக்காலத்தில் 'திரைப்படங்களுக்குப் பாடல் எழுதியது குறித்து வருந்துகிறேன். எனது புலமையைத் தீவிர இலக்கிய முயற்சிகளில் ஈடுபடுத்தாமல் வீணடித்துவிட்டேன்' என்று வருந்தினார். இவரைப் பற்றி அப்துல்ரஹ்மான், 'மீன்கள் விற்கும் சந்தையில் விண்மீன் விற்றவர்' என்று எழுதினார். இது இளையராஜாவுக்கும் பொருந்தும். தமிழ் சினிமாவின் ஒப்பனை முகங்களுக்குப் பின்னால், ஒரு அசலான கலைஞனின் படைப்பு கவனிக்கப்படாமல் போவது எத்தனை துரதிர்ஷ்டவசமானது! எப்போதும் கலைஞனின் ஆயுட்காலத்திற்குள் பின், அவனது படைப்புகளைக் குறித்து ஆய்வு செய்வதைவிடவும், அவ்வாறான ஆய்வுகள் அவனது காலத்திலேயே நிகழ்த்தப்படுவது, திசைகள் கடந்து தனது படைப்பின் எல்லைகளை மேலும் விஸ்தரித்துச் செல்கிற வீச்சினை அவனுக்குத் தரும். நமது மேலோட்டமான அணுகுமுறையையும், தமிழ்சினிமாவின் இசைதானே என்கிற அலட்சியத்தையும் விடுத்து, ஆழமான ஆய்வு ஒன்றே இளையராஜா என்ற கலைஞனின் மறைக்கப்பட்ட முகங்களை அறிமுகப்படுத்த முடியும். நமது பாழ்வெளியில், தனது படைப்பின் விதைகளை தீராது விதைக்கிற கலைஞனுக்கு அவ்வாறான ஒருசில துளிர்ப்புகள்தான் உண்மையான படைப்பூக்கமாக இருக்கும். தன் படைப்புகள் பற்றி அவர் நினைவுகூர்கையில், இதுமாதிரியான அசலான அங்கீகாரம் தான் பிராந்திய மொழியின் இசையமைப்பாளராக இருந்தும் தமிழனாகப் பிறந்ததும், பெருமைக்குரியதாக அவரால் உணரப்படும்.

'கணையாழி ' ஜூன் 2002

இரண்டு ஆசிரியர்கள் - ஒரு நதிக்கரை

[ஓர் உதவி ஒளிப்பதிவாளரின் குறிப்புகளிலிருந்து]

ஆட்களற்ற நீளமான மண் சாலையில் நாங்கள் பயணம் செய்த டாடா சுமோ வாகனம் குலுக்கிக் குலுங்கிச் சென்றுகொண்டிருந்தது. முதல்நாள் இரவிலிருந்தே தொடர் பயணத்தில் இருந்தோம். சென்னையிலிருந்து போபாலுக்கு தொடர்பயணம். பின் அங்கிருந்து மெட்ராஸ் டாக்கீஸ் என்று ஆங்கிலத்தில் எழுதி ஒட்டப்பட்டருந்த வாகனத்தில் ஏறி இந்தூருக்குப் பயணித்தோம். இடையில் பெயர் தெரியாத நகரத்தில் நின்று தேநீர் இளைப்பாறல். சாம்பல் நிறக் குர்தாக்களும் அரக்குநிறத் தலைப்பாகையும் கட்டிய உயரமான இந்தியர்கள் சாலை எங்கும் இந்தி பேசி நடந்தனர். நெரிசலான சாலையில் புழுதியிலிருந்து விலகிச் சிறிய சந்தில் இருந்த செருப்புக்கடையில் நான் ஆங்கிலம் பேசி இரண்டு ஊதாநிறக்காலணிகள் வாங்கிக் கொண்டேன். எங்களின் மொழி புரியாத பஞ்சாபி ஓட்டுநர் தன் முறுக்கிய நரைத்த மீசை நலுங்க இடையிடையே மிதமாய்ச் சிரித்தார். தூசுபடிந்த கண்ணாடி வழியே புரியாத மொழியின் பெயர்ப்பலகைகளைப் பார்த்துக்கொண்டே திரும்பவும் எங்கள் பயணம் துவங்கியது. கடந்த இரண்டு நாட்களாய் நிலம் கொள்ளாது சதா அசைந்துகொண்டே இருக்கும் இருக்கைகளில் உடல் தன் அசதியை உணர்ந்தது. சிறுநகரங்களைக் கடந்து குலுங்கும் சாலைகளின் வழியே புழுதி பறக்கும் பயணம். இடையிடையே நீள மாட்டுவண்டிகளில் வெயிலில் முகம் கன்றிய முதியவர்கள் எதிர்ப்பட்டார்கள். இந்தியாவின் வடக்கு நோக்கித் திசை தெரியாமல் போகும் சாலையில் முடிவற்றுப் போய்க்கொண்டே இருப்பதுபோல் அலுப்பாக இருந்தது. இமைகள் கடுக்கத் தூங்கிவிழித்தபோது சோடியம் விளக்குள் எரியும் சீரான தார்ச்சாலையில் எங்கள் வாகனம் விரைந்து கொண்டிருந்தது. மிதமான குளிர் பரவத் துவங்கியிருந்தது. வாகனத்தின் முன் கண்ணாடியில் ஓட்டுநர் தலைக்குமேல் இருந்த சிறிய கடிகாரத்தில் 12.10 என்று பச்சை நிற எண்கள் ஒளிர்ந்து கொண்டிருந்தன.

எங்களுக்கான விடுதியில் சுமக்கும் பெட்டிகளுடன் வழுக்கும் மாடிப்படிகளில் ஏறியபோது தமிழ்பேசும் ஒருவரைப் பார்த்ததும் ஆறுதலாக இருந்தது. அவர் தயாரிப்பு மேலாளர் என்று தெரிந்துகொண்டேன். பிறகு பழுப்புநிறக் கம்பளி போர்த்தித் தூங்கி, காலையில் இந்தூரின் இளவெயிலில் நடந்து பச்சை வெள்ளரியுடன் வதக்கிய இனிப்புப் பொறி சாப்பிட்டு ஜாங்கிரியைப் பாலில் நனைத்துச் சாப்பிட்டுக் காலை உணவு முடித்துத் திரும்பினோம். அருகிலிருந்த கடையில் நுழைந்து ஊரில் இருக்கும் தம்பிக்கு வெள்ளைநிறப் பருத்திக் குர்தா ஒன்று வாங்கிக் கொண்டேன்.

பத்துமணிக்குத் திரும்பவும் எங்கள் பயணம் தொடர்ந்தது. முடிவற்ற, வழிநெடுக பழைய இந்திப்பாடல்களுடனான ஏழு மணிநேரப் பயணம். முடிவில் அடுக்கிய தீப்பெட்டிகளைப் போலிருந்த அந்த விடுதியை அடைந்தோம். கதவுகள் விநோதமான பச்சை நிறத்திலும் அறை புராதனமான இரும்புக் கட்டில்களையும் கொண்டதாக இருந்தது. இந்த ஊரின் பெயர் மகேஸ்வர் என்று கேட்டுத் தெரிந்துகொண்டேன். பிறகு சக உதவியாளர்களுடன் ஊர்சுற்றத் துவங்கினேன். சுற்றுலாத்தலத்தின் கூறுகளும், சிற்றூருக்கு உரிய கடைவீதியும் கொண்ட அந்த ஊரின் சாலைகளின் வழியே நடந்து நீளமான கற்படிகளின் வழியே இறங்கி, அங்கங்கே சிறுசிறு குண்டுவிளக்குகளின் மஞ்சள் வெளிச்சத்தில், கோயில் போல இருட்டில் தெரிந்த அந்தப் புராதனக் கற்கோட்டையின் புறவழிப்படிகள் வழியே இறங்கினோம். கனத்த இரவில் அமைதியான ஆனால் கனத்துப் புரள்கிற நீரின் ஓசை. கரையோரம் எரிந்த சிறிய மஞ்சள் விளக்கின் படர்ந்த வெளிச்சத்தில் படிக்கட்டுகளைத் தொட்டுப் போகும் நர்மதா நதியின் முந்தானை வெளிச்சம் தேய்ந்து கனத்த இருள் துவங்கும் கறுப்பில் வானம் பூமியற்று ஒரு சப்தம். அது சப்தமில்லை. கர்ப்பிணிப் பெண்ணின் அடிவயிற்றில் குழந்தை புரள்வதுமாதிரி ஒரு மௌன உணர்வு, இடையிடையே குமிழிகள், சுழிகள் உருவாகித் தளர்கிற இசை, இருட்டின் பிரம்மாண்டத்துக்குள் நீர் என்கிற பூதத்தின் குதூகலம். இந்த இருள் காட்சியை ஒளிப்பதிவு மாணவனாகக் கூட நான் உவமிப்பது கடினம்.

காலையில் திரும்பவும் அதே இடத்திற்கு வந்தபோது அந்தக் காட்சியின் பிரமிப்பு வியக்கவைத்தது. ஏறத்தாழ அரை கிலோ மீட்டருக்கும் அதிகமான அகலத்தில் இருதிசைக்கும் குறுக்காக நர்மதை தனக்குள்ளாகச் சுழித்து தனக்குள்ளாகச் சிரித்து, மாம்சமெனக் குழைந்து, இயற்கையின் மிகப்பிரம்மாண்டமான சித்திரம். இதன் ஆழம் 400 அடிக்கும் அதிகம் என்று இந்தியில் ஒரு படகோட்டி சொன்னதை மொழிபெயர்த்துக் கேட்டபோது ஆச்சரியமாக இருந்தது. மகேஸ்வர் கோட்டையின் சிற்பங்கள், இமைக்காமல் நர்மதையை ரசிக்கின்றன. நர்மதையின் நீர்மட்டத்திலிருந்த அழகிய படிகளுடன் எழுச்சியுற்ற

கற்கோட்டையின் உயரம் நூறு அடிகளுக்கும் அதிகமாகவே இருக்கும். உள்ளிருக்கும் கோயிலின் பிரகாரங்களில் ஒவ்வொரு வருடமும் வந்த வெள்ளத்தின் நீர் மட்டம் குறிக்கப்பட்டிருக்கும். நான் 1991ஆம் வருடத்தின் மூழ்கிய கோட்டைப் பகுதியின் படிகளில் நின்று கொண்டிருந்தேன். ஒருகணம், காதோரங்களில் செதில்கள் உரச நழுவும் மீன்களுடன், சுழிக்கும் நர்மதையின் நீரோட்டத்தில் நான் மூழ்குவதாக உணர்ந்து விழித்ததும், சில்லிடும் கல்படிகளிலிருந்து தொலைவிலிருந்து தொலைவில் சாதுவாய் ஓடிக்கொண்டிருந்தது நதி. நர்மதையின் குறுக்கே அணை கட்டினால் இந்த அழகிய கோட்டை மூழ்கிய கோட்டை மூழ்கிவிடும் என்று கேள்விப்பட்டேன்.

மறுநாள் படிப்பிடிப்பு இருந்தும் விமானக் கோளாறுகளால் இயக்குநரும் என் அன்பிற்குரிய ஆசிரியர் பி.சி. ஸ்ரீராம் மற்றும் முதன்மை நடிகர்களும் வராததால் இரண்டாவது நாளாக மகேஸ்வரில் சுற்றித் திரிந்தோம். ஒன்றரை வருடங்கள் ஏறத்தாழ இருபது சந்திப்புகளின் பின்புதான் நான் அவரிடம் ஒளிப்பதிவு உதவியாளனாகச் சேர்ந்தேன். சேர்ந்த இரண்டாவது மாதத்தில் வெளிப்புறப் படப்பிடிப்புக்காக அழைத்து வரப்பட்டேன். இராணுவப் பள்ளி போலக் கட்டுப்பாடுகள் மிகுந்த அவரது ஒளிப்பதிவுப் பயிற்சிக் காலத்தில் சேர்ந்த மிகக் குறுகிய காலத்தில், நான் வெளிப்புறப் படப்பிடிப்புக்கு அழைத்துவரப்பட்டதன் அதிஷ்டம் குறித்து சக உதவியாளர்கள் சொன்னார்கள். அவருக்கு என்மீதான நம்பிக்கையுணர்வு அல்லது அக்கறை அதன் பிரதியாக எழும் என் பொறுப்புணர்வில் நான் கவனமாக இருந்தேன். மறுநாள் காலையில் எங்களது நிழற்படக் கருவிகளுடன் படியிறங்கியபோது நர்மதையின் கரையோரம் தாமரை மொக்குகளென மிதக்கும் முலைகள். சிறுமியிலிருந்து முதியவர் வரை வயது வித்தியாசமில்லாமல் அரை நிர்வாணமாய்க் குளிக்கும் குஜராத்திப் பெண்களைப் பார்த்ததும் ஈரமான மஞ்சள் சேலை வெற்று முதுகில் படிய ரகுராய் எடுத்த பிரபலமான நிழற்படம் நினைவுக்கு வந்தது. அந்த மிரட்சி கலைய வெகுநேரமாயிற்று.

மதியம் புழுதி பறக்க வந்த டாடா சுமோவிலிருந்து கலைந்த தலையுடனும் ஏர் இந்தியாவின் வில்லைகள் ஒட்டப்பட்ட பெரிய பெட்டிகளுடன் இயக்குநரும் எனது ஆசிரியரும் வந்திறங்கினர். ஏழுமணி நேரப் பயணம் என்பதால் களைப்பு விடுத்து நாளைக் காலையில் படப்பிடிப்பு இருக்கலாம் என்று நினைத்த கணத்தில் வேலைகள் அதிரடியாய் துவங்கின. 'அலைபாயுதே' எனும் பெயருடைய இப்படத்தின் பாடல்களைப் படம்பிடிக்க இங்கு வந்திருக்கிறோம் என்பதைத் தவிர வெறெந்த தகவலும் எனக்குத் தெரிந்திருக்கவில்லை. ஐந்து பேருடைய எங்களது ஒளிப்பதிவுக்குழுவில் நான் கடைசி உதவியாளன். ஒளிப்பதிவுக்கென பிரத்யேகமாய் பயன்படுத்தும் வடிகட்டிகள் (filters) உள்ள மிகப்பெரிய பெட்டி ஒன்று என்

கண்காணிப்பில் இருந்தது. விதவிதமான நிறச்சாயைகள் மற்றும் குறித்த நிறங்களை மட்டும் வடிகட்டுகிற, மேன்மைப்படுத்துகிற வடிகட்டிகளையும் வானத்தில் அடர் நீலத்தை நிகழ்த்துகிற, படிப்படியாக நிற அடர்த்தி கொள்கிற சதுரவடிவமான வடிகட்டிகளையும், ஒளியின் விளிம்புகளைத் தூரிகை கொண்டு மெழுகுகிற (duffusion) மற்றும் சட்டத்தின் நான்கு முனைகளுக்குள் பனிப்பொழிவை நிகழ்த்துகிற (promist, fog) வடிகட்டிகளும், இவை தவிரப் புரியாத பலவண்ணக் கண்ணாடிகளும் ஒளிப்பிரதிபலிப்பை உறிஞ்சுவதன் மூலம் நிறச்சாயை அடர்ந்து பரிமளிக்கச் செய்கிற (polarize) வடிகட்டிகளும் அடங்கிய பெட்டி என் கண்காணிப்பில் இருந்தது. ஒரு மந்திரவாதியின் மாயங்கள் அடங்கிய புராதனப் பெட்டியைப் போல, இந்தப் பெட்டியை நான் பார்த்தேன். திரைச் செவ்வகத்தைத் தனது ஓவியங்களின் கித்தானாக்கிப் பார்க்கிற கலைஞரின் படைப்பாக்கத்தை அருகில் இருந்து கவனிப்பதன் மூலம் கற்றுக் கொள்கிற வாய்ப்பும், உபகரணங்கள் பயன்படுத்தப்படுகையில் எழும் விளைவுகளை ஆழ்ந்து கவனிப்பதன் மூலம் அறிந்து கொள்கிற சந்தர்ப்பமும் எனக்குக் கிடைத்ததில் மகிழ்ச்சியாக இருந்தது.

இவ்வாறான வடிகட்டிகளைக் கொண்டே சிறந்த காட்சிகளை நிர்மாணிக்க முடிகிறது என்கிற தவறான எண்ணமும் வடிகட்டிகளின் மேல் ஒரு சராசரி ஒளிப்பதிவு உதவியாளனுக்கு இருக்கும் பிரமிப்பும் எனக்கும் இருந்தது. நான் கறுப்பு வெள்ளை நிழற்படங்களை எடுக்கப் பழகுகையில் அந்தப் படச்சுருள்களின் ஒளி உணர்திறன் (sensitivity) மற்றும் அவற்றின் அடர்த்தி (contrast) குறித்து எனது மதுரை ஆசிரியர் மதிப்பிற்குரிய சேவியர் தவமணியிடம் கற்றுக் கொள்ளும்போது இவ்வாறான வடிகட்டிகள் படச்சுருளில் நிகழ்த்தும் வித்தியாசங்களைக் குறித்து எனக்குத் தெளிவாக விளக்கியிருக்கிறார். எனினும் திரைப்படத்திற்கான அளவில் பெரிய விதவிதமான, முதல்தரமான வடிகட்டிகளைப் பார்த்ததும் என் பிரமிப்புக் கலையவில்லை. விரல்படாமல் அவற்றைக் கறுப்பு உறையிலிருந்து எடுத்து இரண்டு விரல்களை அகட்டிப் பிடித்து வானத்தைப் பார்த்தேன். பிறகு நர்மதையைப் பார்த்தேன். முன்னும் பின்னும் கையைச் சுற்றிப் பார்த்தால் நர்மதையின் மீது கிரணங்கள் பட்டு ஒளிரும் ஒளித்துணுக்குகளை **circular polariser** உறிஞ்சும் விதத்தைப் பார்த்து ஆச்சரியம் அடைந்தேன்.

படப்பிடிப்புக்கான ஆயத்த வேலைகள் வேகமாய்த் துவங்கின. நர்மதை ஆற்றங்கரையில் மௌனம் கலையத் துவங்கியது. பொருத்தப்பட்டு உயரும் கிரேனில் அசைவுகள் ஒத்திகை செய்யப்பட்டன. கல்மண்டபத்தின் மூலையில் ஒப்பனை நடந்துகொண்டிருந்தது. மும்பையில் இருந்து நடனக்குழுவினர் வந்து சேர்ந்தனர். மகேஸ்வர் தனது மாலைப்பொழுதை எட்டும் நேரத்தில்

எங்கோ தொலைவிலிருந்து வருகிற மழைக்காற்று போல அந்த இசை ஒலிக்கத் துவங்கியது. வெண்கலத் தகட்டின் ஒலியதிர்வு போலத் துவங்கும் பாடலின் முன் இசையுடன் (prelude) சாதனாசர்கம் 'ஸ்நேகிதனே....' என்று பாடத்துவங்கினார். சூரியனின் ஒளிமயங்கிய மாலைப் பொழுது. ஒரு ஜீவநதியின் குளிர்மை கொண்ட நதிக்கரை. கட்டடக் கலையின் அற்புதமென நின்றிருக்கிற கல்மண்டபம்- கவிஞனின் மனநிலையோடு முதல்நாள் வெளிப்புறப் படப்பிடிப்பின் பரவசத்தோடு காத்திருக்கிற நான். அந்தப் பாடலை அவ்விதமான சூழலில், அந்த மனோலயத்தில் முதன்முறையாகக் கேட்கிறபோது நிகழும் பரவசத்தைச் சொல்ல என்னிடம் வார்த்தைகள் இல்லை. இசையமைப்பாளர் அந்தப் பாடலைக் கருக்கொள்கிற தருணத்தில் என்ன உணர்வை எய்துவாரோ அதே மனநிலை. அடுத்தடுத்த வரிகள் காற்றில் நர்மதையென அலைகின்றன. 'ரகசிய ஸ்நேகிதனே....' என்கிற வார்த்தைகளின் விநோதக் கலப்பும், அது பாடப்படுகிற விதமும், நதியின் லயத்தோடு பின்தொடரும் மெல்லிசையும் இனி இங்கு நிகழவிருக்கும் என் மனம் சார்ந்த அற்புதத்தை எனக்கு உணர்த்தின.

சுவரில் ஆணி அடிக்கையில் அந்த அதிர்வு பொறுக்காமல் தானே அதிர்கிற வீணையின் உணர்வு குறித்து சுந்தரராமசாமி எழுதியிருப்பார். காற்றின் அடுக்குகளில் நிகழும் புற அதிர்வுகள் என்னை மீட்டத் துவங்கின. குரல் சேர்ந்து, சுதி சேர்த்து, அலையென ஒரு நிலையில் ஆரோகணிக்கிற கூட்டிசைப் பாடலை, மனம் ஒன்றிக் கேட்கும் கணத்தில், அந்த அலை நம் உடலில் ஒரு மின்சார அதிர்வை ஏற்றி அணைக்கும். அவ்விதமான அதிர்வுடன் அங்கு துவங்கும் படப்பிடிப்பைக் கவனிக்கத் துவங்கினேன். முதல் சரணம் வரை மிதமான ஒலியளவில் பாடலை ஒருமுறை, தேசிய கீதத்தைக் கேட்பதுபோல எல்லோரும் மனம் ஒருமித்துக் கேட்டோம். பாடலின் ஒவ்வொரு வரியும் இழைக்கப்பட்ட விதம் ஆயிரம் மைல்களுக்கு அப்பால் ஊர்சார்ந்த என் நினைவுகளை மீட்டின.

உயர்ந்த படிக்கட்டுகளின் மேலிருந்த மேடையில் நாயகி அபிநயிக்க, படப்பிடிப்பு துவங்கியது. ஒரு பாடலைக் கேட்பதற்கும் அதையே காட்சியாகப் பார்ப்பதற்கும் அதையே அணு அணுவாக ரசித்துப் படம்பிடிப்பதற்குமான வித்தியாசத்தை நான் அறிந்தேன். ஒரு பாடல் எந்த இடத்தில் நிறுத்ததப்படுகிறது. பின் துவங்கும்போது எப்படித் துவங்குகிறது. முதல்வரிக்கும் அடுத்த வரிக்குமான இயல்பான சுதியை லயத்தைப் பிசகாமல் ஒளிப்பதிவுக் கருவியின் இயக்கம் எப்படி இயைந்து சென்று படம்பிடிக்கிறது என்பதெல்லாம் ஆச்சரியமாக இருந்தது. ஒன்றிரண்டு துண்டுக் காட்சிகள் எடுத்ததும் ஒளியின் போதாமையால் விளக்குகளை எரிக்கத் துவங்கினோம்.

மும்பையில் இருந்து இன்னொரு ஜெனரேட்டர் வந்திருந்தது. அந்த இந்தி ஆட்களுக்கு ஒன்றைச் சொல்லிப் புரியவைப்பதில் இருந்த குழப்பம் சுவாரஸ்யமானது. உயர்ந்த இரண்டு அலுமினிய மேடைகளில் விளக்குகள் ஏற்றப்பட்டன. கோட்டையின் ஒவ்வொரு சாளரத்திலும் வெதுவெதுப்பான மஞ்சள் நிறம் வேண்டி வண்ணத்தின் வெப்பநிலை குறைந்த டங்க்ஸ்டன் விளக்குகளைப் பொருத்தினோம்.

சிவகங்கையில் எனது சலனம் ஒளிப்பதிவகத்தின் 8' X 10' அறையில் வசதிக்கேற்ப சிறிய விளக்குகளைக் கண்டு ஒளியின் தன்மையைப் பரிசோதித்துப் பார்த்த எனக்கு முன்னால் மகேஸ்வரின் பிரம்மாண்டமான கற்கோட்டை. திருப்பினால் நர்மதையின் எதிர்கரைவரை ஒளியைப் பாய்ச்சுகிற சக்தவாய்ந்த விளக்குகள். விதவிதமான மின்னழுத்தம் கொண்ட விளக்குகள். முப்பது நடனக்காரர்கள். ஐம்பது விளக்குகள். இரண்டு ஒளிப்பதிவுக் கருவிகள். இராட்சதக் கையென வானத்தில் உயர்கிற 40 அடி 20 அடி கிரேன்கள். ஊருக்கே வெளிச்சம் தரும் இரண்டு ஜெனரேட்டர்கள். சுற்றிக் கூடியிருக்கும் நூற்றுக்கணக்கான மக்கள். உயிர்ததும்பும் புதுப் பாடல். இவையெல்லாம் கடந்த நான் விரும்பும் இயக்குநர் திரு. மணிரத்னம், எனது ஆசிரியர் திரு. பி.சி.ஸ்ரீராம் பாலபாடத்தை நதிக்கரையில் துவக்குகிற ரிஷிகள் மாதிரி, கற்றுத் தருவதற்காக என்னைத் தேர்ந்தெடுத்து இரண்டு ஆசிரியர்கள் என்னை இங்கு அழைத்துவந்தது போல உணர்ந்தேன்.

'Lights' என்ற ஒற்றைக் குரலில், கோட்டை இருளிலிருந்து முளைத்து நின்றது. 'Lights off' என்றதும் கோட்டை இருளில் அணைந்தது. ஒளியின் பிரகிருதி எத்தனை புராதனத்தையும் வரைந்து அழிக்கிறது. சூரியனின் வண்ணவெப்பத்திற்கு ஒப்புமை கொண்ட வெண்மை நிற ஒளியுடைய விளக்குகள் கோட்டையின் வெளிப்புறத்தை மெதுவான நீலநிறச் சாயையுடன் வரைய, உள் எரியும் விளக்குகள் வெதுவெதுப்பான பொன்மஞ்சளில் கோட்டையின் சாளர விளிம்புகளை வரைந்தன. இருளில் ஒரு விசயத்தைப் படம்பிடிக்கும்போது அதன் பின்புலத்தை எப்படி ஒளியூட்ட வேண்டும். அவ்வாறு ஒளியூட்டப்பட்ட பின்புலம் காட்சியின் ஆழத்தை எவ்வாறு தீர்மானிக்கிறது என்கிற விஷயங்களை நுணுக்கமாகக் கற்றுக் கொள்ள முடிந்தது. பகல், இரவுக்கென இரண்டுவிதமான வண்ணவெப்பம் கொண்ட விளக்குள், அந்த வண்ணத்திற்கேற்பச் சமன் செய்யப்பட்ட படச்சுருள்கள், அவற்றின் ஒளிஉணர்வேகம் (film speed), வண்ணங்களைப் பிரித்து உணர்வதற்காக ஒளிப்பதிவுக் கருவியில் அல்லது விளக்கில் பயன்படுத்தப்படும் வடிகட்டிகள், பின்புலத்தின் ஒளி அளவுக்கும் நடிகரின் முகத்திலிருக்கும் ஒளியமைப்புக்கும் உள்ள விகிதம், முதன்மையான ஒளியமைப்புக்கும் (key light) அது வரையும் நிழல்களைப் பூர்த்தி செய்யும் ஒளியளவுக்கும் உள்ள

விகிதம் (fill lights), ஒளியைக் கட்டுப்படுத்தக் கையாள வேண்டிய முறைகள், விளக்குகளைச் சாமர்த்தியமாக எப்படி ஒளிப்பது அல்லது தவிர்ப்பது குறித்த நுணுக்கங்கள், படப்பிடிப்பு நடக்கும்போதே (on shot) ஒளியின் அளவைத் தெரியாமல் மாற்றி முடிவில் ஒருவிதமான இயைபை ஏற்படுத்தும் சூக்குமங்கள் என்று ஒளிப்பதிவின் நுணுக்கங்கள் அனைத்தும் புரியத் துவங்கின.

அன்று இரவு பன்னிரண்டு மணிவரை நடந்த படப்பிடிப்பு மறுநாள் காலை ஆறுமணிக்கே துவங்கியது. காலை ஒளி, கோட்டையின் கல் பரப்பினை எப்படி மிருதுவான ரொட்டியைப் போல மாற்றுகிறது; அதே ஒளி உச்சிவெயிலில் கடினத்தன்மை பெறும்போது கல்மண்டபம் அடர்ந்த நிழல்களுடன் தனது சுரசுரப்பான பாறைத்தன்மையை எப்படி மீட்டுக் கொள்கிறது; அதே கோட்டை மாலைப்பொழுதில் சாய்ந்த, பூசிய நிழல்களுடன் பொன்னிறச் சாயையுடன் எப்படிக் கவித்துவம் கொள்கிறது; இரவானதும் ஒரு தைலவண்ண ஓவியம் போல எப்படி மாறுகிறது என்பதனையும் என்னால் கிரகிக்க முடிந்தது. முதுகில் கித்தானைச் சுமந்து கொண்டு, கோதுமை வயல்களில் அடர்ந்த மஞ்சள், பொழுதுக்கேற்ப எப்படி மாறுகிறது என்று வரைந்து பார்த்த வான்காவைப் போல ஒளி நிகழ்த்தும் விந்தைகளை, பூமியின் தீரா வெளிகளில் ஒளியும் நிழலும் புணர்ந்து வரைகிற அறியாச் சித்திரங்களைக் கவனிக்கும் பழக்கம் எனக்குள் இருந்ததால் அந்த நதிக்கரையில் சூரியனின் ஒளிச்சித்திரங்களை என்னால் புரிந்துகொள்ள முடிந்தது.

காலை ஆறு மணிக்குப் படப்பிடிப்பு என்றால் சரியாக ஆறு மணிக்குப் படப்பிடிப்பு துவங்கும். இயக்குநரும் ஒளிப்பதிவாளரும் உற்சாகத்துடன் தளத்துக்கு வருவார்கள். பாடலின் மனநிலைக்கேற்ப நடனம் மற்றும் நடிகர்களின் இயக்கம், பாவனைகள் முதலான விஷயங்களை அமைப்பது ஒருவிதம். இயக்குநர் மற்றும் நடன இயக்குனர் இந்த விஷயங்களைக் கவனித்துக் கொண்டாலும் பாடலின் பாவனைக்கேற்ப ஒளிப்பதிவுக் கருவியின் இயக்கத்தை வடிவமைப்பதில் உள்ள நேர்த்தி முக்கியமானது. வழக்கமாக நம் திரைப்படங்களில் அவசியமற்று க்ரேன் கீழிறங்கும்; கீழிறங்கி மேலெழும். வானத்தில் நின்று நேர்கோணத்தில் தலைசுற்றும்படி கிறுகிறுக்கும். ஆனால் நேர்த்தியான இயக்குநர்கள், ஒளிப்பதிவாளர்கள் ஒன்றிணை ஒழுங்கிற்கேற்ப இந்த அசைவுகள் இணைந்து ஒரு ஒத்திசைவை உண்டாக்கும். அவ்வாறான ஒத்திசைவை இந்தப் பாடலின் படப்பிடிப்பில் கவனிக்க முடிந்தது.

இயக்குநர்கள், பாடலைச் சதா முணுமுணுத்துக்கொண்டோ பாடிக்கொண்டோ இருப்பார். அடுத்தடுத்த காட்சிகள் எந்தத் தயங்குதலும், யோசிப்புமின்றி முன்னரே வரையப்பட்டதுபோலத் தீர்மானிக்கப்படும். பாடலின் தொகையறாவில் வரும் 'ஆஹா...' என்ற உச்சரிப்புக்கேற்ப கேமராவின் வேகமும், அதைத்தொடர்ந்து வயலின்

இசையும் இலகுவான மித அசைவும் இந்த ஒத்திசைவைச் சொல்லும். ஒளிப்பதிவு என்பது வெறுமனே பாடலை விளக்குகள் எரித்துச் சுட்டுத் தருகிற பதார்த்தமல்ல. அதன் யதார்த்தம் மீறிய கனவுநிலை சார்ந்து இசையமைப்பாளர் வெளிப்படுத்த விரும்பும் பாவத்தின் ஆன்மாவைப் படச்சுருளில் பதிவு செய்வதுதான் ஒரு ஒளிப்பதிவாளரின் வேலை என்பதை இந்தப் படப்பிடிப்பில் என்னால் உணரமுடிந்தது.

ஒரு பாடல் அதன் லயத்தின் அசையழுத்தத்திற்கு (Accents) ஏற்பத் தட்டுகள் வித்தியாசப்படும். இவை வலிமையானவை (strong beats), மென்மையானவை (weak beats) என்று இருவகைப்படும். இந்த லயத்தின் சூட்சுமத்திற்கேற்ப ஒளிப்பதிவின் இயக்கமும் கூறுகளும் ஒன்றிணைகிற போது பாடலின் ஆன்மா சிதைவுறாமல் காக்கப்படும். நம் உடலின் எலும்புகளில் கணுக்கள் இருப்பதுபோல பாடலின் கணுக்களை உணர்ந்து செயல்படும்போது அந்த அற்புதம் பாதுகாக்கப்படும். ஒரு பாடலில், நடன இயக்குனரின் வேலை, தட்டுக்களை மெல்லிசையை உணர்ந்து, அதற்கேற்ப அசைவுகளை அமைப்பதன்மூலம் பாடலின் இசையிலிருந்து பிதுங்காமல் உடல் சூக்குமத்தை உணரும்போது வேறுவிதமான பரிமாணம் அந்தப் பாடலுக்குக் கிடைக்கிறது. இதன் வெளிப்படையான உதாரணங்களென இரண்டைச் சொல்லலாம். "எங்கே நிம்மதி" என்ற 'புதிய பறவை' ப் பாடல். "சந்திரலேகா" என்கிற 'திருடா திருடா' படப்பாடல். பின்னதில் விளக்கின் எரிந்து அணையும் தன்மையைச் சப்தத்தின் கூறுகளோடு பொருத்தியிருப்பது விநோதமான பரிசோதனை முயற்சி. வார்த்தைகளைக் கையாள்கிற கவிஞன் அல்லது கதாசிரியன் தனது படைப்பின் ஒரு நிலையில் உணர்வை மொழியாக்கும்போது வார்த்தைகளின் போதாமையை உணர்வான். அப்போது மொழிகடந்த வேறு உத்திகளைத் தன் படைப்பில் நிகழ்த்துவான். 'திருடா திருடா' படத்தில் "தீ தீ" என்றொரு பாடலில் ஒளிப்பதிவுக் கருவியின் zoom என்கிற உத்தி நடிப்பவர்களை அணுகும்முறையில் ஒரு துரிதமான லயம் இருக்கும். சம்பிரதாயமான பார்வையாளர்களால் இது தவறு என்று கருதப்பட்டாலும் படைப்பின் ஒழுங்கில் சரி தவறு என்ற தீர்ப்புகளைக் கடந்து தன் மனலயத்திற்கேற்ப இயங்கும் கலைஞனே தன் பரிசோதனைகளையும் சில சமயங்களில் பரிசோதனைகளின் வழியே சில விதிகளையும் நிறுவுகிறான். அந்தக் குறிப்பிட்ட பாடலின் வித்தியாசமான லயக் கோர்வையைக் (rhythm pattern) கையாள முயலும்போது வார்த்தைகளின் மீதான எழுத்தாளனின் போதாமை போல ஒளிப்பதிவுக் கருவியின் போதாமை உணர்ந்து வேறுவிதமான உத்தியைக் கைக்கொள்வது அவசியமாகிறது.

அவ்விதமான வித்தியாசமான பரிட்சார்ந்த அணுகுமுறைகளை "ஸ்நேகிதனே.." பாடலிலும் முயற்சிக்கும்போது நான் மௌன சாட்சியாக உடனிருந்தேன். பகலையும் இரவையும் ஒரே நேரத்தில் பொருந்திப்

பார்க்க Mitchell ஒளிப்பதிவுக்கருவியும் வந்திருந்தது. அதைப் பயன்படுத்தும் நுணுக்கத்தையும் கறுப்பு அட்டையில் துல்லியமாகச் சில மூடிகளைத் (Mask) தயாரிப்பதன்மூலம் அந்தப் பரிசோதனையை முயற்சித்தோம். அந்தக் கறுப்பு அட்டைகளை கூரிய நுனிகளுடன் நான்தான் நறுக்கினேன். ஒளிப்பதிவுக் கருவியின் இருப்பிடத்தைத் துல்லியமாக பெயிண்ட்டால் தரையில் வரைந்து அதே உயரத்தில் மறுமநாள் காலையில் படம் பிடித்தோம். படம்பிடித்த சோதனைப் படச்சுருள்களைப் பெயர்தெரியாத ஒரு நகரத்தின் நிழற்படங்கள் அச்சிடும் பரிசோதனைச் சாலைக்கு நான்தான் எடுத்துச் சென்றேன். பரிசோதனை வெற்றியடைந்தபோதும் கால அவகாசம் கருதி முழுவதுமாக எடுக்கமுடியாத சூழல் ஏற்பட்டது.

"நேற்று முன் இரவில்...." என்று பாடலின் இடையே துவங்கும் தொகையறாவில் படிகளில் இருந்து நடனக்காரருடன் கதாநாயகனும் இறங்கிவருவதாக ஒரு காட்சி. நீண்ட ஒத்திகையின் பின் படம்பிடிக்கத் தயாரானோம். காலை ஒன்பது மணியளவில் இளவெயிலைப் பிரதிபலிக்கும் வெண்திரைகளுடன் நாங்கள் தயாராக இருந்தோம். எந்தக் காட்சியையும் நேரிடையாக அல்லது தட்டையாகப் (Flat) பதிவு செய்ய விரும்பாத எனது ஆசிரியரின் மனநிலையை அருகிருந்து கவனித்தேன். இந்தக் காட்சி மண்டபத்தின் வெளிப்படையான ஒளியில் நிகழ்வதால் இதில் ஒளிப்பதிவில் என்ன மாயம் நிகழ்த்த முடியும் என்று வேடிக்கை பார்த்தேன். ஒத்திகையின்போது எதையோ கவனித்த அவர் வானத்தையே பார்த்துக் கொண்டிந்தார். படப்பிடிப்பு துவங்கியது. சூரியனைக் குறிக்கிடும் மேகங்களைக் குளிர்கண்ணாடி வழியே கண்காணித்துச் சொல்கிற வேலை எனக்கு. காட்சி படம் பிடிக்கப்படும்போது எதிர்பாராத திசையில் இருந்து ஒரு மாலுமியைப் போலச் செயல்படும் கட்டாயத்தை ஒவ்வொரு ஒளிப்பதிவு உதவியாளரும் பதற்றத்துடன் உணர்ந்திருக்க முடியும். படப்பிடிப்பின் முக்கியமான தருணத்தில் மேகம் குறுக்கிட்டால் படப்பிடிப்பு தடைபடும். அத்துடன் அங்கிருக்கும் ஒட்டுமொத்தக் குழுவினரின் ஏளனமான பார்வை வேறுவிதமான அவமானங்களைத் தரும். இந்தப் படப்பிடிப்பில் பெரும்பான்மையான நேரம், மேகங்களினால் காத்திருந்தோம். ஒட்டுமொத்தக் குழுவும் மேகங்களினால் காத்திருந்தோம். ஒட்டுமொத்தக் குழுவும் மேகங்களின் நகர்தலை அனுமானிக்கும். சூரியஒளி முழுமையாக வெளிப்பட்டதும் 'ர்ரெடி' என்று பரபரப்புச் சூழ்ந்துகொள்ளும். அது குளிர்காலமாய் இருந்ததால் மேகங்கள் துரிதமாக வந்தவண்ணம் இருந்தன. 'நேற்று முன் இரவில்...' என்ற ஆண்குரல் பின்னணியுடன் ஒலிக்க, கேமரா ட்ராலியில் இருந்து மெதுவாக முன்னகர, எனது சிறிய வட்டவடிவமான குளிர்கண்ணாடியில் சூரியன் நீலவானில் தனித்துக் காய்ந்தான். லயம் பெருக "இன்று முன்னிரவில்...." என்று அடுத்தவரி துவங்கும்போது

தொலைவிலிருந்து ஒரு மேகம் என் குளிர்கண்ணாடிக்குள் நுழைந்தது. நீண்ட ஒத்திகைக்குப்பின் தொடங்குகிற காட்சி என் தவறினால் தடைப்படக் கூடுமோவென பதற்றம் கொள்கையில் மேகம் தன் வெண்துதிக்கையுடன் சூரியனை நெருங்கியது. இன்னொரு உதவியாளர் பதற்றத்துடன் எனது குளிர் கண்ணாடியை வாங்கிப் பார்த்தார். துதிக்கை சிறகென நெகிழ்ந்து, சூரியன் முழுமையாக மறைந்து முடிக்கும்போது காட்சி நிறைவடைந்தது. ஒளிப்பதிவு உதவியாளர்கள் ஐந்துபேரும் பயத்துடன் அவரை அணுகினோம். அவர் புன்னகைத்தார். காட்சியின் முடிவில் மேகம் மூடியது எனக்கும் தெரியும். அந்தப் பாடலின் கடைசி வரியில் 'கர்வம் அழிந்ததடி' என்று வரும். மேகத்தின் நிழல் காட்சியை மறைப்பதும் அந்தக் கர்வம் அழிவதுமான வார்த்தையின் அர்த்தமும் இயைந்து போகிற அழகை உணர்ந்தேன். திரும்பவும் இன்னொருமுறை ஒதே காட்சியை எடுக்கும் அவசியம் ஏற்பட இப்போது ஒரு மேகத்துக்காகக் காத்திருந்தோம். மேகம் வந்தது. சரியான நேரத்தில் படம் பிடிக்கத் துவங்கி மேகம் மூடும் நேரத்தைத் துல்லியமாக உணர்ந்து அந்தப்பாடல் வரியோடு காட்சியைப் பொருந்தியவிதம் பிரமிக்க வைத்தது.

இதுபோலவே இன்னொரு காட்சி, கேமரா கல்மண்டபத்தின் உள்ளே கிரேனில் இருக்கும். இதன் நுனி மட்டும் சாரளரத்தின் வழியே வெளியே வந்து கல்கோட்டையின் பக்கவாட்டுத் தோற்றம் முழுமையையும் 24mm லென்ஸில் படம்பிடிக்கும். படிகளின் மேலிருக்கும் மேடையில் நாயகி மட்டும் நின்றிருப்பாள். இந்தக் காட்சியைச் சாயங்கால ஒளியில் படம் பிடிக்கத் திட்டம். ஒளியற்ற அந்தச் சாம்பல் வேளையில் படிகள் அனைத்தும் ஈரமாக இருந்தால் நன்றாக இருக்கும் என இயக்குநரும், ஒளிப்பதிவு இயக்குநரும் விரும்பியதால் ஒட்டுமொத்த குழுவும் நர்மதையை அள்ளிப் படிகளில் தெளித்தது. 24mm லென்சின் கோணத்தில் தெரியும் ஒட்டுமொத்தமான நர்மதைக் கரையையும் நனைப்பது சாத்தியமேயில்லை என்று தெரிந்தும் நீர் இறைத்தோம். பிறகு வேறு காட்சிக்காக மண்டபத்தினுள்ளே வந்துவிட்டோம். இதைக் காட்சியை எடுத்து முடிக்குமுன்னால் மழை வந்தது. கடின உழைப்பும் இயற்கையும் ஒத்துப்போகிற அதிசயம் அப்போது நிகழ்ந்ததை ஆச்சரியத்துடன் பார்த்தேன். ஒட்டுமொத்த நர்மதைக் கரையையும் சாரலுடன் நனைத்துவிட்டு மழை நின்றது. கோடக் படச்சுருளில் அப்போது அறிமுகமாயிருந்த 800 ASA படச்சுருள் கொண்டு எடுக்கப்பட்ட அந்தக் காட்சி அற்புதமாக அமைந்தது. பாடலின் வேகத்தில் சில நொடிகளே இந்தக் காட்சி இருந்தாலும் படம்பிடிக்கும்போது கண்ணால் பார்த்த அந்தக் காட்சி பிரமிப்பாக இருந்தது. கண்ணுக்கு எட்டிய வரையில் யாருமற்ற ஈர நதித்துறை மழை பெய்ததால் அலைகளற்றுப் பூசிய நீர்த்தரை போலிருந்த நர்மதை, சாம்பல் பொழுது, உயிரோட்டமான அந்தப் பாடல். இவ்வளவு அழகான சூழலில் மனவயப்பட்டுக் கற்றுக் கொள்கிற கலை திரைப்படமாகத்தான் இருக்க முடியும்.

இதே ஒளியில் மறுநாள் வேறுவிதமான காட்சிக்கு முயற்சித்தார்கள் அதே சாம்பல் ஒளி, மலைப்பொழுது, நனைக்கப்பட்ட நதித்துறையில் கறுப்பு உடையுடன் ஆடும் குமரிகள். 40 அடி கிரேனின் மேலிருந்து கிரணம் பாய்ச்சும் Par விளக்கு ராட்சத மின்விசிறி. புயலென அடிக்கும் காற்றில் கறுப்புத்துணி காற்றில் சர்ப்பமெனப் படபடத்து அலைய ஈரம்பட்டு ஒளிரும் தரையில் விளிம்புகள் கலங்க ஒருவிதமான அரூபநடனம். இந்தக் காட்சிகளைவிடவும் வராத காட்சிகள் அற்புதமானவை. ஒவ்வொரு முறையும் ஒளிக்காகப் பரபரத்து திருப்தி அடையாமல் கோணங்களை நொடிகளில் மாற்றித் தயாராகிப் படம்பிடிக்கப் போகும்போது அந்த இயற்கையான ஒளியின்தன்மை மாறிவிடும். கருக்கலைவதைப் போல வேதனையை எனது ஆசிரியரின் முகத்தில் பார்ப்பேன். இவ்வாறு எடுக்கப்படாத, பத்துவிதமான ஒளிமாற்றப்பட்ட விதத்திலிருந்து ஒரு காட்சிக்குப் பத்துவிதமாக எப்படி ஒளியமைக்க முடியும் அல்லது இயற்கையான ஒளியமைப்பையே பத்துவிதமாக எப்படிக் கோணம் மாற்ற முடியும் என்று கற்றுக் கொள்ளமுடியும். அவருக்குள் இந்தப் பரபரப்பும் தன்னிச்சையாக நிகழும் இந்தக் குணாதிசயமும் ஒரு சில நிமிடங்களுக்குள் அடுக்கடுக்காக நிகழ்ந்து முடியும். இவ்வாறான தருணங்களில் கூர்ந்து கவனித்தால் ஒளியைப் பற்றி அதன் தன்மை குறித்த அளவில்லாத விளக்கத்தை அவரது சில அசைவுகளில் இருந்து கற்றுக்கொள்ள முடியும்.

படப்பிடிப்பு முடிந்ததும் பின்னிரவில் அறைக்குத் திரும்புவோம். குறுகிய படிகளில் ஏறி நீளக்குழல் விளக்குள் எரியும் உணவு விடுதியில் 'சாவல்' என்று கேட்டதும் எங்களை அறிந்து புன்னகை புரிகிற கடைக்காரன் விறைத்த சோற்றுப் பருக்கைகளுடன் கெட்டித்தயிரும் தருவான். சற்றே புளிப்புச்சுவை உடைய இனிப்பும் அதில் இருக்கும். அறைக்குத் திரும்பி அன்று எடுத்த காட்சிகளின் ஒளியமைப்பு குறித்து நான் ரகசியமாய் குறித்திருந்த விவரங்களைப் பார்த்தபடியே தூங்கிவிடுவேன். வைகறையில் இருட்டிலேயே விழித்து குளிர்ந்த நீரில் குளித்து நர்மதையிடம் மீண்டும் திரும்புவோம்.

இவ்வாறு மூன்று நாள் எடுத்த பாடல் நிறைவடைந்ததும் 'யாரோ யாரோடு...' என்ற பாடலைப் பதினொரு மணிக்குத் துவங்கி மாலை ஐந்துமணிக்குள் ஒரே நாளில் எடுத்து முடித்தோம். Steady Cam ன் துரித இயக்கமும் அதை கிரேன் அசைவுடன் லாவகமாக இணைத்த விதமும் புதிதான உத்தியாக இருந்தது. வணிகத் திரைப்படத்தில் அதன் முக்கியப் பொழுதுபோக்கு அம்சமான பாடல்களை இருவிதமான வேகத்தில் படம்பிடித்த விதமும், அதன் உள்ளார்ந்த திட்டமிடலும், சூக்குமங் களும், முயற்சியும் புதுப்பார்வையாளனாக என்னைக் கவர்ந்த விஷயங் களும் அதிலிருந்து நான் கற்றுக்கொண்டவிதமும் அலாதியானவை.

நள்ளிரவில் படப்பிடிப்பில் முடித்துத் திரும்பும்போது முதல்நாள் காலையில் அந்தப் படகில் எடுத்த காட்சியின் exposure என்ன என்று கேட்பார். 5.6+ தானே என்று அவரே சரியான பதிலையும் சொல்வார். இன்று மதியம் எடுத்த காட்சியில் ஒளியின் பிரதிபலிப்புத்தன்மை வண்ணங்களின் பிரதிபலிப்புத்தன்மையுடன் இணைந்தவிதம் குறித்து விளக்குவார். உணவு இடைவேளையில் படச்சுருளின் வரிசை எண் மாறாமல் இருக்கிறதா என்று கேட்பார். அடுத்த காட்சிக்குத் தயாராகும் இடைவெளியில் ND பில்டரின் Filter Factor என்ன என்று கேட்பார். ஒவ்வொரு நொடியும் கூரிய கிரகிப்புத்தன்மையுடன் தன் உதவியாளர்கள் இருக்க வேண்டுமென எதிர்பார்ப்பார்.

படப்பிடிப்பின்போது இயக்குநருக்கும் எங்கள் ஆசிரியருக்கும் காட்சியை வடிவமைப்பதில் சில சமயங்களில் கருத்து வேறுபாடு வரும். அது விவாதமாக மாறும். பின் வார்த்தைகள் சப்தம் கூடித் தடித்து ஆங்கிலத்தில் சண்டை நடக்கும். பிறகு எல்லாம் சில நொடிகளில் தணிந்துவிடும். பிறகு கனத்த மௌனம். நர்மதை நதியின் சலசலப்பு மட்டும் துல்லியமாகக் கேட்கும். உதவியாளர்களாகிய நாங்கள் மௌனமாக நின்றிருப்போம். அடுத்த பத்து நிமிஷத்தில் இருவரும் கூடிப்பேசுவார்கள். 'ரெடி' என்ற குரல்கேட்டு திரும்பவும் பழைய வேகத்துடன் படப்பிடிப்பு துவங்கும். ஒரு இயக்குநருக்கும் ஒளிப்பதிவாளருக்கும் இருக்கவேண்டிய புரிதல், உறவின் நெருக்கம் ஆச்சரியமாக இருக்கும்.

"மணி இது நல்லாயிருக்கும்"

" இல்ல பி.சி. இது…"

"இல்ல மணி…"

விரித்த கைகளின் கட்டைவிரல் இணைத்து இரண்டுபேரின் கைகளும் வெவ்வேறு திசையில் புதுப்புதுக் கோணங்களுடன் அலையும். நோக்குந் திசையெங்கிலும், கற்பனைச் செவ்வகங்களால் ஆகி சட்டமாகத் (frame) தெரியும். சிறந்ததை நோக்கிய அந்தத் தேடல். நமக்குப் புதுவிளக்கங்களைத் தரும். ஒவ்வொரு பாடலுக்கு முன்பும் அதைத் திட்டமிடுகிற விதமே பார்க்க அலாதியாய் இருக்கும்

"என்ன செழியன்… என்ன கத்துக்கிட்டீங்க?"

"நிறைய" என்று புன்னகைப்பேன். நேரடியாகப் பார்த்துப் பழகிக் கற்றுக் கொள்வதைவிட உள்ளுணர்வின் மூலம் உணர்கிற பலவிஷயங்கள் அற்புதமானவை. 'நீ யாருக்கும் எதையும் கற்றுத்தர முடியாது' என்கிற தம்மபதத்தின் வாசகம் வேறொரு தளத்தில் விளங்கும்.

நான்காவது நாள் மாலை ஜெனரேட்டரின் சப்தம் அணைந்ததும் நதிக்கரை தனது ஆழ்ந்த மௌனத்திற்கு மீண்டது. தமது

உடைமைகளுடன் ஒவ்வொருவராக அறைக்குத் திரும்புகிறார்கள். அடர்ந்து வரும் பொழுதில் குளிர்பரவ தீராவெளியில் இருளெனப் பெருகுகிறது நர்மதை.

கையில் இத்தனை நாள் படப்பிடிப்பின் விளக்குகள் பற்றிய குறிப்புகள்.

எதிரே பிரம்மாண்டமான இருள்.

நாளை யமுனை வசிக்கும் ஆக்ராவுக்குப் போகவேண்டும். குலுங்கும் சாலைகளில் வழியே தொடரும் முடிவற்ற பயணம். இருள் அடர்ந்த பாதைகள் கடந்து போகவேண்டிய சமவெளி இன்னும் வெகுதொலைவில் இருக்கிறது.

பிறகு வடிகட்டிகள் அடங்கிய பெட்டியுடன் உயரமான படிகளிலிருந்து ஓய்ந்த கால்களுடன் தரை இறங்கினேன். விளிம்புகள் மறைய கல்மண்டபம் மூழ்கத் துவங்கும் இரவில் புன்னகைக்கும் சிற்பங்களிடமிருந்து விடைபெற்றேன். - மீண்டும் இங்கு திரும்பிவருகிற நாள் அறியாது.

மாற்று ஊடகமும் நட்சத்திரங்களின் அந்திமக் காலமும்

கருவுற்ற காலத்தின் தொடக்க மாதங்களில் ஏற்படும் உடல் மாற்றம் போலத் தமிழ்த்திரைப்படம் தனது அடுத்த பரிணாமத்தை எய்துவதற்கான சூக்குமமான சில அறிகுறிகள் தெரியத் துவங்கிவிட்டன. தனிமனிதனின் பொழுதுபோக்கு நுகர்வில் முதலிடத்தில் இருந்த திரைப்படம், வாழ்க்கையின் அவசரம் மற்றும் தொலைக்காட்சி, இணையம் முதலான காட்சிசார்ந்த இதர நுகர்வுகளால், மூன்றாம் இடத்திற்குத் தள்ளப்பட்டுவிட்டது. இதன்மூலம் பார்வையாளனிடம் தனக்கென எற்படுத்தி வைத்திருந்த கவர்ச்சி சார்ந்த ஈர்ப்பினைத் திரைப்படம் இழந்துவிட்டது.

முதன்முதலில் திரையில் ரயில் இன்ஜினைப் பார்த்த பார்வையாளன் தான் கொல்லப்பட்டு விடுவோம் என்று திரையரங்கிலிருந்து பயந்து ஓடினான். உடனே அந்தப் பயம் கலைந்து விநோதமாகப் பார்த்த பிறகு நேசிக்கத் துவங்கினான். நேசிப்பு வளர்கிற துவக்க காலம் கறுப்பு - வெள்ளைக் காலம். நேசிப்பின் முதல் கட்டம், பிறகு காதலின் தன்மயக்கம் (obsession). திருமணத்திற்குப்பிறகு மனைவியுடனான, பரவசமற்ற, வெகுவாகப் பழகி, ரகசியமற்ற தன்மையை அடைவதுபோலத் திரைப்படமும் நூறு ஆண்டுகளில்... பார்வையாளனுக்கு வெகுவாகப் பழகிய, ரகசியங்களற்ற நிலையை அடைந்துவிட்டது. மேலும், பொருளாதார மேன்மை நோக்கி உந்துகிற இயந்திரமாக மாறிவிட்ட மனிதன், தனது மெல்லிய உணர்வுகளின் கூர்முனைகள் உடைந்துவிட்ட நிலையில் எந்த அற்புதத்தையும் பார்த்து 'ஹுர்ரே' என்று கத்துவதற்கான அவசியமில்லாமல் அதனாலென்ன (so what) என்கிற மந்தநிலைக்கு வந்துவிட்டான். மனவியல் சார்ந்த இந்த மாற்றம், களைப்புத் தன்மை அவனது பொழுதுபோக்கு ஈடுபாடுகளிலும் பிரபலிப்பது இயற்கையானது. மேலும் திரையரங்கின் இருட்டுக்குள், திரைப்படத்துக்கு எதிரில் தனிமைப்படுத்துகிற பார்வையாளன் திரையில் நிகழ்கிற கதையோடு, கதாபாத்திரங்களோடு அந்நியோன்யம் கொள்கிறான். செயற்கை இருட்டு தருகிற மனவியல் சார்ந்த தனிமை இதனைச்

சாத்தியப்படுத்துகிறது. ஆனால் தொலைக்காட்சி முன்னால் அதே திரைப்படத்தைப் பார்க்கும்போது பார்வையாளன் தன்னுணர்வில் இருக்கிறான். சுற்றியிருக்கிற அறையின் வெளிச்சம், தன் உருவத்தை விடவும் சிறிதாக நிகழ்கிற பிம்பத்தின் மீது மறைமுகமாக ஏளனத்தையும் விமர்சனத்தையும் ஈடுபாட்டினையும் ஏற்படுத்துகிறது.

இந்தநிலைக்கு பழக்கப்பட்ட பார்வையாளன் திரும்பவும் திரையரங்கிற்கு வரும்போது தன் தனிமையை, திரையில் நிகழ்வதுடனான அந்நியோன்யத்தை உணர்வதில்லை. திரையில் வருகிற பிரமாண்டமான உருவங்கள் தனது வீட்டின் வரவேற்பறையில் குறுகிவிடுகிறபோது அதன் மீது நிகழ்கிற தன்முனைப்பு சார்ந்த ஏளனம், ஆதிக்கத்தன்மை, உணர்வுப் பூர்வமாகத் திரையரங்கில் தோன்றிய திரைப்படம் வீட்டின் சின்னத்திரையில் வெறும் கூத்தாக, கதையளப்பாக முடிந்துவிடுகிறது. திரையரங்கில் தனது உருவத்தைவிட பலமடங்கு பெரிதான நிழலுருவத்தை பார்க்கும்போது திரைபிம்பம் பார்வையாளனை ஆதிக்கப்படுத்துகிறது. நம்மைவிடவும் உருவத்தில் பெரிய விஷயங்களைப் பார்க்கிறபோது நம் மனதில் பயம், வியப்பு, உற்சாகம் ஏற்படுகிறது என்பது மனவியல் உண்மை. நம்மைவிடவும் உருவத்தில் பெரிய விசயங்களைப் பார்க்கும்போது நம் மனதில் ஈர்ப்பு, சிநேக பாவம், ஏளனம் முதலான மனஉணர்வுகள் ஏற்படுகின்றன என்பதும் மனவியல் உண்மை. தனது தொலைக்காட்சியை - தனக்காகப் பொழுதுபோக்க உதவும் நண்பனை - வீட்டில் எங்கு வேண்டுமானாலும் நகர்த்திக் கொள்ளலாம். விரும்பிய இடத்திற்குத் தூக்கிச் செல்லலாம். வேண்டாமெனில் அதன் சத்தத்தைக் குறைக்கலாம். அதன் காட்சிகளை அணைக்கலாம். அது ஒரு நண்பன். வேலைக்காரன், அடிமை. ஆனால் திரையரங்கில் நிகழும் திரைப்படம்? அதற்கு முன் நீங்கள் குறுகிவிடுகிறீர்கள். உங்களுக்காக அது எந்தத் தன்மாற்றத்தையும் அனுமதிப்பதில்லை. எனவே வரிசையில் நின்று கசங்கி, தன்முனைப்பை நசுக்கிக் கொண்டு கூட்டத்தோடு கூட்டமாக இருக்கிற நீங்கள், உங்கள் வீட்டில் வசதியாக இருக்கையில் அமர்ந்துகொண்டு சில பொத்தான்களை அழுத்துவதன்மூலம் பிம்பங்களைச் சேவகம் செய்து வைக்க முடியும். இவ்வாறு பிம்பங்களுடனான சிநேக பாவத்தை அடைந்த மனிதன் அதன் மீதான கவர்ச்சியை இழப்பதும் இயற்கையானது.

பொதுவாக ஒரு திரைப்படத்தின் வெற்றியின் உத்தரவாதம் (திரைப்படம் வெளியிடப்படுவதற்கு முன்) சில கூறுகளைக் கொண்டு தீர்மானிக்கப்படுகிறது.

1. அந்தத் திரைப்படத்தின் நடிகர்கள் - அவர்களின் நட்சத்திர மதிப்பு.
2. ஒரு படம் வெளிவரும் நாள் அல்லது காலம்.

3. அதனுடன் வியாபார ரீதியாகப் போட்டியிடும் படங்கள்.

4. அந்தப் படத்திற்கு செய்யப்படும் விளம்பரங்கள்.

இதில் நட்சத்திர மதிப்பு (star value) என்பதே ஒருவிதமான மாயைதான். முந்தைய வெற்றிப்படங்கள் அந்தப் படங்களின் மூலம் கிடைத்த இலாபம் இவற்றை அடிப்படையாகக் கொண்டு தயாரிப்பாளர்களும் நடிகர்களும் ஏற்படுத்தும் ஒருவிதமான மதிப்பீடுதான் இது. தயாரிப்பாளர்களைத் தொடர்ந்து விநியோகஸ்தர்கள். அவர்களை தொடர்ந்து இடைத்தரகர்கள். இவர்களிடையே படத்தின் வெற்றியின் உத்தரவாதம் கருதி உருவாக்கப்படும் வியாபாரத் தந்திரம்தான் இந்த நட்சத்திர மதிப்பு என்கிற மாயை.

வெளிப்படையாக ஆராய்ந்தால் ஒரு படத்தின் வெற்றிக்கும் அதில் நடிக்கும் நடிகனுக்குமான தொடர்பு - அவரது நட்சத்திர மதிப்பை வைத்து - வெறும் பத்து அல்லது இருபது சதவீதமே இருக்கும். இந்தப் பத்து சதவீதமும் முதல் பத்து நாட்களுக்குத் திரையரங்கிற்குப் பார்வையாளனை இழுத்துவருகிற கவர்ச்சிக்காகத்தான் தரப்படுகிறது. ஒரேநாளில் வெளியிடப்பட்ட இரண்டு படங்களில் ஒன்றில் நடிகரின் படமும் திரையிடப்படுகிறது என்றால் முதல் வாரத்தில் ஒரு சராசரிப் பார்வையாளனின் தேர்வு, தெரிந்த நடிகரின் படமாகவே இருக்கும். இந்த அறிமுகம் மட்டுமே நட்சத்திர மதிப்பாகக் கருதப்படுகிறது. இவ்வாறான அறிமுகம் பால் அபிஷேகம், பிரமாண்ட உருவ அட்டை மற்றும் அலங்கார வளைவுகள் என்று ரசிகர் பட்டாளங்களின் அமளியோடு துவங்கினால் அது பெரிய நடிகர், பெரிய துவக்கம் உள்ள படமாகத் திரைத்துறையினரால், பத்திரிகையாளர்களால் கருதப்பட்டு அதன்மூலம் பெரிய படம் என்கிற மாயையை ஊடகங்கள் மூலம் ஏற்படுத்த முடிகிறது.

இந்த விளம்பர உத்தியின் முக்கியமான சாதனம்தான் ரசிகர் மன்றங்கள், பெரும்பாலும் வேலையற்ற இளைஞர்கள் இதன் அங்கத்தினர்கள். ஒவ்வொரு படம் வெளியிடப்படும் போதும் அதன் நாயகனின் பெயரில் இருக்கும் ரசிகர்மன்றங்கள் கூடுதல் விலைவைத்து இருக்கைகளுக்கான விலை விற்பதும், அதன் வருவாய் பகிர்ந்து கொள்ளப்படுவதும், அலங்கார வளைவுகள்; சுவரொட்டிகளுக்கான செலவை இதன்மூலம் ஈடுகட்டிக் கொள்வதும் நடக்கிறது. பல நடிகர்கள் பணம் கொடுத்து ரசிகர் மன்றங்களை ஊக்குவிக்கிறார்கள். இந்த ஊக்குவிப்பின்மூலம் பிரதிபலன் அவர்கள் படம் வெளியாகும்போது தெரிகிறது. இந்த பரபரப்புக் கொண்டாட்டங்களின் மூலம் படத்திற்கான பெரிய எதிர்பார்ப்பு மக்களிடம் இருப்பதாக நடிகர்கள் மூலம் தயாரிப்பாளருக்கும் தயாரிப்பாளர் மூலம் விநியோகஸ்தருக்கும் விநியோகஸ்தர் மூலம் திரையரங்க உரிமையாளருக்கும் சித்தரிக்கப் படுகிறது.

தனது வீட்டுப் பிரச்சனையிலும் அன்றாடக் குடிநீர் பிரச்சனையிலும் சிக்கியிருக்கிற சராசரிப் பார்வையாளன் எந்த எதிர்பார்ப்புமற்று இருக்கிறான். ஊடகங்களின் நேர்காணல்கள், விளம்பரங்கள் மூலமாக திரும்பத்திரும்ப எதிர்பார்ப்புகள் ஊட்டப்பட்டு திரையரங்கிற்கு வருகிறான். தனக்கு விளம்பரம் முலம் சித்தரிக்கப்பட்ட எதிர்பார்ப்புகள் அனைத்தும் பொய்யானவை என்று உணரும்போது படத்தைத் தோற்கடிக்கிறான். டாப்டென் மதிப்பெண் இடும் விமர்சனங்கள் துதிபாடும் நேர்காணல்கள் இவையனைத்தும் பொய்த்து திரைப்படம் தோல்வி அடைகிறது.

இவ்வாறு தனது மனதுக்குப் பிடிக்காததைப் பார்வையாளன் நிராகரிக்கும்போது அதன் நேரடியான பாதிப்பு திரையரங்க உரிமையாளர், விநியோகஸ்தர், தயாரிப்பாளர் என்று தலைகீழ் வரிசையில் வந்து சேர்கிறது. எல்லோரும் இந்தத் தோல்வியை அனுபவிக்கும்போது நடிகன் மட்டும் தொழில்நுட்பக் கலைஞர்களை, கதையை, விமர்சனங்களைக் காரணம் காட்டி தோல்வியின் சாயம் தன்மேல் படிந்துவிடாமல் தப்பிக்க முயற்சிக்கிறான். இந்த முயற்சி நாளடைவில் நிரூபணம் ஆகும்போது ஆட்டத்திலிருந்து பரிதாபமாக விலக்கப் படுகிறான். ஆனால் துரதிர்ஷ்டவசமாக இந்த முடிவு வருவதற்குள் ஒரு நடிகனின் வசீகரக் காலமும் இயல்பாகவே முடிந்துவிடுகிறது. திரும்பவும் புதுநடிகன் வருகிறான். அவனது போலியான நட்சத்திர மதிப்பு உருவாக்கப்படுகிறது. இயக்குநர்களும் தயாரிப்பாளர்களும் தங்கள் பலம் புரியாது அவன்பின்னே ஓடித் தங்கள் படங்களின் வெற்றியை உத்தேசித்து அவனது நட்சத்திர மதிப்பைப் போலியாக உயர்த்துகிறார்கள். பிறகு அவனது தேதிக்காகக் காத்திருக்கிறார்கள்.

நட்சத்திர மதிப்பு மட்டுமே ஒரு படத்திற்கான வெற்றிக்குப் போதும் எனில் பின்வரும் உதாரணம் குறித்து யோசிக்கலாம். இந்தியாவின் நட்சத்திர மதிப்பு மிகுந்தவர் என்று கருதப்படுபவர் சச்சின் டெண்டுல்கர். மேலும் இவரது நட்சத்திர மதிப்பு ஒப்பனை மூலம் சித்தரிக்கப்பட்ட படிமம் அல்ல. உண்மையில் தனது திறமை, உழைப்பு, வெற்றியின் மூலம் உண்டான நம்பகத்தன்மையின் மூலம் உருவானது. உண்மையான மதிப்பின் மூலம் உலகெங்கிலும் ரசிகர்களைக் கொண்ட இவரை நாயகனாக வைத்து எடுக்கப்பட்ட விளம்பரங்கள் அனைத்தும் பெருவெற்றி அடைந்திருக்கின்றன. எனில் இவரை நாயகனாக வைத்து எடுக்கப்படும் ஒரு கதைப்படம் வெற்றி பெறும் என்று நூறுசதவீதம் உத்தரவாதம் அளிக்க முடியுமா? இந்தக் கேள்வியில் உள்ள நகைச்சுவையில் நமக்கு சிரிப்பு வருகிறது. ஏன் ? நட்சத்திர மதிப்பு படத்தின் வெற்றிக்கு ஒருபோதும் உதவுவதில்லை என்பதுதான் உண்மை. புகழின் உச்சத்திலிருக்கும்போது படுதோல்வி அடைந்த எம்ஜிஆரின் படங்களும் இருக்கின்றன.

சில வருடங்களுக்கு முன் பிரபல நடிகரின் உண்ணாவிரதக் காட்சிகளின் ஒளிபரப்பை ஏழுமணி நேரம் பார்க்கிற பார்வையாளனுக்கு அவரது இரண்டரை மணிநேரப் திரைப்படம் எரிச்சலூட்டியது எதனால்? எனவே நட்சத்திர மதிப்பு என்கிற படிமம் ஒரு திரைப்படத்தின் வெற்றிக்கு உதவுவதில்லை.

அதிகம் எதிர்பார்ப்புகளை உருவாக்குவதே தோல்விகளுக்கான காரணம் என்றொரு பொதுவான கருத்து இருக்கிறது. இது மேலோட்டமானது. இதுமாதிரியான படங்கள் எந்த எதிர்பார்ப்பும் இல்லாமல் வந்தாலும் தோற்றுப்போகும் என்பதுதான் உண்மை. ஆனாலும் இவற்றின்மேல் ஏற்படுத்தும் எதிர்பார்ப்பின் பின்னணியில் இருக்கும் காரணம் வியாபார ரீதியானது.

இவ்வாறான படங்கள் வெளிவருவதற்கு முன்பே இதில் பணிபுரிந்தவர்கள், தொழில்நுட்பக் கலைஞர்கள், நடிகர்கள், இயக்குநர் என்று ஒட்டுமொத்தமாக அனைவரும் தொலைக்காட்சியிலும், பத்திரிகையிலும் தனித்தனியே அந்தப் படம் பற்றிய உயர்ந்த அபிப்ராயங்களை வெளியிடுவார்கள். ஐந்து மணி நேரம் பொறுமையாக ஒப்பனை செய்து கொண்டார். ஒருமணிநேரம் வெயிலில் நின்றார். கட்டடத்திலிருந்து குதித்தார். இரண்டு நாட்கள் பட்டினி கிடந்தார் என்கிற ரீதியில் நேர்காணல் தொடரும். ஒளிப்பதிவாளர், ஹாலிவுட்டில் இருந்து தொழில்நுட்பச் சாதனங்களை வரவழைத்ததாகச் சொல்வார். தான் எடுத்த படத்தைப் பற்றி இயக்குநர், இது மிகப்பிரமாதமான படம் என்று சொல்வார். தெருச்சண்டையில் வல்லாரை லேகியம் விற்பவனின் தந்திரம் செயற்கைக்கோள் மூலமாக நம்மை வந்தடைகிறது. இவ்வாறாகத் தங்கள் படங்களைக் குறித்த செய்திகளை, வதந்திகளைத் திட்டமிட்டுத் திரும்பத்திரும்ப பரப்புவதன் மூலம் பார்வையாளனின் மனதில் படம் குறித்த விஷயங்களைப் பதிவு செய்வதும் அதன்மூலம் அவனது பணத்தை, நுழைவுச்சீட்டாக மாற்றுவதும்தான் குறிக்கோள்.

இந்த ஆசைத்தூண்டலில் வயப்படவர்கள் திரையரங்கிற்குப் போய், ஏமாந்து, உரியவர்கள் பற்றிய வசைமொழியுடன் வீடு திரும்புகிறார்கள். ஒரு வாரம் பொறுத்திருந்தவர்கள் திருட்டு ஒளித்தகடை நாடுகிறார்கள். அல்லது தவிர்த்துவிடுகிறார்கள்.

கடந்த வருடங்களில் பெரிதும் எதிர்பார்க்கப்பட்ட படம் 'பாபா'. தமிழ்ச்சமூதாயம் தனது சகல பிரச்சனைகளையும் மறந்துவிட்டு இந்தப்படம் வெளியாகும் நாளில் திரையரங்க வாசலில் திரண்டுவிடப் போகிறார்கள் என்பதான கற்பனையைச் சகல ஊடகங்களிலும் நம்பகத் தன்மையுடன் வெளியிட்டன- அதன்பிறகு புதுப்புது அரசியல் பிரவேசம் நிகழ்வதாகவும் தங்கள் காலம் விடிந்துவிடுவதாகவும் அப்பாவி ரசிகன் கனவு காணும்படித் தூண்டப்பட்டான். இத்தனைப் பரபரப்போடு

இதற்குமுன் எந்தத் தமிழ்ப்படமும் வந்திருக்கவில்லை. விளைவு என்னாயிற்று? வெளியான இரண்டாவது நாளிலேயே திரையரங்குகள் காலியாயின. ஆனாலும் வழக்கம்போல் இதன் தோல்விக்குப் பல காரணங்கள் கற்பிக்கப்பட்டன.

இதன் பின்னாலிருக்கும் உண்மை என்னவெனில் தவறானதை நிராகரிக்கும் சூழலைக் காலமே பார்வையாளனுக்கு ஏற்படுத்தித் தந்துவிட்டது என்பதுதான். நீங்கள் பொய்யான பிரச்சாரம் மூலம் ஒரு சலவைக்கட்டியையோ, திரைப்படத்தையோ விற்கமுடியாது. பிரமைகள் கலைந்துவிட்டன. பயன்பாட்டின் முலம் சுகிப்பின் மூலம் எது சரி? எது தவறு? என்று உணர்கிற முதல் நிலைக்குப் பார்வையாளன் வந்துவிட்டான்.

தனிமனிதன், திரைப்படங்களின் மூலம் நடிகராகத் தான் பெற்றிருக்கும் நட்சத்திர மதிப்பை இழப்பதற்கான காலம் வெகுவாக நெருங்கிவிட்டது. நட்சத்திரங்களின் இறுதிக்காலம் என்று கூடச் சொல்லலாம். ஒரு கூட்டு வெற்றியைத் தன்னுடையதாக மாற்றிக் கொள்ளும் நடிகர்களின் ஒப்பனை இத்துடன் கலைகிறது. இதை நாம் மேலோட்டமான உதாரணம் மூலம் விளங்கிக் கொள்ள முடியும்.

1. ஒரு குறிப்பிட்ட நடிகரால் மட்டும் ஒரு படம் வெற்றி பெறுகிறது என்றால் அவர் நடித்த எல்லாப் படங்களும் வெற்றி பெற்றிருக்க வேண்டும்.

2. மற்ற எந்தப் பிரபலங்களையும் தன்னுடன் சேர்த்துக் கொள்ளாமல் தன்னிச்சையாக அவர் மட்டுமே சாதாரணப் புதுமுக நடிகர்களுடன், மூன்றாந்தரமான தொழில்நுட்பக் கலைஞர்களுடன், இசையமைப்பாளர் களுடன் இணைந்து அவர் அந்த வெற்றியை ஈட்டியிருக்க வேண்டும்.

எம்.ஜி.ஆர் படங்களில் கூட மேற்கூறிய உதாரணங்களை நிரூபிக்க முடியாது. தற்போது முன்னணியில் இருக்கிற சகல கலைஞர்களையும் தன் பின்னணியில் வைத்துக் கொள்வதன்மூலம் அடைகிற பெரு வெற்றிக்குத் தன்னை முன்னிறுத்திக் கொள்கிற தன்மையே எப்போதும் இருந்திருக்கிறது. இது ஒன்றுதான் வெற்றியின் சூக்குமம். இதில் அப்பாவியாகப் பலியாகிறவர்கள் இயக்குநர்கள், கதாசிரியர்கள், ஒளிப்பதிவாளர்கள், இசையமைப்பாளர்கள், படத்தொகுப்பாளர்கள் ஒரு வெற்றி பெற்ற படத்தின் பாடல்கூட நடிகரின் பெயரால் அவரது பாடல் என்றே அழைக்கப்படுகிறது. இசையமைப்பாளர் புறந்தள்ளப்படுகிறார்.

எனவே, ஒரு படத்தின் வெற்றி என்பது கதை சார்ந்தது. அது சொல்லப்படும்விதம் சார்ந்தது. எனவே நடிகர்களோ அவர்களின் பிரபலத்தன்மையோ அவசியமற்றது. இதற்குச் சான்றாக, பிரபலமில்லாத, அறிமுக நடிகர்களின் சமீபத்திய வெற்றி கவனித்தக்கது. இங்கிருந்துதான்

இதற்கிணையாகத் திரைப்படத்துறையில் நிகழ்ந்துகொண்டிருக்கும் தொழில்நுட்பப் புரட்சியும் கவனிக்கத்தக்கது. இவையெல்லாம் தற்செயலான நிகழ்வுகள் என்று ஒதுக்கிவிட முடியாது.

இலக்கியத்தில், மரபுக்கவிதைக்கு எதிரான இயங்கங்கள் புதுக்கவிதை மொழியைத் தூக்கிப் பிடித்தபோது நிகழ்ந்த மாற்றங்களைப் பின்நோக்கிப் பார்க்கலாம். அது ஒட்டுமொத்த இலக்கியத்தின் மொழிநடையையே இன்று மாற்றிவிட்டது. இன்று மரபுக் கவிதை எழுதுபவர்களின் இருப்பு குறித்தே சந்தேகம் எழுகிறது. வெறும் இலக்கணத் தகுதி மட்டும் போதுமானதில்லை என்பதைக் காலம் மொழியில் நிகழ்த்தியது மாதிரி, வெறும் பிரபலத்தன்மை மட்டுமே போதுமானதில்லை என்கிற உண்மையையும் காலம் திரைப்பட மொழிக்குக் கற்றுத் தருகிறது. மொழியில் இந்த மாற்றம் நிகழ்ந்தபோது ஜனரஞ்சகத்திற்கு மாற்றாகப் புதுப்புதுச் சிறுபத்திரிகைகள் அதிக அளவில் தோன்றின. மொழியின் முழுவீச்சோடு, நேர்மையான இலக்கிய முயற்சிகள் மேற்கொள்ளப்பட்டன.

அவ்வாறான மாற்றத்திற்கான பருவம் தமிழ்த்திரை உலகில் துவங்கிவிட்டன. ஏனெனில் இவ்வளவு உறுதியான தீர்மானங்களை முன்வைக்க திரையுலகில் அடுத்த பரிணாமமாக நிகழும் டிஜிட்டல் தொழில்நுட்பங்கள் கூர்ந்து கவனிக்கத் தக்கவை.

விஞ்ஞானத்தின் துரிதவேகத்தில் நுட்பங்களும், கருவிகளும் தங்களது பொருளாதார மேன்மையை இழந்து வருகின்றன. திரைப்படம் தனது நூறாண்டு வளர்ச்சியில் தனது கச்சாப் பொருளான படச்சுருளையே இழக்கும் நுட்பம் வந்துவிட்டது. கணினியின் வருகையினால் நிகழும் முக்கியமான மாறுதல்களில் இதுவும் ஒன்று. ஒரு படத்தின் தயாரிப்புச் செலவில் முப்பது சதவீதம் படச்சுருள் வாங்கவே செலவாகிறது. அறுபது சதவீதம் நடிகர்களுக்கு சம்பளமாகக் கொடுக்கப்படுகிறது. மீதமுள்ள பத்து சதவீதம் அடிப்படையான செலவுகளுக்குப் பயன்படுகிறது. இப்போது வரும் தொழில்நுட்பத்தில் நடிகர்களுக்கான சதவீதத்தையும், படச்சுருளுக்கான சதவீதத்தையும் கழித்துவிட்டால் வெறும் பத்துமுதல் இருபது சதவீத செலவுக்குள் படம் எடுத்துவிட முடியும்.

இதற்கிணையாக, அறிவியலில் நிகழவிருக்கும் அடுத்தடுத்த மாற்றங்கள் ஈர்ப்பானவை. டிஜிட்டல் ஒளிப்பதிவு மூலம் பிலிம் சுருளுக்குப் பதிலாக ஒளிநாடாவில் ஒளிப்பதிவு செய்யப்பட்டு அவ்வாறு எடுக்கப்பட்ட படங்களைக் கடைசியாக பிலிமில் பதிவு செய்து திரையிடுவதுதான் சமீபத்தியப் புதுமை. இதில் தயாரிப்புச் செலவுகள் குறைகிறது என்பதைத்தவிர வேறொன்றும் புதுமையில்லை. இதன் அடுத்த கட்டமாக, இவ்வாறு எடுக்கப்படவிருக்கும் படங்களைச் செயற்கைக் கோள் மூலம் திரையரங்கிற்கு நேரடியாக வெளியிட முடியும். அப்போது

திரையரங்குகள் நமது தொலைக்காட்சிப் பெட்டி மாதிரி படங்களை விண்ணில் இருந்து பெற்று ஒளிபரப்பும். குறிப்பிட்ட ஒரு படத்தை ஒரே நாளில் உலகின் எல்லாப் பகுதியிலும் திரையிட முடியும். இதற்குப் பிரதிகள் அச்சிடும் செலவும் இல்லை.

இந்தமுறை வரும்போது திரையரங்குகளின் பயன்பாடு பெரிதும் குறைந்துவிடும். திரையரங்கின் தேவையே இல்லாது போனால்கூட வியப்பில்லை. அப்போது உங்கள் வீட்டின் தொலைக்காட்சிப் பெட்டியிலேயே படங்கள் நேரடியாக வெளியிடப்படும். இவ்வாறு வெளியிடப்படும் படங்களுக்கான குறைந்த கட்டணம் ஒரு வீட்டிற்கு பத்துரூபாயாக இருந்தாலும் படத்தின் மொத்தத் தயாரிப்புச் செலவை கேபிள் இணைப்புகள் மூலம் இலாபகரமாகப் பெற்றுவிடமுடியும்.

இதன் முக்கியமான சாதனை என்னவெனில் இதில் வெற்றி, தோல்வி கிடையாது என்பதுதான். தரம், தரமின்மை மட்டுமே கணக்கில் எடுத்துக் கொள்ளப்படும். தரமானது காலத்தை விஞ்சி நிற்கும். உதாரணத்திற்கு, தற்போது வெளியாகும் வணிகத் திரைப்படங்களில் ஒருவருக்குப் போட்டியாக இன்னொருவரைச் சொல்லமுடியும். ஆனால் ஒரு கலைப்படத்திற்குப் போட்டியாக, ஒரு புதினத்திற்குப் போட்டியாக, ஒரு எழுத்தாளனுக்குப் போட்டியாக இன்னொன்றை நிறுவ முடியாது. போட்டியற்ற சூழலில் அவரவர் மனஉணர்வுக்கேற்ப, மெய்யான தரிசனங்களைப் படைப்பாக முன்வைக்க முடிவதால் நல்ல படைப்புகள் அவரவர் முழு ஆளுமையுடன் வெளிப்படும்.

அதிகபட்சமாக இரண்டு மூன்று முறை புதுப்படங்களை மறு ஒளிபரப்புச் செய்யலாம். அதைத்தவிர நூறு நாட்களை நோக்கி ஓட்டப்படும் அவசியமில்லாத, வெற்றி தோல்வியற்ற நிலையில் திரைப்படத்தின் நடிகர்கள் மூன்றாந்தரமான மூலப்பொருளாகக் கருதப்படுவார்கள். திரைக்கதை, இயக்குநர் இவற்றிற்குப் பிறகான இடமே நடிகர்களுக்குத் தரப்படும். நட்சத்திர மதிப்பு என்கிற வார்த்தை தானாகவே அவசியமற்றுப் போகும். ஏனெனில் வெற்றி தோல்வியற்று வசூல் கணக்குப் பார்க்காது ஒளிபரப்பாகும் படத்திற்கு எந்தக் குறிப்பிட்ட நடிகரும் அவசியமில்லை. கதைக்கேற்ப நடிக்கத் தெரிந்தவர் மட்டுமே போதுமானது.

இப்போதே நமது பொழுதுபோக்கு முறைகள் தொலைக்காட்சியின் வருகைக்குப் பின் பெரிதும் மாறிவிட்டன. திரையரங்கு என்பது கல்லூரி மாணவர்களுக்கான பொழுதுபோக்கிடமாக மட்டுமே இருக்கிறது. பெண்கள் மற்றும் மூத்த வயதினரைத் தொலைக்காட்சி தன்வசப்படுத்திவிட்டது. தர்க்கரீதியாகத் திரையரங்கிற்குச் செல்ல வேண்டிய எந்த அவசியமும் இவர்களுக்கில்லை. மேலும் இணையம் அதன் அதிநவீன நுட்பங்களுடன் தொலைக்காட்சியுடன் இணையக்

காத்திருக்கிறது. அதிகபட்சமாக மூன்று வருடத்திற்குள் நிகழ்ந்துவிடும் சாத்தியம் இருக்கிறது.

மௌனப் படங்களின் காலத்தில் பேசும் படம் வந்தது. ஆயினும் சாப்ளின் பிடிவாதமாக மௌனப்படமே எடுத்தார். ஆனாலும் அறிவியலின் நெருக்குதலில் கடைசிக் காலங்களில் தனது படங்களைப் பேசுவதற்கு அனுமதித்தார். இதுபோல கறுப்பு வெள்ளைக் காலத்தில் வண்ணப்படம் வந்தது. கறுப்பு வெள்ளையில்தான் உணர்வுகளை முழுமையாகச் சொல்லமுடிகிறது என்று வண்ணப்படம் எடுக்காத இயக்குநர்கள் இருந்தார்கள். இப்போது மௌனப்படம் மற்றும் கறுப்பு வெள்ளைப் படங்களின் காலம் தானாகவே முடிந்துவிட்டது.

இதுபோலவே தற்போது படச்சுருளில் எடுப்பவர்கள் டிஜிட்டலின் வருகையைக் குறை சொல்லி, சந்தேகத்தோடு எதிர்நோக்குகிறார்கள். 'என் வாழ்நாளின் இறுதிவரையில் படச்சுருளில்தான் படம் எடுப்பேன். படச்சுருளின் வாசனை எனது படைப்புணர்வோடு பிரிக்கமுடியாமல் கலந்திருக்கிறது' என்று ஸ்டீபன் ஸ்பீல்பெர்க் சொல்லியிருந்தபோதும் ஹாலிவுட்டில் டிஜிட்டல் முயற்சிகள் வெற்றிகரமாக நடந்து கொண்டிருக்கின்றன. தமிழிலும் இந்த நுட்பத்தைக் கையாளும் படங்கள் வெற்றிகரமாகத் துவங்கிவிட்டன.

இன்னொரு முக்கியமான ஒன்றையும் நாம் கவனிக்க வேண்டும். அறிவியலின் இவ்வாறான விரைவு வளர்ச்சியால், வரைகலை நுட்பங்களைக் கொண்டு ஹாலிவுட்டில் புதுப்புதுக் கற்பனைகளோடு பலநூறு கோடிகளைக் கொட்டி எடுக்கப்படும் படங்கள் தமிழில் நேரடியாக மொழிமாற்றம் செய்து வெளியிடப்படுகின்றன. இது நிகழ்த்தும் இன்னொரு அழிவையும் நாம் பொருட்படுத்த வேண்டும். இந்த ஆங்கிலப் படம் போல பிரமாண்டங்கள் காட்ட விரும்புகிற இயக்குநர்களின் எதிர்காலம் கேள்விக்குரியதாகும். அவர்களின் பிரம்மாண்டத்திற்கு முன்னால் கிராபிக்ஸ் என்ற பெயரில் செய்யப்படும் நமது சிறுபிள்ளைத்தனங்கள் கேலிக்கு ஆளாகும். அப்போது அந்தந்த நிலப்பரப்பிற்குரிய, பண்பாடு சார்ந்த உண்மையான நேர்மையான படைப்புகள் மட்டுமே உயிர்ப்புள்ளதாகக் கிளர்ந்தெழும்.

சமீபத்தில் ஓர் ஆங்கில நூல் ஒன்றை நண்பர் அறிமுகப்படுத்தினார். அதன் தலைப்பு 'பழைய மகிழ்வுந்தின் விலையில் ஒரு படம் எடுக்கலாம்.' நமது மொழியில் சொல்வதானால் ஓர் எளிய வீடு கட்டுகிற செலவில் இரண்டிலிருந்து பத்து லட்சத்திற்குள் நல்ல படம் எடுத்துவிடலாம். காலப் போக்கில் இது பாதிக்கும் கீழே குறைய வாய்ப்பிருக்கிறது. இதற்கான தொழில்நுட்பம் அனைத்தும் இப்போதே சென்னையில் கிடைக்கிறது.

நமது திரைப்படங்களின் அளவு இப்போது இரண்டரை மணிநேரம். இந்த நேர அளவை உடைக்கிறபோது தரமான, எடுத்துக் கொண்ட

கதையை மட்டுமே சொல்கிற படங்கள் எடுக்க முடியும். இரண்டு நகைச்சுவை நடிகர், ஐந்து பாடல், வில்லன் என்கிற ஊறிப்போன படிமங்களை, இந்தக் கால அளவைத் தளர்த்துவதன் மூலம் அழித்துவிடமுடியும். மேலும் காதலும், காதல் சார்ந்த மூன்றாந்தர உணர்வுகளுமே எப்போதும் விற்பனைக்குரிய சமன்பாடாகக் கருதப்படுகிற வணிகச் சூழலில் அது தவிர்த்த பொருளடக்கம் உடைய படங்கள் வெளிவரும். அதற்கு அறிகுறியாக இப்போது அளவற்று எடுக்கப்படும் குறும்படங்களே சாட்சி. டிஜிட்டல் நுட்பத்தின் பரிசளிப்புதான் இது. மேலும் உலகப்படங்களைப் பற்றி பேசுவதே அறிவுஜீவிகளின் நடைமுறையாக இருந்த சூழல் மாறி நூறு ரூபாய்க்கு 'செவன் சாமுராய்'யும் 'பதேர் பாஞ்சாலி'யும் கிடைக்கிற நிலை வந்துவிட்டது. இதன் மூலம் நல்ல திரைப்படச் சங்கத்தைத் தமிழகத்தின் எந்த கிராமத்திலும் ஏற்படுத்திவிடமுடியும். இந்த வாய்ப்புகளை நாம் பயன்படுத்திக் கொள்ளும்போது நமது திரைப்படங்களின் மீதான ஒப்பீட்டுணர்வு தமிழ்ப்படங்களின் தரத்தை நமக்குத் தெளிவாகக் காட்டுகிறது. மேலும் இரண்டரை மணிநேர அளவுகோல் என்பதே உள்ளிருக்கும் வணிகச் சரக்கின் விகிதம்தான். அந்த வணிகக் கூறுகளை - தேவையற்ற பாடல், நகைச்சுவை - தவிர்த்து விடலாம். மேலும் அடிப்படையான கதையின் கச்சாப் பொருளான காதலையும் நாம் கைவிடும்போது அற்புதங்கள் நிகழும். திரைப்படம் தனது கச்சாப்பொருளான படச்சுருளையே கைவிடும் டிஜிட்டல் நிலையில் நாம் நமது அடிப்படையான காதலைக் கைவிட்டு மாற்றுக் கதைகளை, வாழ்வின் பிரச்சனைகளை யோசிக்கத் துவங்கலாம். ஆங்கில ஐரோப்பியப் படங்களின் நேர அளவை அவற்றின் உள்ளடக்கம் மட்டுமே தீர்மானிக்கிறது. 90 நிமிடப் படங்களும் இருக்கின்றன. 200 நிமிடப் படங்களும் இருக்கின்றன. ஆனால் தமிழில் எல்லாப் படங்களும் 150 நிமிடத்தைக் கணக்கிட்டே எடுக்கப்படுகின்றன. இதைக் கணிசமாகக் குறைக்கிறபோது நமது தயாரிப்புச் செலவுகள் இன்னும் குறைய வாய்ப்பிருக்கிறது.

எனவே, இனி நண்பர்கள் கூடி இதழ் நடத்துவது போலத் திரைப்படம் எடுக்கலாம். நல்ல தரமான இலக்கியங்களைப் படமாக்கலாம். திரைப்படம் என்பது போலியான வணிக வேலை என்று ஒதுங்கியிருந்த உண்மையான படைப்பாளிகள், இலக்கியவாதிகள் திரைப்படம் எடுக்க வரலாம். நூறாண்டுகளாகத் திரைப்படத்தை அடைத்திருந்த இரும்புக்கதவை விஞ்ஞானம் திறந்து சிறந்த படைப்பாளிகளை வரவேற்கிறது. கொஞ்சம் திரைப்பட மொழியைக் கற்றுக் கொண்டு நல்ல தொழில்நுட்பவாதிகளுடன் இணைந்தால் தமிழில், உலகத்தரமான திரைப்படங்களை நிச்சயம் எழுப்ப முடியும். காலம் அதற்கான ஏற்பாடுகளை எழுதத் துவங்கிவிட்டது.

'சொர்க்கத்தின் குழந்தைகள்'
(Children of Heaven)

ரோஸ்நிறமான, பூ வேலைப்பாட்டுடன் கூடிய, சிறிய காலணிகளைத் தைக்கும் கைகளின் மேல் எழுத்துகள் வரத் துவங்குகின்றன. தைத்த காலணிகளை பிளாஸ்டிக் பையில் போட்டு வாங்கிக் கொண்டு திரும்பும் சிறுவன் அலி. இதனைக் காய்கறிக் கடையின் காலிப்பெட்டிகளிடையே திணித்து வைக்கிறான். தன் அம்மா கடனுக்கு வாங்கிவரச் சொன்ன உருளைக்கிழங்குகளைக் குனிந்து எடுத்துக் கொண்டிருக்கும்போது அவ்வழியே வரும் பழைய பிளாஸ்டிக் காகிதங்கள் சேகரிக்கும் கிழவன், தவறுதலாகச் சிறுவன் வைத்திருந்த பிளாஸ்டிக் பையையும் காலணிகளுடன் எடுத்துச் செல்கிறான்.

காய்கறி வாங்கிவந்த சிறுவன் தனது பை காணாததைக் கண்டு காலிப்பெட்டிகளின் ஊடாகத் தேடுகிறான். அடுக்கி வைக்கப்பட்டிருந்த காய்கறித் தட்டுகள் விழுந்து சிதறுகின்றன. கடைக்காரனால் துரத்தப்பட்டு வீட்டுக்கு வருகிறான்.

காலணிகள் தொலைந்த விஷயத்தைத் தங்கை சாராவிடம் சொல்லும்போது கண்கலங்குகிறான். தனது காலணிகள் தொலைந்தது அறிந்து கலங்கும் சிறுமி சாரா இதுகுறித்து அப்பாவிடம் சொல்லப் போவதாகச் சொல்கிறாள்.

மசூதியில் வழங்கும் கறுப்புத் தேநீருக்காகக் கற்கண்டுகளை நொறுக்கிக் கொண்டிருக்கும் தந்தை ஏற்கனவே சிறுவன் அலி மீது கோபத்தில் இருக்கிறார். அவனது வயதில் தான் தனது பெற்றோருக்கு உதவியாக இருந்ததைச் சுட்டிக்காட்டி இவனைத் திட்டுகிறார்.

இந்தச் சூழலில் காலணிகள் தொலைந்த விசயம் இருவருக்கும் அடியைப் பெற்றுத்தரும் என்று தங்கையிடம் சொல்கிற அலி, தொலைந்தது கிடைக்கும்வரையில் தனது காலணிகளைப் பயன்படுத்திக் கொள்ளுமாறு தங்கையிடம் சொல்கிறான். தங்கையும் வேறு வழியின்றி சம்மதிக்கிறாள்.

அழுக்கான அண்ணனின் பழைய காலணிகள் அணிந்து பள்ளிக்குச் செல்கிறாள். சக மாணவிகளின் காலணிகளைப் பார்த்து தனது கால்களை ஒளித்துக் கொள்கிறாள். அன்றைய விளையாட்டு முடிந்ததும் பள்ளியிலிருந்து வேகமாக பல தெருக்களைக் கடந்து காலணிகளுக்காக நகம் கடித்துக் கொண்டிருக்கும் அண்ணனை நோக்கி ஓடி வருகிறாள்.

காலணிகளை அண்ணன் அணிந்துகொண்டதும் அவனது ஓட்டம் துவங்குகிறது. வேகமாக ஓடியபோதும் தனது பள்ளிக்குத் தாமதமாகவே செல்கிறான்.

முதலில் தங்கை வகுப்புக்குச் செல்வதும் அண்ணன் தெருவோரம் காத்திருப்பதும், காலணிகளுடன் தங்கை ஓடிவருவந்ததும் அவசரமாக அதை மாட்டிக்கொண்டு அண்ணன் ஓடுவதுமாகத் தொடர்கிறது; காலணிகளின் வேக ஓட்டம்.

அழுக்கான காலணிகளைக் குறித்து வெட்கம்கொள்ளும் தங்கை அதைக் கழுவிப் புதிதாக்கும் யோசனையை அண்ணனிடம் சொல்கிறாள். வீட்டின் முன்னிருக்கும் வட்டவடிவமான பெரிய தொட்டியில் நீந்தும் பொன்னிற மீன்களுக்கு உணவைப் போட்டுவிட்டு அண்ணனும் தங்கையும் தங்களது காலணிகளை ஆளுக்கு ஒன்றாக சோப் போட்டுக் கழுவுகிறார்கள். அப்போது வரும் நுரையிலிருந்து பெரிய பெரிய சோப்புக் குமிழிகளை கைகளிலிருந்து உருவாக்குகிறார்கள். குழந்தைகளின் புன்னகையுடன் பரவும் இசையில் சோப்புக் குமிழிகள் பறக்கத் துவங்குகின்றன.

பிறகு வழக்கமான பள்ளிகளுக்கும் தெருக்களுக்கும் இடையில் கால் மாற்றிக் கொண்டு ஓடும் காலணிகளின் ஓட்டம் தொடர்கிறது.

ஒருநாள் தனது பள்ளியில் பிரார்த்தனை வகுப்பில் இருக்கும்போது மைதானத்தில் வரிசையாக நிற்கும் சிறுமிகளில் ஒருத்தி தொலைந்துபோன தனது காலணிகளை அணிந்திருப்பதைப் பார்க்கிறாள்.

இதற்கிடையில் அலி தனது வகுப்பில் நல்ல மதிப்பெண் வாங்கியதற்காக ஆசிரியரிடம் பேனாவைப் பரிசாகப் பெறுகிறான். காலணிகள் இல்லாமல் மனம் சலித்துப் போன தனது தங்கைக்கு தன்னுடைய பரிசாகக் கொடுக்கிறான். அதைப் பெற்றுக் கொண்ட அவள் காலணிகள் தொலைந்துபோனதை இனி எப்போதும் அப்பாவிடம் சொல்லமாட்டேன் என்கிறாள்.

அலியும் அவனது தந்தையும் தோட்ட வேலை செய்வதற்காகப் பெரிய பணக்காரர்களின் வீடுகளைத் தேடிப் போகிறார்கள். ஒரு வீட்டில் நல்ல வேலை கிடைத்து ஒரே நாளில் கணிசமான தொகையைக் கூலியாகப் பெறுகிறான் அலியின் தந்தை. இதைக் கொண்டு வீட்டுக்குத் தேவையானதெல்லாம் வாங்க வேண்டும் என்று அலியின் தந்தை

சொல்கிறான். இந்த உரையாடல், சைக்கிளை ஓட்டிக்கொண்டே முன்னால் உட்கார்ந்திருக்கும் அலியுடன் நடக்கிறது. அலி தங்கைக்கு அழகான ஷூ வாங்கவேண்டும் என்று கேட்டுக் கொள்கிறான்.

அலியின் பள்ளியில் ஓட்டப்பந்தயம் நடக்கிறது. கடைசி நேரத்தில் முயற்சி செய்து அதில் கலந்து கொள்கிறான் அலி. அந்த போட்டியில் மூன்றாவது பரிசைப் பெறுவதில் குறியாக இருக்கிறான்.

தனது தங்கையிடம் வந்து சந்தோஷமாக ஓட்டப்பந்தயத்தில் மூன்றாவது பரிசு வாங்கப் போவதாகச் சொல்கிறான். அவள் ஆச்சரியத்துடன் ஏன் மூன்றாவது பரிசு என்று கேட்கும்போது, மூன்றாவது பரிசு ஒரு ஜோடிக் காலணிகள் என்று சொல்கிறான். தங்கையின் முகம் மலர்கிறது.

ஓட்டப்பந்தயத்தில் மூன்றாவதாக வர முயற்சிக்கிறான். முயற்சித்தும் முடியாமல் முதலிடத்தில் வருகிறான்.

அப்பா, வீட்டுக்குத் தேவையான பொருட்களுடன் தங்கைக்கான ஷூவையும் வாங்குகிறார். அவர் வருவதற்கு முன் வீட்டுக்கு வரும் அலி தங்கையைப் பார்த்ததும் கண்கலங்குகிறான்.

அலி ஏமாற்றத்துடன் பிய்ந்துபோன தனது பழைய காலணிகளைக் கழற்றிப் போடுகிறான். விரல்களிலும், பாதத்திலும் ஏற்பட்ட சிராய்ப்புகளைப் பார்க்கிறான். நீர்த்தொட்டிக்குள் கால்களை வைத்து முழங்காலைக் கட்டிக்கொண்டு தலை கவிழ்ந்திருக்கிறான்.

காயத்துடன் நீரினுள் அமிழ்ந்த கால்களை நோக்கி பொன்னிறமான மீன்கள் நீந்தி வருகின்றன. அவனது கால்களை முத்தமிடுகின்றன.

மெலிதான இசை மேலோங்க காட்சி கரைந்து எழுத்துகள் வரத்துவங்குகின்றன.

பிஞ்சுக் காலணிகளைப் பின்தொடரும் வழித்தடம்.

நல்ல திரைப்படம் தனது முதல் காட்சியிலிருந்தே கதை சொல்லத் துவங்கிவிடுகிறது. 'சொர்க்கத்தின் குழந்தைகள்' இதற்கு ஒரு சிறந்த உதாரணம். இந்தக் கதையை இயக்கும் மிகமுக்கியமான பாத்திரமாக தொலைந்துபோன அந்த ரோஸ்நிலக் காலணிகளைச் சொல்லலாம். இவை அண்மைக்காலத்தில் தைக்கப்படுவதிலிருந்தே படம் துவங்குகிறது.

சிறுவன் அலி, சிறுமி சாரா இருவருக்குமிடையே கால்களை மாற்றிக் கொண்டு பஹ்ரைன் தெருக்களில் ஓடிக்கொண்டிருக்கும் அழுக்கான காலணிகள். இந்த மூன்று கதாபாத்திரங்களை மையமாக வைத்துக் கொண்டு மஜித் மஜிதி வரையும் திரைச்சித்திரம் மிக இயல்பானது.

மிகைப்படுத்தப்பட்ட, வலிந்து ஒரு கதாபாத்திரத்தை நாயகனாகக் கட்டமைக்கிற, யதார்த்தத்துக்கு நேர் எதிரான, பின்முன் புலன்களுடன்,

ஒப்பனை பூசிய முகங்களையே பார்த்துப் பழக்கப்பட்ட நம் தமிழ்ச்சூழலில் இந்த ஈரானியப் படம் ஏற்படுத்தும் தாக்கம் அபரிமிதமானது.

முற்றிலும் யதார்த்தம், பார்வையாளனை - படம் துவங்கிய பத்து நிமிடத்தில் - மெதுவாக அணுகி திரைக்குள் அலியையும் சாராவையும் அருகிருந்து கவனிக்கிற ஒரு கதைப் பாத்திரமாக நாமும் மாறிப்போவதும், நம்மை மாற்றுவதும்தான் இந்தப் படம் நிகழ்த்தும் அற்புதம். உன்னதமான கலைப்படங்கள் அனைத்தும் நமக்குத் தருகிற மௌனத்தை, சோகத்தை, சுயதரிசனத்தை இந்தப்படமும் நமக்குத் தருகிறது.

காலணிகள் தொலைந்ததும் வீடு திரும்பும் அலி கதவுகளின் கண்ணாடி வழியே தங்கையைப் பார்க்கிறான். தங்கையிடம் கலங்கிய கண்களுடன் விஷயத்தைச் சொல்லி, மீண்டும் காலணிகளைத் தேடி ஓடி மரப்பெட்டிகளின் பின்னால் ஒளிந்து கடையை எட்டிப் பார்க்கிறான். இந்த இரண்டு காட்சிகளிலும் அவனது கண்களில் தெரியும் இயலாமையை, ஏமாற்றத்தை, கவியத்துவங்கும் சோகத்தை எழுத்தில் எப்படிச் சொல்ல முடியும்?

வறுமையான குடும்பம், கைக்குழந்தையுடன் உடல் நலிவுற்ற தாய், தனது வறுமைக்கு மாற்றாக எந்த உதவியும் செய்யாது வெறுமனே பொழுதுபோக்குக்காக அலியைத் திட்டும், சதா முணுமுணுக்கும் அவனின் தந்தை - இந்த சூழலில் தங்கையின் காலணிகள் வேறு தொலைந்து போவது, அலியின் சோகத்தை நிரந்தரமாக்குகிறது.

தந்தைக்குத் தெரியாமல் இதை மறைத்துச் சமாளிப்பதன் மூலம் தாங்கள் இருவரும் அவரிடமிருந்து அடிவாங்காது தப்பமுடியும் என்பதை அலியும், சாராவும் தங்கள் நோட்டில் எழுதிக்காட்டுவதன்மூலம் சொல்லும் விதம் அழகானது.

தனது காலணிகளைப் போட்டுச் செல்வதைத் தவிர வேறு வழியில்லை என்று உணர்த்துகிற அலி, அதை உணர்ந்தும் சம்மதிக்க முடியாமல், எழுதிச் சொல்வதற்கும் ஏதுமில்லாமல் தனது இழப்பை உணர்ந்து பென்சிலைக் கட்டை விரலால் நெருடுகிற சாரா... மாற்றாகத் தனது பெரிய பென்சிலை எழுதுவதற்குத் தருகிற அலி... இயலாமையின் ஏற்பின் பின்னே இழைகிற இசை. கவிதையான காட்சி.

மறுநாள் உறை அணிந்த கால்கள் படியிறங்குவதை மட்டும் கேமரா தொடர்கிறது. முக்காடிட்டு பெரிய புத்தகப்பையுடன் பழைய காலணிகளை அணிந்து தத்தித் தத்தி நடந்து தெருவில் யாரும் தென்படுகிறார்களா என்று கண்ணீர் வழியப் பார்த்து, பள்ளிக்குப் போகிறாள் சாரா. விளையாட்டு வகுப்பில் நீளம் விதவிதமான காலணிகள் குறித்துக் கூச்சம் கொண்டு தனது கால்களை ஒளிக்க விரும்புகிறாள்.

விளையாட்டுக்குத் துணியால் ஆன sneakers வகை காலணிகள் சிறந்தவை என்று சொன்னதும் அவள் முகத்தில் புன்னகை மலர்கிறது. வகுப்பு முடிந்ததும் தனது அண்ணனிடம் காலணிகளைக் கொடுப்பதற்காக ஓடத்துவங்குகிறாள்.

ஆட்களற்ற தெருவில் அலி நகம் கடித்துக் காத்திருப்பதும், பொருந்தாத காலணிகளுக்கு ஏற்ப கைகளை வீசிக்கொண்டு சாரா ஓடுவதும், அலி கால்களை அணியும் வரை சோகம் தோய்ந்து நின்றிருப்பதும், அலி காலணிகளை மாற்றிக்கொண்டு ஓடத்துவங்குகையில் இந்தத் தொடர் ஓட்டத்தின் பின்னிருக்கும் சோகம் நம்மைக் கலங்கவைக்கிறது.

வேறுவழியின்றி இருப்பதை ஏற்றுக்கொண்ட சாரா, குறைந்தபட்சம் அந்தக் காலணிகளைக் கழுவிச் சுத்தப்படுத்தி அணியலாம் என்று தனது விருப்பத்தைத் தெரிவித்ததும் ஆளுக்கொரு காலணியாக இருவதும் கழுவத் துவங்குகிறார்கள். குழந்தையின் இயல்பான விளையாட்டுணர்வில் சோப்புக்குமிழிகள் பறக்கத் துவங்குகின்றன. சோகம் கலந்த இருவரது முகத்திலும் புன்னகை அரும்புகிறது. தேர்ந்த இசையமைப்பாளரின் இசையோடு சோப்புக்குமிழிகள் மிதக்கின்றன. கவிதையாகப் பரிமளிக்கும் இன்னொரு காட்சி.

சாரா தேர்வு எழுதிக்கொண்டிருக்கிறாள். பர்தாவை மீறி வெளியே தெரியும் ஆசிரியையின் கைக்கடிகாரத்தில் மணி பார்க்க முயல்கிறாள். ஆட்களற்ற தெருவில் பதற்றத்துடன் காத்திருக்கும் அண்ணனுக்காக அவள் தேர்வைச் சீக்கிரம் எழுதி முடித்துவிடுகிறாள். தெருக்களில் வழக்கமான புத்தகப் பையுடன் வேக ஓட்டம். சிறிய வாய்க்கால் போன்ற நீரோட்டத்தைத் தாண்டும்போது ஒரு காலணி கழன்று நீரில் விழுந்துவிடுகிறது. சாரா, நீரின் இருமருங்கிலும் ஓடுவதும், அலைபாய்வதும், கேமராவின் அடுத்தடுத்த வேகமான இயக்கமும், பின்தொடரும் நம்மைப் பதற வைக்கின்றன.

ஒரு நிலையில் பாலம் போன்ற சிறிய அடைப்புக்கு நடுவில் காலணி சிக்கிக் கொண்டதும், சாரா மனம் தளர்ந்து உட்கார்ந்து அழத் துவங்கும்போது அந்த இயலாமையின் சோகம் நம்மையும் கண்ணீருடன் ஆக்கிரமிக்கிறது.

தமிழ்சினிமாவின் உச்சக்கட்ட காட்சிகளில் வழக்கமான துரத்தும் காட்சிகளைப் பார்த்துப் பதற்றம் கொள்ள நேர்ந்த சூழலை இந்தக் காட்சியுடன் பொருத்திப் பார்க்கும்போது இந்த யதார்த்தமான சோகம் நமக்கு மிகப் புதிதானது.

பிறகு இந்தக் காலணிகளை எடுத்துத்தர உதவும் கடைக்காரரின் மனிதாபிமானம். நனைந்த காலணியைப் போட்டுக் கொண்டு மெதுவாக

நடந்து வந்து அலியிடம் அதைத் தூக்கிப் போடுகையில் வெளிப்படும் சாராவின் கோபம் அனைத்தும் அற்புதமானவை.

கையில் தடியுடன் அலையும் தலைமையாசிரியரின் பார்வையில் தாமதமாக வரும் அலி இம்முறை மாட்டிக்கொள்கிறான். குழந்தைமைக்குரிய பொய்யுடன் முன்னுக்கு முரணான காரணங்கள் சொல்லிப் பிடிபடுகிறான்.

இதற்கிடையில் பிரார்த்தனை வகுப்பில் கால்களையே நோட்டமிடும் சாரா தனது தொலைந்த காலணிகளை ஒரு சிறுமி அணிந்திருப்பதைப் பார்த்து அவள் பின்னாலேயே போகிறாள். வழக்கத்திற்கு மாறாகத் தான் புதிதாகக் காலணிகளை அணிந்திருப்பதை அனுபவிக்கும் உற்சாகத்துடன் அந்தச் சிறுமி குதித்துக் கொண்டு ஓடுகிறாள். சாரா தயக்கத்துடன் பின்தொடர்கிறாள். அவள் வீட்டை அறிந்து கொண்டதும் அலியும் சாராவும் வேகமாக ஆவேசத்துடன் அவளது வீடு நோக்கிப் போகிறார்கள். அந்த வீட்டின் வாசலில் நிகழ்வதைச் சுவர் மறைவில் நின்று பார்க்கிறார்கள். அந்தச் சிறுமியின் தந்தை கண் தெரியாதவர் என்று தெரிந்ததும் அலியும் சாராவும் தங்கள் சோகத்தை மீறிச் சமாதானம் கொண்டு அமைதியாகத் தளர்ந்து வீடு திரும்புகிறார்கள். இந்த இடத்தில் இருவரும் எதுவும் பேசிக்கொள்ளவில்லை. குழந்தைகளின் சோகத்தில் உள்ளூர்ந்து எழும் மனிதாபிமானத்திற்கும், தங்களை விடவும் கூடுதலான வறுமையை, சோகத்தின் நிலையைப் புரிந்து வார்த்தைகளற்றுத் திரும்பும் இந்தக் காட்சி வெகு அழகானது. இயக்குநரின் ஆளுமையும், அலி, சாராவின் முகபாவங்களும் கூடுதல் இயலாமையில் அவர்கள் மௌனத்தில் நமக்குள் கிளர்ந்தெழும் சோகமும் வார்த்தைகளற்றது.

அலி, தனக்குப் பரிசாக ஆசிரியர் தரும் பேனாவை சாராவிடம் அன்பளிப்பாகத் தருகிறான். அந்தப் பேனாவை சாரா பள்ளி மைதானத்தில் தவறவிட்டுவிடுகிறாள். தொலைந்த காலணிகளை அணிந்திருக்கும் சிறுமி அந்தப் பேனாவைக் கண்டெடுக்கிறாள். அது நன்றாக எழுதுவது குறித்து ஆச்சரியம் கொள்கிறாள். என்றாலும் மறுநாள் சாராவை அழைத்து அந்தப் பேனாவைத் திரும்பத் தருகிறாள்.

தனது தொலைந்த காலணிகளை அணிந்திருப்பவள் என்று கருதுகிற சிறுமி தொலைந்த பேனாவைத் திரும்பத் தருவதன்மூலம் அந்த கதாபாத்திரத்திற்குள் இருக்கும் அப்பாவித்தனமான நேர்மை நமக்குப் புலப்படுகிறது. காலணிகள் உன்னுடையது என்று அறியாமல்தான் நான் அணிந்திருக்கிறேன் என்று சொல்லாத அர்த்தமும், அதன்மூலம் சாரா குழப்பமடைதலும் குழந்தைகளுக்கே உரிய அப்பாவித்தனமான மனஉணர்வுகள். அதை வெளிப்படுத்துவதற்காகவே புனையப்பட்ட இந்தக் காட்சி வெகு பொருத்தமானது.

அப்போது அந்தச் சிறுமி அணிந்திருக்கும் புதுக்காலணிகளும் தன்னுடைய பழைய காலணிகளை அவள் அணியாத பரபரப்பில் சாரா பதற்றத்துடன் அவளிடம் பழைய ஷூக்கள் எங்கே கேட்டதும், அதற்கு அவள் அதைத் தூக்கிப் போட்டுவிட்டதாகச் சொல்வதும், அதற்கு உடனடியாக சாரா காட்டுகிற அதிர்ச்சி கலந்த கோபமும், உடனடியாகக் கொள்கிற சமாதானமும், மௌனமும் குழந்தைகளின் மன உலகை அற்புதமாக வெளிப்படுத்தும் இடங்கள்.

கறுப்புத் தேநீர் வழங்குகையில் அலியின் தந்தை தோட்ட வேலை செய்வதற்கான கருவிகளை இலவசமாகப் பெறுகிறார். அலியுடன் பள்ளிவிடுமுறை நாளில் நகரத்திற்குப் போய் வேலை செய்பவர்கள் என்று சொன்னதும் தனது மகன் குறித்து அலியின் தந்தை கொள்கிற பெருமிதம் இயல்பானது.

தாகத்துடன் தண்ணீர் குடித்துத் திரும்புகையில் ஒரு வீட்டின் உள்ளிருந்து ஒலிக்கும் சிறுவனின் குரலும், அதற்கு அலி பதில் சொல்வதுமான உரையாடல் அழகானது. விளையாடுவதற்கு ஏங்கும் பணக்காரக் குழந்தையையும் அலியின் வறுமையின் மூலமும், அம்மாவின் உடல் நலிவின் மூலமும் இழந்த விளையாட்டை மீட்டெடுப்பதற்கும் உதவும் இந்தக் காட்சியும் வறுமையாலும், செல்வத்தாலும் தாங்கள் ஒருசேரத் தொலைத்த விளையாட்டில் இருவரும் இன்புற்றிருப்பதும் அதன் பின்னணியாக இழையும் இசையும் அலாதியானவை. தூங்கிவிட்ட குழந்தையிடம் பொம்மையைத் துணையாக விட்டு விடைபெறுகிற விதம் இன்னொரு கவிதை.

ஊதியமாகக் கிடைத்த அபரிமிதமான பணமும், தந்தைக்கும் மகனுக்குமான அந்த சந்தோஷமான உரையாடலும் வறுமையின் இன்னொரு கூறான பழைய சைக்கிள் மரத்தில் மோதுவதன்மூலம் நிறைவுக்கு வருகின்றன. நகரத்தின் உயர்ந்த கட்டடங்களுக்கிடையில் வீழ்ந்த தங்களது சைக்கிளுடன், அலைக்கழிக்கும் வறுமையின் காயங்களுடன் சோகத்தின் ஆளுமை கொண்ட இசையுடன் வெகு தொலைவுக் காட்சியில் அலியும் தந்தையும் வீடு திரும்புகிறார்கள்.

அலியின் பள்ளியில் ஓட்டப்பந்தயம் அறிவிக்கப்பட்டதும் பரிசாகக் காலணிகளை மீட்டெடுப்பதற்காக விளையாட்டு ஆசிரியரிடம் கெஞ்சி அழுவதும், அவர் புரியாத மனநிலையுடன் சம்மதிப்பதும், நிறுத்து கடிகாரத்துடன் அவன் ஓட்ட வேகத்தை அளவிடுவதும், அவன் வியப்புடன் தேர்வு செய்யப்படுவதும், அலியும் சாராவும் காலணிகளை மாட்டிக் கொள்வதற்காக விதவிதமான சூழலில் (montages) ஓடிவந்து காலணிகளை மாற்றிக் கொள்வதும் அழகான காட்சிகள். இப்போதும் அழகான இசை பின்னணியில் ஒலித்து காட்சிக்கு வலு சேர்க்கிறது.

ஓட்டப்பந்தயம் மற்றும் அதில் தான் பெறவிரும்பும் மூன்றாவது பரிசு குறித்து அலி, சாராவிடம் பேசும் உரையாடல் நேர்த்தியானது.

வண்ண வண்ணப் பயிற்சி உடைகளுடன் களமிறங்கும் சிறுவர்களுடன் நடக்கும் ஓட்டப்பந்தயத்தில் தனது எளிய சீருடையுடன் அலியும் கலந்து கொள்கிறான். பொருத்தமான இடத்தில் சாரா மூச்சிறைக்க ஓடிவரும் காட்சியை அலி நினைவு கூர்கிறான். அவள் தனது காலணிகளைக் குறித்து வருந்திச் சொல்லிய சொற்கள் எதிரொலிக் கின்றன. வேகம் கொண்டு ஓடி முதலிடம் பெற்றும் தனது தேவை கருதிப் பின்தங்குகிறான். ஆயினும் இறுதியில் உத்வேகத்துடன் தான் அறியாமல் முதலிடம் பெறுகிறான்.

பிறகு நிகழும் பரிசளிப்புக் காட்சிகள் அற்புதமானவை. கையில் கோப்பை தரப்படும்போதும் வெற்றியிலும் தனது தேவை நிறைவேறாத தோல்வியை உணர்ந்து கலங்குகிறான்.

பள்ளியில் அவனைத் தண்டித்த தலைமையாசிரியர் பெருமை சேர்ந்த அலியின் அருகிலிருந்து புகைப்படம் எடுத்துக் கொள்கிறார். இதிலிருக்கும் இயக்குநரின் அங்கதம் கூர்மையானது. நகைச்சுவைக் குரியது.

வீடு திரும்பும் அலி தனது தங்கையைச் சோகத்துடன் எதிர்கொள்கிறான். உரையாடல் ஏதுமின்றிப் புரிந்து கொள்கிறாள் சாரா. சோகத்தின் குறியீடாகக் குழந்தையின் அழகை கேட்டு வயதுக்கு மீறிய தனது குடும்பப் பொறுப்புணர்வில் அண்ணனின் தோல்வியைச் சகித்து வீட்டுக்குள் போகிறாள்.

நைந்த காலணிகளைக் கழற்றிப்போடும் அலி, சிராய்ந்த கால்களுடன் தண்ணீர்த் தொட்டிக்குள் கால்களை நனைக்கிறான். தலைகுனிகிறான். வெற்றியாளனின் கால்களை அடையாளம் கண்ட தங்கநிற மீன்கள் அவனது காயங்களை முத்தமிடத் துவங்குகிறன.

பெருகும் இசையுடன் படம் நிறைவடைகிறது. காலணிகள் வாங்க இயலாத சோகமும், அதனுடன் நேர்ந்திருக்கும் நம் வாழ்க்கைச் சூழலின் சுய அடையாளமும் நம்மை ஆழ்ந்த மௌனத்திற்கும் மீட்கவியலாத சோகத்திற்கும் ஆட்படுத்துகிறது.

யதார்த்தம், படத்தின் நில அமைப்பு, அதனுள் இழையும் வறுமை - இவை யாவும் இந்தியச் சூழலுக்கு மிகவும் பொருந்தி வருபவை. தங்களது பால்யத்தை நடுத்தரச் சூழலில் கடந்த எவரும் இந்தப் படத்தின் பிரச்சனையை வேறொருவிதத்தில் எதிர்கொண்டிருக்க முடியும். மத்தியதர வர்க்கத்தின் பொதுப்பிரச்சனையான ஏழ்மையின் ஒரு இழையை எடுத்துக் கொண்டு சல்லாத்துணி போல மென்மையான மஜித் நெய்திருக்கிற மன உணர்வுகள் நம் அக உலகத்தின் புதைந்த

பால்யத்தையும் அதற்கேயுரிய அப்பாவித்தனத்தையும், சிறுசிறு இழப்புகளையும் சந்தோஷங்களையும் மீட்டுத் தருகின்றன.

கதை மொத்தமாக நம்முன் வைக்கிற முழுமையான மனிதாபிமானம் கவனிக்கத்தக்கது. சக மனிதனுக்கு உதவுவதன் மூலம் அன்பைச் சொல்கிற விதம் அழகானது. பக்கத்துவீட்டு முதிய தம்பதியருக்கு அலி, சூப் எடுத்துச் சொல்வதும், தளர்ந்த விரல்களால் அதற்கு மாற்றாக அந்த முதியவர் அவனுக்குப் பரிசளிப்பதும், மசூதியில் அலியின் தந்தைக்கு ஒருவர் தோட்ட வேலைக்குக் கருவிகளைக் கொடுப்பதும், ஆசிரியர், அலிக்கு ஒரு பேனாவைப் பரிசளிப்பதும், அந்தப் பேனாவை அலி தங்கைக்குக் கொடுப்பதும், தொலைந்த அந்தப் பேனாவை சாரா தேடாத போதும், அதைச் சிறுமி கண்டெடுத்துத் திருப்பிக் கொடுப்பதும், தொலைந்து ஷூவை அணிந்த சிறுமியைக் கண்டுபிடித்தபோதும் அவளைக் குற்றம் சாட்டாமல் அவளைப் பின்தொடர்ந்து வீட்டுக்குப் போய் அவளது தந்தை கண் தெரியாதவர் என்று அறிந்து தனது காலணிகளைத் திருப்பிக் கேட்க மனமில்லாமல் திரும்பிவருவதும், தோட்ட வேலை பார்த்து முடித்ததும் வீட்டு உரிமையாளர் வேலைக்கு அதிகமாகக் கூலி தருவதும், இவற்றுக்கெல்லாம் முதன்மையான மனிதாபிமானமாகத் தனது தங்கைக்குத் தனது காலணிகளை இரவல் தருவதும், தேர்வுக்காலங்களிலும் மறக்காமல் தங்கை திருப்பித் தருவதுமாக ஒட்டுமொத்த படத்தின் உயிராக இருக்கும் மனிதாபிமானமும் சக மனிதர்களின் மீதான அன்பும் இயல்பான கதையோட்டத்தில் நாம் அதன்மீது கொள்கிற அன்பும் மசூதிக்குச் சர்க்கரைக்கட்டிகளை உடைக்கையில் அதிலிருந்து தன் வீட்டுத்தேனீருக்கு ஒரு சர்க்கரைக்கட்டியைக் கூட எடுக்கவிடாத அப்பாவின் நேர்மையும் இத்திரைப்படத்தை ஒரு முதல்தரமான படைப்பாக நிறுவுகிறது.

தான் எடுத்துக் கொண்ட மையத்திலிருந்து அதன் ஈர்ப்பு எல்லையிலிருந்து சற்றும் விலகாமல் திரைக்கதையைக் கையாண்டிருக்கும்விதம் நேர்த்தியானது. நைந்த காலணிகள் தைக்கப்படுவதில் படம் துவங்குகிறது. சிராய்ப்புக் கால்களுடனான வெற்றுக் கால்களுடன் படம் முடிவடைகிறது.

இந்தத் துவக்கத்திற்கும் முடிவிற்குமான ஒற்றுமையை முரணைப் பொருத்திப் பார்ப்பதன்மூலம் படத்தின் மையமான ஒட்டுமொத்தக் கதையையும் எளிய குறியீடாக நாம் உணரமுடியும்.

மிக இயல்பான, வார்த்தைச் சுழிப்புகள், வசன எழுத்தாளரின் இலக்கியச் சிடுக்குகள் இல்லாமல் சொல்பமான தேவையான இடங்களில் மட்டும் பேசிக்கொள்ளும் உரையாடல் வெகு இயல்பானது. ஒரு தேர்ந்த இசையமைப்பு எப்படி இருக்க வேண்டும் என்பதற்கான உதாரணங்களில்

இந்தப்படத்தையும் சேர்த்துக் கொள்ளலாம். இந்தப் படத்தில் பின்னணி இசை எழுகிற இடங்களை மட்டும் கவனித்தால் போதுமானது. எளிய வாத்தியங்களைக் கொண்டு நிகழ்த்துகிற இசைக்கோலம் மிகப் பொருத்தமாகப் படத்தோடு இசைந்துவிடுகிறது.

மேலும் காலணிகளோடு கதை கொண்டிருக்கிற உறவும் கதாபாத்திரங்களின் உறவும் அதை இயக்குநர் வெளிப்படையாக மறைமுகமாக வெளிப்படுத்துகிற விதமும் அலாதியானவை. ஒரு காட்சியில் காய்ந்த துணிகளை எடுத்துக்கொண்டு படிகளில் ஏறுகிற சாரா கீழே கிடக்கும் அலியின் பழைய காரணிகளைப் பார்க்கிறாள். காலணிகளின் அண்மைக்காட்சி, அதன்மேல் தனது செருப்புகளை உதறிவிடுகிறாள். அலியின் காலணிகள் மேல் சாராவின் செருப்புகள் விழுகின்றன. தனக்குப் பிடிக்காததை ஏற்றுக்கொள்ள நேர்ந்தை அவமதிப்பதற்காக மறைமுகமாகக் காட்டப்படும் குறியீடு கவனிக்கத்தக்கது.

ஒரு காட்சியில் சாரா செருப்புக்கடையில் அழகாக அடுக்கி வைக்கப்பட்ட காலணிகளை ஏக்கத்துடன் பார்க்கிறாள். இன்னொரு காட்சியில் மசூதியில் பல ஜோடிக்காலணிகளை கறுப்பு உடை அணிந்த அலி அடுக்கி வைக்கிறான். நேரடியாகச் சொல்லப்பட்ட காட்சிகள் இவை.

வலிந்து திணிக்கப்பட்ட வண்ணங்களோ, ஒளியமைப்போ இல்லாது கட்டமைவு (composition) விதிகளைக் கவனித்து சமன் செய்யப்பட்ட சட்டகங்கள் இல்லாது எல்லாமே இயல்பாகக் கூடிவருகிறது தெரியாமல் பதிவு செய்யப்பட்டதைப் போல் அமைந்திருக்கும் ஒளிப்பதிவு படத்தின் இன்னொரு பலம். படம் முழுக்க வெயிலற்ற ஒரு பொதுவான வெளிச்சத்தில் படம் பிடிக்கப்பட்டிருப்பதும் உள் அரங்கக் காட்சிகளிலும் அதே ஒளி அமைவு இயல்பாகக் கூடிவருவதும் அழகு. எந்தக் காட்சியிலும் ஒளியைத் தனிக்கூறாக உறுத்தாத அளவில் பதிவு செய்திருப்பது நேர்த்தியானது. கொஞ்சம் மீறலாகப் படத்தின் இறுதிக் காட்சியில் அலி தலைகுனிந்து மீன் குளத்தில் அமர்ந்திருக்கும் போது வரும் உயர்கோணக் (top angle) காட்சியில் மட்டும் நீர்நிலையில் சூரியக் கிரகணங்கள் மினுங்குகின்றன. காட்சியின் பின்வரும் தங்கமீன்களின் முன் குறியீடாகக் கிரணங்களைக் கையாள்வதாகக் கொள்ளலாம்.

இயக்குநரின் மேதமையும் படத்தொகுப்பாளரின் ஆளுமையும் வெளிப்படும் இடங்களென ஓட்டப்பந்தயத்தைச் சொல்லலாம். பந்தயம் துவங்கியதிலிருந்து முடியும் வரையிலான கேமராவின் இயக்கத்தை, ஒலியை, படத்தொகுப்பை, சலிப்படைந்துவிடாமல் அதேநிலையில் வெகு நேரம் விறுவிறுப்புக் குறையாமல் தொகுக்க வேண்டிய கட்டாயத்திலும், அதன் வெற்றியைக் காணமுடியும். படத்தின்

இயல்புநிலைக்கு மாறாக மெதுவியக்கம் (slow-motion) கொண்டு அலி ஓடத்துவங்குகிற போதும் காட்சியின் வேகத்திற்கு எதிரான நுட்பத்தைக் கையாள்கிற, அந்நேரம் மூச்சிரைக்கிற சப்தத்தைப் பிரதானப்படுத்துவதன்மூலம் காட்சியின் நுட்பத்தை மேன்மைப் படுத்துகிற விதமும் கவனிக்கத் தகுந்தது.

நடிகர்களின் தேர்வு, நம்மைப் பொறாமை கொள்ளவைக்கிற விஷயம். அலி, சாரா, தந்தை, நலிவுற்ற தாய், தொலைந்த காலணிகளை அணிந்திருக்கிற சிறுமி என்று சகலரும் கதையோடு பொருந்துகிற விதம் ஆச்சரியமானது.

சலக கட்டுப்பாடுகளுக்கும் இடையில் வெளிவந்திருக்கும் சர்வதேசத் தரமான திரைப்படம். ஒவ்வொருமுறை பார்க்கும்போதும் ஏதோ ஒரு புதிய உணர்வை, பாடத்தை நமக்குக் கற்றுத் தருகிறது. இவ்வாறான படங்களைத் தமிழ்ச்சூழலின் அதிரடிக் கூத்தடிப்புகளுக்கு மத்தியில் வளர்ந்த நாம் அடிக்கடி பார்ப்பதன்மூலம் திரைச்சங்கங்கள் மூலம் ஊர்களெங்கும் திரையிடுவதன்மூலம் நம் இயல்புகளை, பருவங்களை மீட்டெடுக்க முடியும். அவ்வாறான ரசனை மாற்றமே, நம் மேலான தொழில்நுட்ப மேதைமைகளை, வசதிகளை, சுதந்திரத்தைக் கொண்டு ஒரு நல்ல படத்தை எடுப்பதற்கான தட்பவெப்பத்தை இங்கு சாத்தியமாக்கும்.

கலையும் சமன்பாடுகள்

ஒரு திரைக்கதையை இரண்டுவிதமமாக எழுத முடியும் என்று திரைக்கதை ஆசிரியர்கள் நம்புகின்றனர். ஒன்று யதார்த்தமான அல்லது புனையப்பட்ட சம்பவச் சுழிப்பில் இருந்து கதையை முன்னும் பின்னும் வளர்த்துச் செல்வது. திரைக்கதையின் உயிர்நாடியான சம்பவம், கதையின் துவக்கத்திலோ, மையத்திலோ அல்லது இறுதியிலோ கூட இருக்கலாம். அதனை மையமாகக் கொண்டு, அதற்குப் பொருந்துகிற கதாபாத்திரத்தை உருவாக்கி, பிறகு கதையின் நாயகனைத் தேர்ந்தெடுப்பார்கள். இரண்டாவது முறை விநோதமானது; சற்றே பரீட்சார்த்தமானதும்கூட. முதலில் தனக்குப் பிடித்த கதாபாத்திரத்தை மையமாகக் கொண்டு, அவனது குணாதிசயங்களைப் பின்தொடர்ந்து வரும் காட்சிகளை எழுதுவது. சிட்பீல்ட் என்கிற திரைக்கதைப் பயிற்றுனர் இதனை ஒரு நூதனப் பயிற்சி என்கிறார். முதலில் கதாநாயகனை உருவாக்கி அவனைச் சுற்றிலும் வெவ்வேறு குணாதிசயங்களை உடைய மனிதர்களை உருவாக்கிவிட்டால், பிறகு அங்கு திரைக்கதை தானாகவே நிகழும். இதில் மனிதச் சித்தரிப்பு இல்லாமல் வெகு இயல்பாக மனிதர்களைக் கதைநாயகர்கள் ஆக்குவதன்மூலம், கதை நம் வாழ்வியலோடு பொருந்துகிற நம்பகத்தன்மையை அடைகிறது.

இவ்விரண்டு முறைக்கும் நம் திரைப்படங்களில் அநேக உதாரணங்கள் இருக்கின்றன. வணிகப் படங்கள் பெரும்பாலும் முதலாவது உத்தியை வெற்றிகரமாக கையாள்கின்றன. தமிழின் முதல்தரமான இயக்குநர்களும், இந்த உத்தியை லாவகமாகக் கையாண்டிருக்கின்றனர். 'ரோஜா'வை ஓர் உதாரணமாகக் சொல்லலாம். அதில் கடத்தல் சம்பவத்தை மையமாகக் கொண்டு, கதைப்பரப்பு பின் விரிந்து செல்கிறது. இரண்டாவது உத்திக்கு 'பதினாறு வயதினிலே' மிகச்சிறந்த உதாரணம். கிராமத்தின் அசலான கதாபாத்திரங்கள், அவர்களின் பாசாங்கற்ற வாழ்க்கை, அதினூடாக இழைந்து செல்லும் மெலிதான கதை. இரண்டாவது உத்தியின் சொல்லும் முறைகளில் இப்போதைய திரைப்பட மொழியின் கூறுகளையும், வணிகத் திரைப்படத்திற்கேயுரிய சமரசங்களையும் கொண்டு வெளிவந்திருக்கிறது 'பிதாமகன்'

காற்றில் வெறும் கைககளை அசைத்து ஒரு லாவகத்துடன் பார்வையாளனை வசப்படுத்துகிற மாஜிக் நிபுணன், தன் வெறுங்கைச் சுழற்சியின் முடிவில் ஒரு புறாவை வரவழைப்பதுபோல, இந்தப் படத்தில் பார்வையாளனை எப்போதும் தனது கதையின் முடிவை நோக்கி எதிர்பார்ப்புடன் காத்திருக்க வைக்கிற இயக்குநர், இதையே வேறுவிதமாகச் செய்திருக்கிறார்.

மேலைநாட்டுத் திரைக்கதை இயல் குறித்த மேற்சொன்ன விதிகள், இந்தியச் சூழலில் பொருந்தாமல் போவதற்கு, நமது படங்களில் உள்ள முதல்பாதி - இடைவேளை - இரண்டாம் பாதி என்கிற பிரிவு ஒரு காரணமாக இருக்கிறது. ஒரு நல்ல இயக்குநர், இதைப் பொருட்படுத்துவதில்லை. தனது கதையை இரண்டாக முறித்து அதற்கு ஒரு தற்காலிக மனச்சுழிவை ஏற்படுத்துவதில்லை. 'பிதாமகன்' இதற்கு உதாரணமாக இருந்தாலும், இதன் முன் பின் பாதிப்புகளை நாம் தனித்தனியே அலகிடுவதுதான் சிறந்தது.

மரணம், பிணம், சிதை, இடுகாடு, அனல் தணிந்து புகையும் கபாலம் இவற்றின் வெகு அசலான அண்மைக் காட்சிகளை ஒரு திரைப்படத்தின் துவக்கத்தில் கற்பனை செய்து பார்ப்பதே ஒரு முரட்டுத்துணிச்சல்தான். மயானத்தில் பிறந்த ஒருவன், அந்தச் சூழலிலேயே வளர்கிறான். கானலில் பிணம் எரிக்க முள்மரம் தூக்கிவரும் சிறுவன், பிணம் எரியும்போது ஓரத்தில் அமர்ந்து சாப்பிடுவதும் அவன் சித்தனாக வளர்ந்ததும் தொடர்கிற இடுகாட்டுக் காட்சிகளும் அதியதார்த்தக் கூறுகளைக் கொண்டிருக்கின்றன. தான் சொல்லவிருக்கிற கதையை அழுக்கு மனிதனின் வெப்பமும், தனிமையும் சார்ந்தது எனச் சொல்வதற்கு இவ்விதமான துவக்கம் அவசியமாகிறது. இனி வெறும் கதாபாத்திரங்கள், ரிக்சா வண்டிக்குப் பின்னால் கஞ்சா விற்கிற பெண், லேகியம் விற்கிற இளைஞன், அவனது கூட்டாளிகள், பாலிடெக்னிக் படிக்கிற பெண், வெட்டியான், அந்த மலைக்கிராமத்தில் மேலாண்மை செய்கிற கஞ்சாத்தோட்டத்து உரிமையாளன். ஒவ்வொரு கதாபாத்திரமும் தோன்றும்போதே, தங்கள் தொழில் குறித்த செயல்களுடனே தோன்றுகின்றன. ஒவ்வொருவரின் அறிமுகத்தையும் தெளிவான காட்சியமைப்புடன் நிறைவு செய்துவிட்டு அடுத்த நிலைநோக்கிக் கதை நகர்கிறது. சுடுகாட்டில் பிறந்த சித்தன் வளர்ந்து, தன்னை வளர்த்தவர் இறந்ததும் அந்தக் களத்தைவிட்டு வெளியேறுகிறான். தனது அடுத்த வேளை உணவுக்கான போராட்டத்தில், கஞ்சா விற்கும் பெண்ணைச் சந்திக்கிறான். அந்தப் பெண் அவனுக்கான வேலையை வாங்கித் தருகிறாள். அடுத்தக் காட்சி திறக்கிறது. மூன்று சீட்டுக்காரன் சக்தி, அவனிடம் ஏமாறும் மஞ்சு, திரும்பவும் கஞ்சாத் தோட்டத்துப் பின்னணி, கஞ்சாவைக் குதிரைகளில் கடத்தும் முயற்சி, அதைத்

தொடர்ந்து அக்களம் விடுத்து சிறைக்கு வருகிற சித்தன்; தொடர் ஏமாற்றுதல், அதன் முடிவாகச் சிறைக்கு வரும் சக்தி, இருவரின் தொடர்ச்சியாக இரண்டு பெண்கள். சிறைக்கு வந்ததும் திரும்பவும் கதாபாத்திரங்கள், அவர்களின் நகைச்சுவையான பின்னணிகள், உள்ளே நிகழும் சண்டைகள், ஜாமீனில் வெளிவர, அதற்கான பொருட்செலவு மற்றும் தன் தொழில்சார்ந்த பிரச்சனைகள் மிகுந்து வருவது குறித்துக் கவலைகொண்டு யோசிக்கத் துவங்குகிற கஞ்சாத் தோட்ட அதிபதி - அத்துடன் முதல்பாதி நிறைவடைகிறது.

சிறையிலிருந்து வெளியே வந்ததும், தன்னைத் தொடர்ந்த பெண்களுடன் ஏற்படுகிற சிநேகம், கஞ்சாத் தோட்டப் பின்னணியில் சித்தனுக்கு நேர்கிற தொழில்சார்ந்த பிரச்சனை, அவன் அறியாமையை முன்னிட்டு அவனது காவலனாக எழுகிற சக்தி, இதைத் தொடர்ந்து நிகழும் கஞ்சாத் தோட்டத்து அதிபரின் வன்மம், பின் நிகழும் கொலை, அதைச் சமன்செய்ய நிகழும் பழிவாங்குதல், சித்தன் அன்பு செய்யும் மனிதர்களற்று பிணங்கள் தூக்கும் தனது மணல்வெளிக்குத் திரும்புகிறான். இது இரண்டாவது பாதி.

ஒருவரிக்கதைதான். ஆனால் சுவாரசியமாக, இயல்பாக முன்னெடுத்துச் செல்கிற இயக்குநரின் நெய்நேர்த்தி அழகானது. மூன்று சீட்டு, ஏலம் போடுதல், லேகியம் விற்பது முதலான ஏமாற்றுப் பேர்வழியின் நுணுக்கமான அவதானிப்பு நமது படங்களில் நிகழ்வது இதுதான் முதன்முறை. ரிக்சா ஸ்டாண்டிற்குப் பின்னாலிருக்கிற அரசமரத்தடியில் கஞ்சா விற்கிற பெண்ணை ஒரு முழுப்படத்திற்குமான நாயகியாகப் பார்ப்பதும் இதுதான் முதல்முறை. கஞ்சாத் தோட்டமும், அதைத்தொடரும் காட்சிகளும் புதிது. காவியேறிய பற்களுடன் வணிகப் படத்தின் கூறுகளைத் தனது களம் மற்றும் கதாபாத்திரங்களைக் கொண்டு நொறுக்குவதற்கு ஒரு படைப்புத் திமிர் வேண்டும். 'எல்லாம் நல்லபடியாக நடக்கணும்' என்று சாமி கும்பிடுவதுடன் சூடம் எரியத் துவங்கிய தமிழ்ப்படத்திரையில் பிணம் எரிகிறதெனில், அது சாதாரண மாற்றமல்ல. எனவே இப்படத்தின் வணிகரீதியான வெற்றியைத் தற்செயலானதாகப் பார்க்கமுடியாது.

ரிக்சாக்காரர் துவங்கி கார் மெக்கானிக் வரை கீழ்த்தட்டு மக்களின் தொழில்களை தனது களமாகக் கொண்ட நாயகர்கள். ஆனால் தனது உடை, மொழி பாவனை, உடல்மொழி எதையுமே தன்னியல்பிலிருந்து மாற்றிக்கொள்ளாமல், தனது நாயகப் படிமத்தைப் பேணுகிற விதத்தில் நடித்ததற்கான சான்றுகள் இன்றுவரை தமிழில் இருக்கின்றன. கார் மெக்கானிக்காக இருக்கிற இளைஞனை, ஒரு கோடீஸ்வரனின் மகள் காதலிப்பதான கதைகளே நம் படங்களில் இருக்கின்றன. அவ்விதமே இருவேறு துருவநிலைகளை இணைப்பதன்மூலம் ஒரு

96 ● செழியன்

பணக்காரப்பூச்சினைப் படத்திற்குத் தந்து இயக்குநர் வணிகச் சமரசத்தை செய்கிறார். ஆனால், 'பிதாமக'னின் காதலும் அன்பும் அவர்கள் சார்ந்த உலகிலேயே நிகழ்கிறது. ஒரு வெட்டியான் மீது கஞ்சாவிற்பவள்தான் அன்பு கொள்கிறாள்.

களமும், அழுக்கான களம் (சுடுகாடு, கஞ்சாத்தோட்டம்), மனிதர்களும் அழுக்கானவர்கள். இவ்வகையான சூழலில் பார்வையாளனின் ஓர்மையை இலகுவாக்குகிற ஒரே விஷயம் - பாடல். இந்த விதியும் சுலபமாக மீறப்பட்டிருக்கிறது. முதல் பாதியில் மூன்று பாடல்கள் என்கிற சமன்பாடு 'பிதாமக'னில் இல்லை. பாடல் இருந்தபோதும் அது ஒரு துணுக்காக வெளிப்படும் மனஉணர்வின் இசை நீட்சியாகவே இருக்கிறது. பாடலுக்கான முன்காட்சிகளோ (song lead) அதை உத்தேசித்து முடிகிற சம்பவங்களா இல்லாது பாடல் குரலுடன் கூடிய பின்னணி இசையாக மட்டும் வந்துபோகிறது. யதார்த்தத்துக்கு முரணான பாடலை அதன் தேவை உணர்ந்து அதே நிலையில் ஒரு திணிப்பெனவும் நிகழ்ந்துவிடாமல் கையாண்டிருக்கிறார்கள். 'இளம் காத்து வீசுது' பாடலின் இடையில் வரும் வயலின் இசைக் கோர்வைக்கு வெறும் ஆலமரத்தின் விழுதுகளை low angle காட்டி நகர்ந்துசெல்லும் காட்சி ஆழமானது. இசையைக் காட்சியுடன் பொருந்தாமல், பிணைக்கிற தன்மையை இந்தக் காட்சி பதிவு செய்து இளையராஜாவின் பாடல்களை காட்சியாகப் பதிவு செய்து மேன்மைப்படுத்திய பாடல்களில் இதுவும் ஒன்று. பின்னணி இசை குறித்துச் சிலாகித்துச் சொல்ல நிறைய இடங்கள் இருக்கின்றன. அவற்றில் சில எந்த இசைச்சேர்ப்பும் இல்லாத காட்சிகள். பெரும்பாலான காட்சிகள் அதனதன் மௌனத்துடன் இயைகின்றன. குதிரையில் கஞ்சாக் கடத்திவரும் காட்சிகளில் எழுதப்பட்ட பின்னணி இசைக் குறிப்புகள் கவனிக்கத்தக்கவை.

பாடல்களை எளிமையாகப் புறக்கணிக்கிற இயக்குநர், அதன் பிரதியாக நகைச்சுவையைக் கொண்டுவருகிறார். முதல்பாதியின் பெரும்பாலான காட்சிகள் இயல்பாகத் தொனிக்கும் நகைச்சுவை உணர்வுடன் நிறைவடைகின்றன. மதுரை, இராமநாதபுரம் மாவட்டத்தின் சொல்வழக்கும் அதனுள் பொதிந்த கிண்டலும் படத்திற்கு வலுவூட்டுகின்றன. உடல்மொழியை உணர்வுகளுக்கேற்ப நுண்மையாகக் கையாள்வதன்மூலம் தனது கதைமாந்தர்களை இயக்குநர் கையாளும்விதம் மேன்மையடைகிறது. எரிந்த எலும்புகளைப் பொறுக்கும்போது அதன் சூடு பொறுக்காமல் விரல் குவித்து ஊதிக் கொள்வதும், ஏலம் விடுகையில் சக்தியின் அசைவுகளும் முதலாளியைப் பார்க்க வருகையில் சித்தனும், கஞ்சா விற்கிற பெண்ணும் உட்கார்ந்திருப்பதும் இதன் எளிய உதாரணங்கள்.

பாத்திரங்களுக்கேற்ப நடிகர்களின் பொருத்தமான தேர்வும் கவனிக்கத்தக்கது. கதாநாயகரில் இருந்து, கஞ்சாத் தோட்ட ஊழியர்கள் வரை, பாத்திரங்களுக்கேற்ற சரியான முகங்களே கதை குறித்த போதுமான நம்பகத்தன்மையை ஏற்படுத்திவிடுகிறது. குதிரை வண்டி நிற்கும் ரயில் நிலையத்திலிருந்து செம்மண் சுவராலான குளியலறை வரை, நிகழும் களமும் யதார்த்தமாய் இருக்கிறது.

பிரபலமான நடிகர்களைத் தேர்வு செய்து அவர்கள் கொண்டிருக்கும் படிமத்தை மறுஆக்கம் செய்து, தனது புனைவுக்கேற்ப அவர்களின் முகங்களை வனைந்துகொள்கிற உத்தியை இயக்குநர் தனதாகக் கொண்டிருக்கிறார். இவரது முந்தைய படங்களும் இதையே உறுதி செய்கின்றன. சுடுகாட்டுப் பின்புலம் என்பதால் ஓநாய் மாதிரியான ஒரு விலங்கினத்தின் உடல்மொழி சித்தனுக்குச் சண்டைக்காட்சிகளில் தாவி வந்து அமர்வதும், கழுத்தினை இறுக்கமாகத் திருப்புவதும், கைகளின் அசைவற்று ஓடுவதும், தலைநிமிர்ந்து அழ முயல்வதும் இதன் உதாரணமாகச் சொல்லலாம். (ரஷோமானில் திருடனின் உடல்மொழி நினைவுக்கு வருகிறது)

இன்னொரு பிரமிக்கத்தக்க விஷயம் படத்தில் காதல் காட்சிகளோ, காதல் பாடல்களோ இல்லையென்பது, வணிகப்படத்தின் எல்லைக்குள் இதனைக் கற்பனை செய்வதே கடினம். மஞ்சுவுக்கும் சக்திக்குமான காட்சிகளிலும் காதல் தொனிப்பதில்லை. காதலைச் சொல்ல முயற்சிக்கிற அல்லது கனவு காண்கிற அல்லது காதலை உறுதி செய்கிற காட்சிகள் கூட இல்லை. யதார்த்தத்தின் வெகு அண்மையாக இதனைச் சொல்லலாம். அல்லது இன்னொருவிதமாகச் சொல்வதெனில் காதலை இப்படம் வெறொரு விதத்தில் அணுகியிருப்பதாகச் சொல்லலாம்.

ஆனால், திரைப்படத்தின் இரண்டாம் பாதி குறித்து வேறுவிதமான அபிப்ராயங்கள் இருக்கின்றன. வனப்பகுதியில் நடைபெறும் படப்பிடிப்பில் இயக்குநருக்கும் நடிகைக்குமான உரையாடல் காட்சியில் இருந்து, இதுவரை நமக்குப் படத்தின் மீதிருந்த அபிமானம் கலையத் துவங்குகிறது. சரித்திர காலப் பாத்திரங்களுடன் சமகாலத்துக்குக் கொஞ்சமும் பொருத்தமற்ற சூழலுடன்தான் இந்தக் காட்சி நகைச்சுவை விளைவுக்காக வலிந்து திணிக்கப்பட்டிருப்பது தெரிகிறது. அந்தக் கடத்தல் தேவையற்றதன் நினைவை எழுப்பி ஒரு பார்வையாளனான நம்மைத் தொந்தரவு செய்கிறது. நடிகையுடனான ஊர்மக்களின் கேள்விகளில் இயல்பான நகைச்சுவை உணர்வு தொனித்தாலும், பிறகு நிகழும் நடனம் நம்மைக் கூச்சம்கொள்ள வைக்கிறது.

மேலும், தர்க்கரீதியாகச் சில கேள்விகள் எழுகின்றன. ஒருவன் பேசாமல் மிருகம்போல நடந்து கொள்வதற்கான பின்னணி என்ன?

சிறையில் சக்தியை மஞ்சு சந்திக்கிறாள். அவன் அவள் உள்ளாடையை அவிழ்ப்பது குறித்துச் சொன்னதும் அவள் அதிர்ச்சியுடன் போகிறாள். அடுத்த சந்திப்பில் அவர்களுக்கிடையில் நேசஉணர்வு வருவது சாத்தியமா? காட்சியாக இவை இரண்டும் சரியாக இருந்தாலும், இடையில் ஏற்படுகிற தாவல்? புரியவில்லை. குடும்பம் பற்றிய பிரக்ஞையற்று மஞ்சு சினிமாவுக்குப் போவதும், சுற்றித்திரிவதும் கிராமத்தில் சாத்தியமா? சித்தன் தங்கியிருக்கும் வீடு, அந்த சுடுகாடு, ரிக்ஷா ஸ்டாண்ட், ரயில்நிலையம், கஞ்சாத் தோட்ட அதிபரின் வீடு, திரையரங்கம் இவயெல்லாம் ஒரு ஊரில் இருப்பதற்கான காட்சித்தொடர்போ அனுமானத் தொடர்ச்சியோ இல்லாததுபோல் தோன்றுகிறது. அதற்கான அவசியம் கதையில் தேவைப்படுகிறதா? எல்லாம் கடந்து சக்தியின் கொலைக்குப்பிறகு நிகழ்கிற இருபதுநிமிடப் படத்தை இயக்குநர் திரும்பவும் தனது யதார்த்தப் புனைவுக்குள் கொண்டு வருகிறார். நாய் முகர சாக்குமூட்டையைச் சுற்றிக் கூட்டம் நிற்கும் அந்தக் காட்சி அதிரவைக்கிறது. பிறகு வில்லனைத் துரத்திக் கையை உடைத்து, காலை முறித்து பாதி இறந்துவிட்டபின் இழுத்து இழுத்து அடிக்கிற சண்டைக்காட்சி மிகநீளமானது. (ஏழு நிமிடங்கள்) படம் முழுக்க இரத்தம் தெரிக்கிற காட்சிகள் இல்லையெனினும், சத்தமும், குரூரச் செயல்களும் மனதில் நிகழ்த்துகிற வன்முறை அதீதமானது.

முதல்பாதியின் முடிவில் எழுந்த பிரமிப்புச் சித்திரங்கள் இரண்டாம் பாதியில் தாமாகக் கலைகின்றன. ஆழ்ந்த மனநெகிழ்வோ, அனுதாபமோ, அதிர்வோ இல்லாது ஒரு வெறுமையுணர்வு கவியத் திரையரங்கிலிருந்து வெளிவருகிறோம். ஜெயகாந்தனின் 'நந்தவனத்தில் ஓர் ஆண்டி', அகிலனின் 'மயானபூமி', பா.செயப்பிரசாத்தின் 'அக்னிமூலை' - இந்த மூன்று சிறுகதைகள்தான் சித்தன் கதாபாத்திரத்தின் மூலம் என்று நண்பர் ஒருவர் குறிப்பு தருகிறார். எப்படியாயினும் கதைத்தன்மைக்கேற்ற ஒரு வறண்ட களத்தைத் திரைப்படுத்துகிற உத்தியும், மனோபலமும் அதனுளிருக்கும் படைப்பாளியின் நம்பிக்கையும் பாராட்டுதலுக்குரியது. இவ்விதமான மாற்றுமுயற்சி, வெகுநீளமான காட்சிகள், மெதுவான கதை சொல்லல் வெற்றி பெறுகிறது என்பதே மிகப்பெரிய ஆறுதல். மூன்றாந்தரமான நையாண்டிகள், பாலியல் வன்மங்களற்று வணிகப் படத்திற்கான சமரசங்களை நேர்மையாகச் செய்திருக்கிற இயக்குநரின் முயற்சி பாராட்டுதலுக்குரியது. 'பிதாமகன்' விசாரணைக்கு உட்படுத்துகிறது. அதனளவில் அது ஒன்றே அதன் வெற்றியை உறுதி செய்கிறது.

- தீராநதி டிசம்பர் 2003

வெற்றிடத்திலிருந்து எழும் குரல்

வெறும் வணிக நிலையிலேயே முடிந்து போகும் திரைப்படங்களைக் கடந்து சாசுவதமான அசலான கலை முயற்சிகள் தமிழில் மிக அரிதாகவே நிகழ்ந்திருக்கின்றன. அதற்கான சில சான்றுகள் இருப்பினும் மையநிலைத் திரைப்படத்தை (middle cinema) ஓர் இயக்கமாக வளர்த்தெடுக்கிற பருவநிலை வாய்க்கவேயில்லை.

அதற்கான காரணிகளைக் கண்டறிய முயல்கையில் நம் முன் சில கேள்விகள் எழுகின்றன. முதல்தரமான படைப்பைப் பார்த்தறியாத பார்வையாளன் தனது பழக்கத்தின் அல்லது உள்ளுணர்வின் அடிப்படையில் தனது தெரிவதையே சிறந்ததென நினைக்கிறான். பூமி தட்டையானது என்று ஆதியில் இருந்த மனித நம்பிக்கைக்கு இணையானது இது.

முப்பது வயதுக்குள் இருக்கிற இளைஞரிடம் தமிழின் சிறந்த படங்கள் எவை என்கிற கேள்வி கேட்கப்படுமானால் வரும் பதில்கள் மிகுந்த நகைச்சுவையாகவும் சுவாரஸ்யமாகவும் இருக்கக்கூடும். இந்த நகைச்சுவையின் பின்னிருக்கும் சோகம் நெருடலானது. அவனது அறியாமையை விலக்கி அவனது திரைப்படை ரசனை சார்ந்த அகஉலகின் இருண்ட அறைகளைத் திறப்பதற்கான சாவி நம்மிடமில்லை. ஏனெனில் தமிழகத்தை கடந்து இந்தியாவைக் கடந்து இது எனது திரைப்படம் என்று எடுத்துச் செல்வதற்கான தகுதியுடைய திரைப்படங்கள் நம்மிடங்கள் இருக்கின்றனவா? கேள்விகயைப் பின்தொடரும் மௌனமும் தாழ்வு மனப்பான்மையும் நமது திரைப்படங்கள் குறித்த கேள்விகளைத் திரும்பவும் எழுப்புகின்றன.

இத்தனை வருட வரலாற்றில் தமிழ்த்திரைப்படம் பௌதீகரீதியான வளர்ச்சியிலும் முதிர்ச்சியை, மேதைமையை எய்தாதிருப்பது துரதிர்ஷ்டமானது. மகேந்திரன், பாலச்சந்தர், பாரதிராஜா, பாலுமகேந்திரா, ருத்ரய்யா, சேதுமாதவன் இவர்களுடன் மணிரத்னம்,

பாலா, தங்கர்பச்சான், சேரன் என்று நீளும் பட்டியலில் ஒரு சர்வதேச விமர்சகனின் தரக் கணிப்பிற்குப் பிறகு ஓரிரு பெயர்களாவது மிஞ்சுமா? நம் பிம்பங்களைப் பார்த்து நமக்கு நாமே பெருமை கொள்ளும் சூழலில் இதற்கான எந்த அளவுகோலைக் கொண்டு நம் மதிப்பீடுகளை முன்வைக்க முடியும்?

தமிழின் சிறந்த எழுத்தாளர்கள், கவிஞர்கள், ஓவியர்கள் யார் என்கிற கேள்விக்கு நம்மிடம் தெளிவான பதில்கள் இருக்கின்றன. இதில் குழு மனப்பான்மை, காழ்ப்புணர்ச்சிகள் கொண்டு மதிப்பிட்டாலும் அதையும் கடந்து தனது படைப்பின் வீச்சால் தன்னை நிறுவுகிற படைப்பாளிகள் இருக்கிறார்கள். சர்வதேசத் தரத்திற்கு இணையான நம் கலாச்சாரம் சார்ந்த பதிவுகள் நம்மிடம் இருக்கின்றன. ஆனால் திரைப்படத்தில் அவ்வகையான ஆளுமையை நாம் அடையாளம் காட்ட இயலுமா? தொழில்நுட்பத்தில் நாம் மேதைமைகளைத் தேசிய அளவில் நிரூபிக்கிற சந்தர்ப்பங்கள் நிகழ்ந்திருக்கலாம். கருத்து அழகியல் ரீதியான படைப்பு சார்ந்த மேதைமை நம் படங்களில் இருக்கிறதா? ஃபிரான்சின் புதிய அலையைப் போல எழுபதுகளில் தமிழில் தீனமான அலை எழுந்தது. புதுக்கவிதைக்கென வானம்பாடி, சிற்றிதழ்களுக்கு மணிக்கொடி, சரஸ்வதி, எழுத்து, அரசியலில் திராவிட மறுமலர்ச்சி முதலான முயற்சிகள் இயக்கங்கள் எழுந்து நிகழ்ந்தன. அவ்வாறான வாய்ப்பு ஏன் நம் திரைப்படங்களுக்கு நிகழவில்லை?

தனது தயாரிப்புக்கென அதிக முதலீடு தேவைப்படும் கலையாக திரைப்படம் இருக்கிறது. திரைக்கலையைத் தனது ஆளுமைக்குள் வசப்படுத்த நினைக்கும் படைப்பாளியின் வறுமையும் அதற்குத் தேவைப்படும் அதீதமான முதலீடும் எதிர்எதிரான துருவங்களென அமைந்துவிடுவது இத்துறையில் உள்ள பிரச்சனை. ஆனாலும் திரைக்கலைஞன் தான் நேசிக்கிற கலையை அதன் சகல பரிணாமங்களோடும் உயிர்கொடுத்து மீட்டெடுத்திருக்கிற உதாரணங்கள் இந்தியத் திரைப்பட வரலாற்றிலேயே இருக்கின்றன. தனது கலையை நிறுவத் திரைப்படத் தயாரிப்பை மக்களிடம் எடுத்துச் சென்ற ஜான் ஆபிரஹாமும் அவரது ஒடேஸா இயக்கமும் முக்கியமானது. தனி ஒருவராக நடையாய் நடந்து தன் விடாமுயற்சியின் மூலம் காலத்தின் தடைகளைக் கடந்து சென்ற சி.சு.செல்லப்பாவின் வாழ்க்கையும் நாம் அறிந்ததே.

தன் படங்களில் கதாநாயகியை மாற்றுவதைத் தவிர வேறெந்த மாற்றத்தையும் அனுமதிக்காமலும், தனக்கிருந்த கவர்ச்சி மற்றும் ரட்சகப் படிமத்தைக் கொண்டும் தனது காலம் முழுக்க கலை முயற்சிகளற்ற பொழுதுபோக்குச் சாதனையை எம்ஜிஆரால் நிகழ்த்த முடிந்தது.

இன்னொரு முனையில் சிவாஜி கணேசன் மிகைநாடகக் களத்தினுள் அப்பாவி இளைஞனாக, குடும்பப் பொறுப்பைச் சுமக்கிற தந்தையாக, தன் சோகம் கொள்ளாது கண்ணீர் உகுக்கிற அதிஉணர்ச்சி கொள்கிற, காதலிக்கிற நாயகனாக, இறந்தகாலத்தின் சரித்திரப் புருஷர்களை அசலெனச் சித்திரப்படுத்தும் கலைஞனாக மட்டுமே இருக்கமுடிந்தது. இந்தியாவில் சிறந்த நடிகர் என்றும் மார்லன் பிராண்டோவிற்கு இணையானவர் என்றும் வர்ணிக்கப்பட்ட இவரைப் பயன்படுத்தி யதார்த்தமான வாழ்வியல் சித்தரிப்பு எதுவும் வெளிவரவில்லை. இவரது நடிப்பைக் குறித்த தெளிவான விமர்சனங்களோ மயக்கம் தொனிக்கிற பாராட்டுகள் மற்றும் பிரமிப்புகள் இல்லாத மதிப்பீடுகளோகூடத் தமிழில் இல்லை. தங்கள் காலத்தின் வணிகரீதியிலான திரைப்படத்தின் பிதாமகன்களாகக் கருதப்பட்ட இவர்களும் மாற்று ஊடகத்திற்கான பங்களிப்பைத் தனியே செய்ததற்கான தடயங்கள் இல்லை. படவுலகின் மீது இவர்களிருவருக்கும் இருந்த அதீதமான ஆதிக்கமே இவ்விதமான கலை முயற்சிகள் எழமுடியாமல் போனதற்கான ஒரு காரணமாகவும் சொல்லலாம்.

இவர்களது அசலெனப் பின்தொடரும் கமல்ஹாசன், ரஜினிகாந்த் இருவரும் தொண்ணூறுகள் வரையிலும் தங்களது பிரபலத்தன்மையைத் துதிபாடுகிற புனைவுக் கதைகளையே தேர்ந்தெடுத்தனர். 'பதினாறு வயதினிலே', 'முள்ளும் மலரும்', 'அவள் அப்படித்தான்' என இன்னும் சில படங்களில் நடிகராகத் தங்கள் பங்களிப்பைத் தந்தது தவிர இவர்களும் வேறு அதிசயங்களை நிகழ்த்தவில்லை.

தமிழில் கலைமுயற்சிகள் அல்லது மையநிலைத் திரைப்படங்களென 'உதிரிப்பூக்கள்', அவவள் அப்படித்தான்', 'சில நேரங்களில் சில மனிதர்கள்', '16 வயதினிலே' இவை உள்ளிட்ட பதினைந்து திரைப்படங்களைக் குறிப்பிடலாம். (ஒரு வசதிக்காக இவற்றைக் குறிப்பிட்டாலும் இவற்றிலும் உடன்பாடில்லாத கருத்துகள் இருக்கின்றன) இவ்விதமான தொடக்க முயற்சிகள் எழுபதுகளில் எழுந்தபோது ஏவிஎம்மின் 'சகலகலா வல்லவன்' இதனை ஒரு முடிவுக்கு கொண்டுவந்தது. இந்திப் படங்களின் தாக்கத்துடன் உள் நுழைந்த கேளிக்கை நடனங்களும் சண்டைகளும் நம் சூழலுக்குப் பொருந்தாத புனைவும் கதையமைப்பும் அதன் வெளிப்படையான நாடகத்தன்மையும் தமிழ்ப்படங்களை வெறும் வணிகச் சரக்காக மாற்றின.

'ராஜபார்வை'யின் தோல்வி, 'சகலகலா வல்லவன்'னின் பெருவெற்றி இதனை ஒப்பீடாகக் கொண்டு கமலஹாசன், தமிழில் கலைப்படங்கள் உயிர்த்தெழுவதற்கான வாய்ப்பு இல்லை; கலைப்படம் என்பதே ஒரு கெட்டவார்த்தை என்கிற தனது சுய கண்டுபிடிப்பை அறிவித்தார். தனது

கலைமுயற்சி தோற்றது குறித்த பிலாக்கணம் அவருடைய நேர்காணல்களில் தொடர்ந்தது. பிறகு எழுபதுகளில் எழுந்த இயக்கத்தை முடிவுக்கு கொண்டு வந்த பாவத்தைத் தனது 'சகலகலாவல்லவன்' செய்ததாகவும், அதற்குப் பரிகாரமாகத்தான் தனது 'மகாநதி'யைச் சமர்ப்பித்ததாகவும் அறிவித்தார். அதுவும் தோல்வியைத் தழுவிட, தமிழின் கலைமுயற்சிகளுக்கு ஆதர்சமாக இருந்த தனது சுயபடிமத்தைக் கைவிட்டு தனது இருப்பைத் தக்கவைத்துக் கொள்ளும் அவசரத்தில், ஜிகினா உடை தரித்த நடனங்களுக்கும் பழிவாங்கும் கதைகளுக்கும் முகமாற்ற உத்திகளுக்கும் தனது நாயகப் படிமத்தைப் பயன்படுத்தினார்.

எம்ஜியாரின் மரணத்திற்குப் பிறகு தொடர்ந்த ஒரு பொது இடைவெளியில் அடுத்த முதல்வரெனத் தன்னை ரகசியமாய்ப் பிரலாபிக்கிற, எம்ஜியார் விட்டுப்போன ஏழை ரட்சகன் என்ற தெளிந்த பாத்திரத்தை ரஜினிகாந்த் கையிலெடுத்தார். பெரும் கோடிகளுடன், ரசிக மணிகளின் கைதட்டல்களுடனும் தொடர்ந்த இவர்களது வியாபாரம் இந்த நூற்றாண்டின் முதல் இரண்டு வருடங்களில் முடிவுக்கு வந்தது. எண்பதுகளில், இருபத்தைந்து வயதுகளில் இருந்த விசிலடிக்கும் ரசிகன் கடந்து பதினைந்து ஆண்டுகளில் குடும்பம் மற்றும் யதார்த்த வாழ்க்கையின் சுமைகள் அழுத்த தனது ஏகோபித்த கனவு நாயகர்களைக் கைவிட்டான். இதைத் தொடர்ந்து பெரிய இடைவெளியோ புதுப்பித்தலோ இன்றி வழக்கமான வேறொரு பாணியில் புதிய தொழில்நுட்பத்தில் டிடிஎஸ் உத்திகளுடன் திரைப்படம் தனது வணிகப் பயணத்தைத் தொடர்கிறது.

ஒரு தலைமுறை என்று வரலாற்றியலாளர்கள் கணக்கிடும் இந்த முப்பது முப்பந்தைந்து வருடங்களில் தமிழ்த்திரைப்படத்தில் கலாச்சாரப் புரட்சியோ கருப்பொருள் மாற்றமோ எவ்விதத்திலும் நடக்காமல் பார்த்துக் கொண்டு வெறுமனே காத்திருந்த நாயகியர் இப்போது கணினி மையங்களில், படுக்கையறைகளில் காத்திருக்கிறார்கள். ஆடை அவிழ்க்கிறார்கள். அவயங்களை அசைப்பதன்மூலம் தாங்கள் பெண்களென அறிவிக்கிறார்கள். இயக்குநர்களும் தங்கள் நாயகியை ஆறுகோடி மக்களின் பிரதிநிதியாக மனப்புணர்ச்சி கொள்ளும் காட்சிகளை யோசிக்கிறார்கள். தமிழ்ப்பாடலாசிரியர்கள் காமஅவயங்கள் மற்றும் சம்போகம் குறித்த மறைமுக அர்த்தம் தொனிக்கும் வரிகளைப் பல்லவியாக எழுதக் காத்திருக்கிறார்கள். நவீனத் தொழில்நுட்பமும் ஒளிப்பதிவுக் கருவிகளும் அதிவேகம் கொண்ட படச்சுருள்களும் இந்தக் கூத்தடிப்புகளை மௌனமாக பதிவு செய்கின்றன. நல்ல திரைப்படத்தை மட்டும் விரும்புகிறவன் திரைப்பட விழாக்களுக்காக வருடம் முழுக்கக் காத்திருந்து டில்லிக்கும் திருவனந்தபுரத்திற்கும் மூன்றாம் வகுப்பு இருக்கை தேடி ரயில் ஏறுகிறான்.

வணிகத் திரைப்படத் தொழிற்சாலை திரும்பத் திரும்பத் தனக்குத் தேவையான வரம்புகளை மீறாமல் தனது வளர்ப்புக்குள் பொருந்துகிற படைப்பாளிகளை உருவாக்குகிறது. அதற்கென, தங்கள் ரசனையைக் கடந்து ஒரு செவ்வியல் விபத்து நடந்துவிடாமல் முதலாளிகளும் விநியோகஸ்தர்களும் இடைத்தரகர்களும் பார்த்துக் கொள்கிறார்கள். வெற்றிபெறும் ஒவ்வொரு படமும் சில வார்ப்புகளை விநியோகிக்கிறது.

வெற்றி - தோல்வி என்கிற விளிம்புகளுக்குள்ளான இயக்குநர்களுக்கு மாறிமாறிச் சுழல்கையில் அதன் விஸ்தாரத்தை கடந்து யோசிக்கிற, எளிமையாய் கடந்து வெளியேறுகிற, அதன் வார்ப்புகளைச் சுக்கலாக உடைக்கிற அதிசயம் தமிழில் நிகழவில்லை. சூழலும், உட்பரப்பும் விரிவடைகின்றனவேயன்றி அதனால் சில எல்லைகள் விரிவடைவதில்லை. 'ஒருதலைராகம்', '16 வயதினிலே', 'உதிரிப்பூக்கள்', 'சேது', 'அழகி' முதலான படங்கள் இந்தப் பரப்பை விசாலப்படுத்தின. அரிய துளிர்ப்புகளென மலரும் இவ்வகையான, சகல சமரசத்திற்கும் உட்பட்ட தெளிந்த படைப்புகள் இதற்குமுன் இருந்தவர்களின் இருப்பை எளிமையாகக் கேலி செய்கின்றன. உடனடியான திரைப்படத்தின் உருவம் மாறுவதாக நம் கனவுகாணும் தருணத்தில் இந்தக் கலையை வெறும் தொழிலாக மட்டும் பார்க்கும் வியாபாரிகள் தங்கள் துருப்புச் சீட்டை வீசுகிறார்கள். திரும்பவும் அதே சூழல். அதே வார்ப்புகள். அவ்வாறான படங்களை எடுப்பவர்களும் பல தடைகளைக் கடந்து அதைத் திரையரங்கிற்கு எடுத்துச் செல்வதற்குள் களைத்துவிடுகிறார்கள். அவர்களது அடுத்தடுத்த படைப்புகளில் இச்சிரமம் வேறுவிதமான போதனைகளையும் ஞானத்தையும் தருகிறது. பரிணாமம் பற்றிய புகழ்பெற்ற விதிகளின் படி வணிகச் சமரசத்துடன் தன்னைத் தகவமைத்துக் கொள்பவன் மட்டும் வாழ்கிறான்.

தன் சமரசங்களுக்கான காரணங்களுடன் இத்துறையில் தான் தொடர்ந்து வாழ்தலுக்கான நியாயத்துடனும் வியாபார இயக்குநர்களுடன் போட்டியிட முடியாமல் அவன் தோற்று வெளியேறவும் நேர்கிறது. முன்சொன்ன படங்களின் இயக்குநர்களை இதன் உதாரணமாகச் சொல்லலாம்.

இக்கசப்பான முன்னுதாரணங்களைப் பார்க்க நேரிடுகிறது. ஒரு படைப்பாளன் தமிழ்த்திரைப்படம் குறித்த அவநம்பிக்கையுடன் தனது பின்வாங்கலைத் தொடர்வான். அல்லது தனது படைப்புச் செயல்பாட்டுக்கு உரிய இடம் இங்குக் கிடைக்காதென ஒதுங்குவான். இது ஒரு நுண்மையான மனஉணர்வுதான். இந்தப் புள்ளியில்தான் தமிழில் தீவிர அல்லது மையநிலைத் திரைப்படத்துக்கான இயக்கம் ஏன் ஏற்படவில்லை என்பதற்கான காரணம் இருக்கிறது.

ஒரு முதலாளி இலட்சங்களை முதலீடாக்கும்போது அது பலமடங்காகத் திரும்ப வருவதற்குப் பாதுகாப்பான சில சமன்பாடுகள் இருக்கின்றன. பிரபலமான நாயகன், ஐந்து பாடல்கள், நகைச்சுவை, சண்டை என்று ஒரு படத்தின் 150 நிமிடக் காலவெளியை சகலருக்கும் பிடிப்பது மாதிரியான விஷயங்களை வைப்பதன்மூலம் பார்வையாளனைத் திருப்தி படுத்துகிற வேலையைச் செய்ய இயக்குநர் பணிக்கப்படுகிறார். வேறுவிதமான தீவிரமான படைப்புகளை உயர்ந்ததென ஒத்துக்கொள்வதில்லை. ஏனெனில் அவ்விதமான படைப்பு ஒன்று மக்களின் ஆதரவைப் பெறும் தருணத்தில் இதுநாள்வரை அவர்கள் கட்டிவைத்திருக்கும் படிமங்களும் புகழும் இழந்து தங்கள் இருப்பு குறித்த சந்தேகங்களுக்கு ஆளாவார்கள். இத்தகைய சூழ்ச்சிகளை எதிர்கொள்ள முடியாத அல்லது எதிர்கொள்ள விரும்பாத அசலான கலைஞன் சோர்ந்து, தனது எழுத்து, ஓவியம் முதலான எளிய தனக்கேயான படைப்புலகினுள் ஆழ்ந்துவிடுகிறான்.

திரைப்படம் சிறந்த எழுத்தாளர்களை, படைப்பாளிகளைத் தொடர்ந்து ஆகர்ஷித்திருக்கிறது. ஏனெனில் திரைப்படம் என்கிற கலைவடிவம் தன்னளவில் பவித்திரமானது. ஆயினும் அதன் பலன் கருதி நுழைந்த புதுமைப்பித்தன் போன்ற படைப்பாளிகள் உள்ளிருக்கும் அரசியல் கருதித் தானாக மனம் சுருங்கி வெளியேறுகிற கட்டாயத்தை இச்சூழல் ஏற்படுத்திவிடுகிறது. இதையும் கடந்து தனது வாழ்க்கையை விலையாய் வைக்கிற மனபலமோ பணபலமோ நம் முன்னோர்களிடம் இல்லாமல் போனதும் அதன்மூலம் தீவிரக் கலைப்படைப்பிற்கான பருவம் ஏற்படாமல்போனதும் நம் துரதிர்ஷ்டம்.

இவ்விதமான மாற்று ஊடகத்திற்கான இயக்கம் தமிழில் ஏற்படாததற்கான காரணமெனப் பார்வையாளனின் ரசனைக் குறைவையும் காரணமெனச் சொல்லலாம். அக்குறைபாட்டிற்கும் நாம்தான் பொறுப்பேற்க வேண்டும். தனது மேல்நிலைப்பள்ளிப் படிப்பை முடித்துவரும் பதினேழு வயது இளைஞன் தனது பாடத்திட்டத்தின் வழியாகப் பாரதி, புதுமைப்பித்தன் முதலானவர்களின் பெயர்களையாவது குறைந்தபட்சம் அறிந்திருக்க வேண்டும். (சமகால எழுத்தாளர்களை விடவுட்ம அவர்கள் மேன்மையானவர்கள் என்பது அபிப்ராய அளவிலாவது அவனுக்குத் தோன்றியிருக்கும்). ஆனால் அந்த மாணவனுக்குச் சிறந்த திரைப்பட இயக்குநரின் பெயரை அறிவதற்கான எந்த வாய்ப்பையும் நாம் ஏற்படுத்தித் தருவதில்லை. திரையரங்கிற்கு வரும் வணிகச் சரக்குகளே அவனுக்கு முன்னால் ஆதர்சமாக நிறுத்தப்படுகின்றன.

தமிழில் சமீபமாய் வந்திருக்கும் நல்ல படங்கள் எவை என்று கோடம்பாக்கத்தின் நண்பர் ஒருவரிடம் கேட்டேன். இவர் இரண்டு படங்களைச் சொன்னார். - 'கன்னத்தில் முத்தமிட்டால்', 'அன்பே சிவம்'.

அதற்கான காரணங்களையும் சொன்னார். இரண்டும் தீவிரமான கலைப்படங்கள். மிக வித்தியாசமாக எடுக்கப்பட்டதால் இவை தோல்வியைத் தழுவின. தமிழில் இந்த முயற்சி வீண் என்பது அவரது அபிப்ராயம். இவையிரண்டும் தமிழில் வந்த முதல்தரமான படங்கள் என்றால் இத்தகைய ரசனை சார்ந்த முடிவுக்கு நாமும் ஒருவிதத்தில் பொறுப்பாளிகளாகவே இருக்கிறோம். இது நல்லது, இது கெட்டது என்பதான நேர்மையான விமர்சனங்கள் நம்மிடம் இல்லை. ஒரு படத்தின் ஒளிப்பதிவு அல்லது படத்தொகுப்பு குறித்த துல்லிய நுட்பத் தெளிவுடன் விமர்சனப் போக்கும் தமிழில் கிடையாது.

தீவிரத் திரைப்படத்துக்கான களம் ஒன்று ஸ்திரமாக அமையாத சூழலில் தமிழ்ப்படம் என்றாலே நம் திரையரங்களில் நூறு நாளை நோக்கி ஓடிக்கொண்டிருக்கும் வணிகப் படங்களைக் குறித்தே விமர்சனங்களை முன்வைக்கமுடிகிறது. அதனினும் ஊடாக நிகழும் சற்றே உயர்ந்த அல்லது உயர்ந்து விட நினைக்கிற கலை யத்தனிப்புகளை - அதன் வணிகச் சமரசங்களை மன்னித்து ஏற்றுக் கொள்கிற கையறு நிலையில் தான் நாம் இருக்கிறோம்.

நாயகத்தன்மையற்ற கதையின் ஊடாகப் பயணம் செய்து வாழ்க்கையை ஆவணமாகப் பதிவு செய்த தமிழ்ப் படங்கள் எத்தனை? சுதந்திரகாலத்திற்குப் பிறகு நம் புனைவியலில் நிகழ்ந்த மாற்றங்களை மனித சமூகத்தின் மனச் சூழல்களை எத்தனைப் படங்கள் நேர்மையாகப் பதிவு செய்தன? தனது படைப்புக்கு உண்மையான சமரசங்களற்ற பங்களிப்பைச் செய்ததாக எத்தனை இயக்குநர்கள் தங்கள் மனம் தொட்டுச் சொல்லமுடியும்? ஒரு கலைப்படைப்பு தான் வாழும் காலத்தின் பிரதிபலிப்பு என்றால் நமது திரைப்படங்களைப் பார்க்கிற எதிர்காலச் சந்ததியர் நாம் எவ்விதமான கலாச்சாரச் சூழலில் வாழ்ந்ததாக அர்த்தம் கொள்வார்கள்? ஓர் இயக்குநர் தனது படைப்புக்காலம் முழுக்கத் தனது நாயகன் எப்படிக் காதலைச் சொல்வான் என்பதையே யோசிக்கிறார்.

திரைப்படங்களில் விமர்சனக்கலை என்கிற மரபே நம்மிடம் இல்லாத அதேவேளையில் அதன் செயல்மொழி சார்ந்த நுட்பம் குறித்த நூல்கள் தமிழில் இல்லை. ஒப்பனை, அரங்க நிர்மாணம், பின்னணி இசை, நடிப்பு, ஒளி, ஒலிப்பதிவு, திரைக்கதை, இயக்கம் குறித்த நூற்றுக்கணக்கான புத்தகங்கள் ஆங்கிலத்தில் இருக்கின்றன. அதிலிருந்து ஒன்றிரண்டு நூல்களே தமிழில் பெயர்க்கப்பட்டுள்ளன. திரைப்படம் தனக்கேயான நுட்பப் பதங்களைக் கொண்டிருக்கிறது. அதற்கான சொல்லகராதி (tecnical terms) நம்மிடம் இல்லை.

உலகின் சிறந்த கலைப்படங்கள் அல்லது வணிகரீதியான வெற்றி பெற்ற படங்கள் பெரும்பாலும் ஏற்கனவே எழுதப்பட்ட புதினங்களை அடிப்படையாகக் கொண்டவை. கூர்ந்த அவதானிப்பைக் கொண்டு எழுதப்பட்ட புதினத்தை ஒரு திரைப்படம் தனது மொழியி

உள்வாங்கும்போது அது சிறந்த கலையாகப் பரிமளிக்கிறது. சத்யஜித் ரேயின் படங்கள் பெரும்பாலும் புதினங்களைத் தழுவியவை என்பது நமக்கு முன்னுதாரணம். தமிழின் அரிய முயற்சிகளெனச் சொல்லப்படும் மகேந்திரனின் படங்களும் அநேகம் புதினம் மற்றும் சிறுகதைகளைத் தழுவி எடுக்கப்பட்டவை. தமிழில் நேரடியாகவோ மறைமுகமாவோ இவ்விதமான இலக்கியங்களைக் கையாளும் போக்கும் இலக்கியவாதிகளின் பங்களிப்பும் இல்லாதிருப்பதும் திரைப்படத்தின் தீவிரத்தன்மை குன்றியிருப்பதற்கான இன்னொரு காரணமெனச் சொல்லலாம்.

இதில் மேலும் கவனிக்கத்தக்க விசயங்கள் இருக்கின்றன. தமிழ்ப்படங்கள் என்றாலே அதை ஏளனமாக நோக்குகிற பண்பு நம் இலக்கியவாதிகளிடம் இருக்கிறது. இதைச் சற்றே சுயவிமர்சனத்திற்கு உட்படுத்த வேண்டும். முறையான திரைப்படக்கல்வியின்மை, நல்லதைப் பிரித்தறிய முடியாத ரசனைக் குறைபாடு, போதிய விமர்சனங்களின்மை, பலவீனமான இயக்குநர்கள் என நோய்ப்பட்டுள்ள ஒரு கலைப் படைப்பை இலக்கியம்தான் தனது இரத்தம் பாய்ச்சி உயிரூட்ட முடியும்.

இத்தகைய சூழலில் திரைப்படத்துறையில் சமீபகாலமாக நிலவிவரும் வெற்றிடம் கவனிக்கத் தகுந்தது. சென்ற ஆட்டில் கிட்டத்தட்ட 82 தமிழ்ப்படங்களும் 102 மொழிமாற்றப்படங்களும் வெளிவந்தன. இதில் நேரடியான தமிழ்ப் படங்களில் ஏறத்தாழ ஒன்பது படங்கள் மட்டுமே வர்த்தக ரீதியாக வெற்றிபெற்றன. இதில் நாயகனின் பிரபலத்தன்மையைத் தகுதியாக முன்னிறுத்திய படங்கள் படுதோல்வியைச் சந்தித்தன. படிமங்கள் (images) விலகிக் கதை இருந்தால் மட்டுமே ஜீவிக்க முடியும் என்கிற சூசகமான அசரீரி எல்லோரது செவியிலும் உறைந்திருக்கிறது. அதைத்தொடர்ந்து குறைந்த தயாரிப்புச் செலவுள்ள புதுமுக நாயகர்களின் வரவும் நாயகத்தன்மையை உடைக்கிற கதைகளும் வெளிவரத் தொடங்கின. மிகத் தெளிந்த அறிகுறிகளுடன் தொடங்கியிருக்கும் இந்த மாற்றத்தை வழக்கமான சமன்பாடுகளுடன் எதிர்கொள்ள முதலாளிகள் தயாராக இருக்கிறார்கள். என்றாலும் பெரிய முதலீட்டைக் கொண்ட படங்களின் தோல்வியும் எளிய படங்களின் பெருவெற்றியும் அவர்களை யோசிக்க வைத்திருக்கின்றன. சமீபகாலமாக இலக்கியத்திற்கும் இலக்கியவாதிகளுக்கும் வெகுஜன ஊடங்கள் தருகிற முக்கியத்துவத்தை இத்துடன் பொருத்திப் பார்க்கலாம். அதுதவிர திரைப்படங்களின் தயாரிப்பு மற்றும் பிரபலத்தன்மை மீதிருந்த மாயையும் சற்றே கலையத் தொடங்கியிருக்கின்றன.

வீடியோ நுட்பத்தின் அதிவளர்ச்சியென இலக்கத் தொழில்நுட்பம் (digital technology) தனது ஆளுமையைச் செலுத்தத் தொடங்கியுள்ளது. படச்சுருளே திரைப்படத்திற்கு அவசியப்படாத காலத்தை விஞ்ஞானம் நமக்குப் பரிசளித்திருக்கிறது.

இந்த நுட்பப்புரட்சியை முன்மொழியும் விதமாக தமிழில் குறும்படங்கள் மற்றும் ஆவணப்படங்கள் தயாரிப்பின் மீதான விழிப்புணர்வும் செயல்பாடும் துரிதமாக இருக்கின்றன. வாசிப்பு அரிதாகி வருவதாக உலகமெங்கும் கணக்கெடுப்புகள் கூறும் இக்காலத்தில் காட்சி ஊடகத்தின் வலிமை கூடிவருகிறது. இதை முன்னிட்டு நம் பதிப்பகங்கள் ஒரு புத்தகம் தயாரிக்கிற செலவில் தேர்ந்த எழுத்தாளனின் சிறுகதையைப் படமாக எடுக்கலாம். ஆயிரம் பிரதிகளை அச்சிட்டுவிட்டு நூலக ஆணைக்காகக் காத்திருப்பதை விடவும் உலகத் திரைப்பட விழாக்களில் தங்கள் திரைப்படங்களை திரையிடுவதன் மூலம் தங்கள் செலவுகளை ஈடுகட்டவும் பொருளீட்டவும் முடியும். இதன் தொடர்ச்சியாக ஒவ்வொரு ஊரிலும் நூலகங்களைப் போல திரைப்படச் சங்கங்களை ஊக்குவிப்பதன்மூலம் நமது படைப்புகளை மக்களிடம் நேரடியாகக் கொண்டு செல்ல முடியும்.

பனிக்காலத்தில் படையெடுத்துத் தோல்வியைத் தழுவிய நெப்போலியன் போல இலக்கியவாதிகள் தவறான பருவத்தில் திரைப்படத்தைத் தேர்ந்தெடுத்துத் தோல்வியுடனும் தமது படைப்புச் சக்தி குறித்த அவநம்பிக்கையுடனும் திரும்பியிருக்கிறார்கள். ஆனால் காலமறிந்து அதன் வெற்றிடத்தின் வெளி அறிந்து புது இயக்கமென அலையை எழுப்புவதற்கான நேரம் கனிந்திருக்கிறது. இதைத்தொடர்ந்து இலக்கியவாதிகளை மதிக்கிற, வரவேற்கிற போக்கு தமிழ்ப்படவுலகில் ஏற்பட்டிருக்கிறது. இது தற்செயலானதல்ல. மேதைமை பொருந்திய பார்வையாளனாகத் தொலைவில் இருந்துகொண்டு கேலி செய்வதோ, புறக்கணிப்பதோ ஆக்கப்பூர்வமான மாற்றங்களை ஒருபோதும் நிகழ்த்தப்போவதில்லை. தனது தீவிரமான பங்களிப்பை நேரடியாக அல்லது அயலாகத் தருவதன்மூலம் ஓர் இலக்கிய ஆசிரியன்தான் மீட்டெடுக்க முடியும். வாழும் காலத்தின் அதீதசக்தி வாய்ந்த ஊடகத்தை அவ்விதமாக மேம்படுத்த வேண்டிய பொறுப்புணர்வு நம் அனைவருக்கும் இருக்கிறது.

- காலச்சுவடு நவம்பர் - டிசம்பர், 2003

காலத்தின் வழியே இசைக்கும் பாடல்

அதுவரையில் இந்தியத் திரைப்படத்திற்கென ஏழுதப்படாத சில விதிமுறைகள் இருந்தன. புராணகாலக் கதைகளை மேடையில் நடத்திச் சலித்திருக்கையில் அவற்றைத் திரையில் நிகழ்த்துகிற ஒரு வாய்ப்பாகவே திரைப்படம் அறிமுகமாகியிருந்தது. மிகுந்த ஜோடனைகளும் மிகையான பாவனைகளையும் உடைய ஒரு சீமாட்டிக்குரிய பணக்காரச் செருக்குடன், சாமானியன் நெருங்கவே முடியாத உயர்கலையாகவே திரைப்படம் இருந்தது. இசை, நடனம், நடிப்பு என்று மேடையில் நிகழ்ந்த யாவும் திரைக்குப் பெயர்ந்தபோதும், திரை என்பது தட்டையான பிம்பங்கள் நகரும் சுவராகவே இருந்தது. பார்வையாளனைத் தனது மாய உலகிற்குள் அனுமதிக்கும் பெருவழியாக அது மாறவே இல்லை. நடித்தவர்களின் தலையில் கிரீடமோ ஒளிவட்டமோ இருந்தது. திரைப்படம் என்கிற கலைவடிவம் அயல்நாட்டிலிருந்து வந்திறங்கிய நம்மொழி பேசுகிற அந்நிய விருந்தினன் போலவே இருந்தது.

1955.

இந்நிலையில் இந்தியாவிற்கேயுரிய மனிதப்பண்புகளுடன், யதார்த்தமான கதையாடலுடன், திரைப்படம் என்கிற ஊடகத்திற்கேயுரிய நேர்த்தியுடன் ஒரு திரைப்படம் வெளியானது. 'பதேர் பாஞ்சாலி' 'சாலையின் பாடல்' என்ற தமிழ் அர்த்தம் கொண்ட இந்தச் சொற்றொடர் இன்றளவும் தன் மதிப்புகளைத் தக்கவைத்துக் கொள்கிற செவ்வியல் படைப்பாகத் திகழ்கிறது.

டி.ஜே.கெய்மர் & கோ என்கிற ஆங்கில விளம்பரக் கம்பெனியில் வணிக ஓவியராக வேலைபார்த்த இளைஞரே இந்தப் படத்தின் இயக்குநர். சாந்தி நிகேதனில் ஓவியம் படித்தவர். இந்தியப் புத்தக உலகில் முன்னணி நிறுவனமாக இருந்த சிக்னெட் அச்சகத்திற்குப் புத்தக அட்டைகளை வடிவமைத்துத் தருகிற வேலையைச் செய்துகொண்டிருந்த இவர், தற்செயலாக விபூதிபூஷனின் 'பதேர் பாஞ்சாலி' என்கிற நூலுக்கான

அட்டையை வடிவமைத்துக் கொடுக்கிறார். அதற்கான அந்த நூலைப் படிக்க நேர்ந்தபோது இதை ஏன் திரைப்படமாக எடுக்கக் கூடாது என்கிற எண்ணம் அவருக்குத் தோன்றியது.

1947ல் தனது நண்பர்களுடன் சேர்ந்து கல்கத்தாவில் ஒரு திரைப்படச் சங்கத்தைத் துவங்கியிருந்தார் ரே. சமகாலத்தில் வங்கத் திரைப்பட உலகில் நிகழ்ந்த சமரசங்களும், போலியான படைப்புகளின் மீது தனக்கிருந்த விமர்சனமும், கோபமும் இத்திரைப்படச் சங்கத்தை அவர் துவங்கக் காரணமாயிருந்தது. ஐன்ஸ்டைன், புடோவ்கின், ராபர்ட் ப்ளஹர்ட்டி, ஜான்கிரியர்சன், மார்ஷல் கார்னே, ஜீலியன் துவிவியர் முதலான இயக்குநர்களின் படங்களை அவர் இங்கு பார்த்தார். உலகசினிமாவின் மீதான கவனிப்பும், திரைப்படம் சார்ந்த நூல்களின் மீது அவருக்கிருந்த தீவிர வாசிப்பும் திரைப்படம் குறித்த கருத்தாக்கங்களை அவருக்குள் ஏற்படுத்தின. 1947-48ல் இந்தியாவிற்கு கங்கையைப் பற்றிய The River என்கிற தனது படத்தின் படப்பிடிப்பிற்காக வந்திருந்த ழூான் ரெனாய்ரை ரே சந்தித்துப் பேசினார். பிறகு 1950இல் தான் பணிபுரியும் விளம்பரக் கம்பெனியின் மூலமாக கூடுதல் பயிற்சிக்காக லண்டன் செல்கிறார். அங்கு உலகின் சிறந்த படங்களைப் பார்க்கிறார். நான்கரை மாதங்களில் ஏழத்தாழ நூறு படங்களைப் பார்த்த ரே, விக்டோரியா டீ சிக்காவின் நியோ - ரியலிசப் படைப்பான Bycycle Theives படத்தையும் பார்க்கிறார். அது அவரது படைப்பாளுமையை ஆழ்ந்த பாதிப்புக்குள்ளாக்குகிறது. நான் ஒரு படம் எடுக்க வேண்டும் என்ற எண்ணத்தை உருவாக்குகிறது.

1921ல் யு ராய் & சன்ஸ் என்கிற அச்சகத்தில் தனது தாத்தாவின் வீட்டில் பிறந்த ரே தனது இரண்டு வயதில் தந்தையை இழந்தவர். ஆறு வயதுவரை அச்சு மையின் வாசத்துடன் வந்த ரே, அங்கிருந்த அச்சுக் கட்டை (Printing Blocks) தயாரிக்கும் பிரிவில் நிறைய ஓவியங்களையும், அச்சுக் கட்டை தயாரிப்புக்காக அங்கிருந்த பெரிய துருக்கியுடன் (Bellow) இருந்த கேமராவையும் பார்க்கிறார். பின்னாளில் தான் ஓவியராகவும், திரைப்பட இயக்குநராகவும் மாறியதற்கு இதையெல்லாம் நினைவு கொள்கிறார். அந்த அச்சகத்தில்தான் சந்தோஷ் என்கிற குழந்தைகளுக்கான பத்திரிக்கையும் அச்சடிக்கப்பட்டது. தன் வாழ்நாளில் டர்பன்டைன் வாசம் அடிக்கும் போதெல்லாம் அச்சகத்தில் வாழ்ந்த தனது குழந்தைப்பருவம் நினைவுக்கு வருவதாக சொல்கிற ரே, தாய்மாமன் வீட்டில் முழுக்க அம்மாவின் கவனிப்பில் வளர்கிறார். ஓவியம், தையல், தோல்பைகள் தயாரித்தல் முதலான வேலைகளைச் செய்து தன்னை வளர்ப்பதற்காக, மதிய நேரத்திலும் தன் தாயைத் தூங்கிப் பார்த்திராத ரே, தன்னுள் கலை ஆளுமையை ஏற்படுத்தியதில் முக்கியப் பங்கு தனது தாயுடையது என்று நினைவு கூர்கிறார்.

தனது விளம்பரக் கம்பெனியின் வரைபட ஓவியவேலை சலித்து, வங்கப்பட உலகின் மீதிருந்த ஆற்றாமையில் 'பதேர் பாஞ்சாலி'யைப் படம் பிடிக்கத் துவங்கினார். விளம்பரக் கம்பெனி வேலையைப் பார்த்துக் கொண்டே சனி, ஞாயிறு விடுமுறையில் படப்பிடிப்பு நடந்தது. திரைப்படங்கள் பார்த்திருக்கிற அனுபவத்தையே அடிப்படையாகக் கொண்டு முறையான திரைக்கதை இல்லாமலேயே படப்பிடிப்பைத் துவக்கினார். ஆயினும் தான் எடுக்கப்போகிற காட்சிகளின் குறிப்புகளைத் தொடர்சித்திரங்களாக வரைந்து வைத்திருந்தார். அந்தப் படங்கள் அடங்கிய நோட்டுப்புத்தகத்தை எடுத்துக் கொண்டு படத் தயாரிப்பாளர்களைத் தேடி அலைந்தார். கடைசி வரையில் எந்தத் தயாரிப்பாளரும் சம்மதிக்காததால் தனது மாதச் சம்பளத்தை முதலீடாகக் கொண்டு படப்பிடிப்பைத் துவக்கினார்..

படத்திற்கான உரையாடல்களை எப்படி எழுதுவது என்று அறிந்திராத ரே, விபூதிபூஷனின் நாவலில் இருந்த உரையாடல்களை அப்படியே பயன்படுத்தினார். முற்றிலும் முன் அனுபவம் இல்லாத நண்பர்களுடன் சேர்ந்து படப்பிடிப்புத் துவங்கியது. திரைப்பட ஒளிப்பதிவு பற்றிக் கொஞ்சமும் அனுபவமில்லாத கபர்தோ மித்ரா என்கிற இருபத்திரண்டு வயதான நிழற்படக் கலைஞர் ஒளிப்பதிவு செய்தார். நடிகர்களும் பிரபலமில்லாத புதியவர்கள். படத்தில் அப்புவாக நடித்த சிறுவனுக்காகப் பத்திரிகையில் விளம்பரம் கொடுத்து பிறகு யதேச்சையாகப் பக்கத்துவீட்டு மொட்டைமாடியில் பட்டம் விட்டுக் கொண்டிருந்த சிறுவனைத் தேர்ந்தெடுத்தார். இந்தியத் திரைப்பட வரலாற்றில் முதன்முறையாக எண்பத்து இரண்டு வயது மூதாட்டி கனிபாலாவை நடிக்கவைத்தார். தனது நண்பரான பன்ஸியைக் கலை இயக்குனராக்கினார்.

கிடைக்கிற கேமராவை வாடகைக்கு எடுத்துக் கொண்டு படிப்பிடிப்பைத் துவக்கினார். கேட்கிற லென்ஸ் கிடைக்கவில்லை. என்ன லென்ஸ் அப்போது கிடைக்கிறதோ அதை வைத்துப் படம் பிடித்தனர். ஒரு மாதத்திற்கு நான்கு ஐந்து நாட்களே படப்பிடிப்பு நடந்தது. இடையில் ஆறு மாதம் கூட படப்பிடிப்பு நடக்காமல் இருந்தது.

போதிய பனவசதி இல்லாததால் இரண்டரை வருடங்களுக்கு மேல் படப்பிடிப்பு நடந்தது. இந்தக் காலங்களில் தான் தயாரிக்கிற படம் குறித்து மூன்று பயம் ரேக்கு இருந்தது. ஒன்று அப்புவாக நடிக்கும் சிறுவனின் குரல் உடைந்துவிடாமல் இருக்கவேண்டும். இரண்டாவது துர்க்காவாக நடிக்கிற சிறுமி பெரியபெண்ணாக வளர்ந்துவிடாமல் இருக்கவேண்டும். மூன்றாவதாக இந்திராவாக நடிக்கிற கனிபாலா உயிரோடிருக்க வேண்டும். இந்த மூன்றும் நிகழ்ந்துவிடவில்லை. படத்தை, காட்சிகளின்

வரிசைப்படி ஒவ்வொரு துண்டுக்காட்சியையும் (shot) வரிசைப்படியே (chronologic order) முழுப்படத்தையும் எடுத்தார். படத்தயாரிப்பு பற்றி ஏதும் அறிந்திராத ரே படம் எடுப்பதன்மூலமே அதைக் கற்றுக் கொண்டார்.

ஒரு நிலையில் தன்னுடைய படப்பிடிப்பைத் தொடர்ந்து நடத்தப் பணமில்லாமல் தனது வீட்டிலிருந்த அரிய இசைத் தட்டுகளையும் மனைவியின் நகைகளையும் விற்றுப் படப்பிடிப்பு நடத்தினார். அப்படியும் அதிகநாட்கள் படப்பிடிப்பைத் தொடரமுடியாத நிலையில், எதிர்பாராத விதமாக தனது தாயின் குடும்ப நண்பர் மூலமாக, எடுத்தவரை, படத்தை அப்போதைய முதலமைச்சரைப் பார்க்கவைக்க முடிந்தது. 'சாலையின் பாடல்' என்கிற தலைப்பைக் கேட்டதும் ஏதோ சாலைகள் பற்றிய ஆவணப்படம் என்று கருதிப் படம் துவங்கப் பொருளுதவி தர ஒப்புதல் அளித்தார். இவ்விதக் கஷ்டங்களுக்கிடையில் எடுக்கப்பட்ட 'பதேர் பாஞ்சாலி' இன்றளவும் இந்தியத் திரைப்படத்துறையில் பெரும் சாதனையாகக் கருதப்படுகிறது.

தனது நாற்பது வருடத் திரைப்பட வாழ்வில் இருபத்தேழு படங்களை இயக்கியிருக்கும் சத்யஜித் ரேக்கு தனது முதல்படமான 'பதேர் பாஞ்சாலி'தான் உயரிய விருதான கேன் படவிழாவில் விருதைப் பெற்றுத்தந்தது. சாதனை சார்ந்த அதன் வெற்றிகள் ஒருபுறமிருந்தாலும் திரைப்பட மொழி சார்ந்து இந்தியாவில் அது ஏற்படுத்திய தாக்கம் மிக முக்கியமானது. படத்தின் துவக்கத்திலிருந்து இறுதிவரையிலும் குறியீடு சார்ந்த படிமங்களை (symbolic shots) காட்சியாக்குகிற ரேயின் பாணி அழகானது.

இந்திர் மரணமுற்றதும் அவள் வைத்திருந்த வெண்கலச்செம்பு உருண்டு தண்ணீரில் விழுவதும், துர்கா எடுத்து வைத்திருந்த நெக்லஸைப் பாசிகள் படர்ந்த குளத்தில் அப்பு போட்டதும் குளம், ரகசிய விழுங்குகிற வாயைப்போலத் திறந்து மூடுவதும், துர்கா உடல்நலமற்று இருக்கையில் வீட்டின் காவல்தெய்வத்தின் நிழல் சுவரில் அசைவதும், துர்காவின் மரணத்திற்குப் பிறகு ஹரிஹர் வீடுதிரும்புகையில் கன்னத்தில் கைவைத்து அமர்ந்திருக்கும் சரபோஜ்யாவின் கையிலிருக்கும் ஒற்றை வளையல் மட்டும் கீழிறங்கித் தனிமை கொள்வதும், படத்தின் முடிவில் புயலில் இடிந்த வீட்டுக்குள் பாம்பு நுழைவதுமான குறியீட்டுக் காட்சிகள் படம் முழுக்க முழுக்க இயக்குநரின் ஆளுமையை வெளிப்படுத்துகின்றன. எழுபதுகளில் தமிழ்சினிமாவில் இயக்குநரின் முத்திரை (directorial touch) என்று கருதப்பட்ட காட்சிகள் அனைத்தும் இதன் பாதிப்பில் எழுந்தவை எனலாம்.

கதாபாத்திரங்களைக் கடந்து காட்சியின் உள்ளிருக்கும் பொருட்களை அல்லது மனிதக்கூறுகளை அல்லது மனிதக்கூறு அல்லாத

புறக்காரணிகளைக் கவனத்தில் கொண்டுவருவதன் மூலம்தான் நினைக்கிற அழுத்தத்தைக் காட்சியில் ஏற்படுத்தும் விதத்தை, 'பதேர் பாஞ்சாலி' மூலம் இந்திய சினிமாவில் ரே துவங்கிவைத்தார் என்று சொல்லுமளவிற்கு அழுத்தமான காட்சிகள் இந்தப்படத்தில் இருக்கின்றன.

திரைப்படம் காட்சி மொழியாகக் கருதப்பட வேண்டும் என்ற நோக்கில் சில உத்திகளின் மூலம் சில புரிதல்களை எற்படுத்த முடியும் என்பதை ரே செய்து காட்டினார். திரைப்பட நேரத்திற்கும் இயல்பான நேரத்திற்கும் இடையிலான வித்தியாசத்தைப் புரிந்து காட்சியின் இடையில் நடக்கும் விவரணைகளைக் குறைத்து தான் சொல்ல நினைப்பதைத் துல்லியமாக உணர்த்துகிறார். Auteour Jheryயின் முக்கிய அம்சமாகிய இயக்குநரே ஒரு படத்தின் ஆசிரியர் (Author of the Cinema) என்கிற புதிய அலைக்கோட்பாட்டையும் இப்படம் தன்னளவில் நிறுவுகிறது.

ரே ஒரு ஓவியர் என்பதும் ஒரு காரணம். எளிய, மிகக்குறைவான கோடுகளின்மூலம் உண்டாகிற வெளியில் ஒரு உருவத்தை தோற்றுவிக்கிற தனது ஓவியத்திறனை 'பதேர் பாஞ்சாலி' மூலம் வெளிப்படுத்தினார்.

குடும்பத்தின் வறுமையில் சாப்பாட்டிற்கு என்ன செய்வது என்று நினைக்கிற சரபோஜ்யா வீட்டில் இருக்கும் வெண்கலப்பாத்திரங்களை எடுத்துக்கொண்டு செல்கிறாள். அதேவழியில் அரிசியுடன் திரும்பிவருகிறாள். செயல்ரீதியாக இடையில் இருக்கும் தாவல், பாத்திரங்கள் அரிசியாக மாறியதைக் காட்சிரீதியாக விளக்குகிறது. இதுபோலவே கதையில் நிகழும் இரண்டு மரணங்களுக்குப் பிறகு நிகழும் காட்சிகளும் அதே உணர்வின் வலியோடு நிகழ்வதாக அதே நிலையில், காட்சிப்பூர்வமாக அந்த உணர்வைக் கடந்து செல்வதையும் காணலாம்.

ஒரு திரைப்படத்தில் ஒலி மற்றும் ஒளி எப்படிப் பயன்படுத்தப்பட வேண்டும் என்கிற தெளிந்த உதாரணங்களையும் 'பதேர் பாஞ்சாலி' முன்வைத்தது. இந்திரின் மரணத்திற்குப் பிறகு அவளது இறுதிச் சடங்குகள் விரிவாகக் காண்பிக்கப்படவில்லை. அதற்குப் பதிலாக அவள் சோகம் ததும்பப் பாடிய பிரார்த்தனைப் பாடல் பின்னணியில் ஒலிக்க, அந்தியில் தூக்கிச் செல்லப்படும் அவளது உடலுடன் காட்சி முடிந்து ஹரிஹர் வீட்டின்மேல் அந்தப் பாடலை அஞ்சல் செய்வதன்மூலம் அந்த இழப்பின் முழு சோகமும் ஒலிவடிவாக நம்மை வந்தடைகிறது. ஒலியின் மூலமாக ஒரு காட்சி மாற்றத்தை ரே அழகாகக் கையாள்கிறார். இதுபோல் ஹரிஹர் கடைசியாக வீடு திரும்பி வருகிற காட்சியில், உரையாடல் அற்று வெறும் பின்னணி இசை மூலம் அந்தக் காட்சியின் சோகத்தை உச்சத்திற்கு எடுத்துச் செல்கிறார். அதுபோல் துர்காவின்

மரணத்திற்குப் பிறகு ஹரிஹர் உறைந்த மனநிலையில் படுத்திருந்து வீட்டின் கூரை முகட்டையே பார்த்திருக்கிறார். தொலைதூரத்தில் போகும் ரயிலின் ஒலி இந்தக் காட்சியின் மேல் ஒலிக்கிறது. துர்கா இருந்த நாட்களில். ரயில்சத்தம் உற்சாகம் தருகிற ஒன்றாக இருந்தது. அதுவே இழப்பின்பிறகு வேதனை தருகிற ஒன்றாக மாறுகிறது. இதுபோல் சப்தங்களையும் தனது திரைப்பட மொழியின் கூறுகளாக 'பதேர் பாஞ்சாலி' முன்வைத்தது. ஒளியமைப்பில் இருக்கும் குணாதிசயத்தையும் இப்படம் நமக்கு உணர்த்துகிறது. இந்திர் பாட்டி கதை சொல்லும் காட்சியிலும், கடைசியில் துர்கா உடல் நலமிழந்த புயல் அடிக்கும் இரவுக் காட்சியிலும் ஒளியின் அமைப்பு கதை சொல்கிறது. அதுபோல் படத்தில் சோகம் படிந்த இறுதிக்காட்சிகள் - ஹரிஹரின் வருகை - சாம்பல் நிறமான வெயில்மூடிய மங்கிய பகல் ஒளியில் எடுக்கப்பட்டிருப்பதும் இதன் எளிய உதாரணங்கள்.

இவ்வாறு நுட்பம் சார்ந்த மேதைமை மிளிரும் உதாரணங்கள் கடந்து படம் முழுக்க இழையோடும் மனிதப்பண்புகளும், குழந்தைகளுக்கே உரிய பால்ய காலத்தின் விளையாட்டுணர்வும் அப்பாவித்தனமும், இவையெல்லாம் சேர்ந்து மலர்கிற உள்ளார்ந்த அன்பும், உரையாடல், கதாபாத்திரங்கள், கதை நிகழும் சூழல் இவற்றில் இருந்த இயல்பும், ஒரு படைப்பாளராகத் தனது புனைவில் இருந்த நேர்மையும் ஒவ்வொரு பார்வையாளனுக்கும் இப்படத்தின்மேல் ஏற்படும் ஈடுபாடும் நம்பகத்தன்மையும், 'பதேர் பாஞ்சாலி' யைக் காலம் கடந்த செவ்வியல் படைப்பாக மாற்றுகின்றன.

குழந்தைகள் மின்சாரக் கம்பத்தில் காது வைத்து அதன் ரீங்காரத்தைக் கேட்பதும், ரயில் பார்க்க ஓடுவதும், கூட்டாஞ்சோறு சமைப்பதும், 'பதேர் பாஞ்சாலி'யில்தான் அதன் இயல்புடன் முதலில் நிகழ்ந்தது. மழையில் அதன் இயற்கையான சிலிர்ப்புடன், குதூகலத்துடன் துர்காவும், அப்புவும் நனைகிற காட்சி முக்கியமானது. இன்றளவும் நமது திரைப்படங்களில் வருகிற மழை நடனங்களுக்கான பாதிப்பாக அல்லது மூலப்பிரதியாக இந்த மழைக்காட்சியை நாம் சொல்ல முடியும்.

காட்சிப்படுத்துதலிலும் (visualisation) விளம்பர உலகில் இருந்ததால் ரே சில உத்திகளைக் கொண்டிருந்தார். மிட்டாய்க்காரன் முன்செல்ல பின்னால் நாய் ஓடுகிற காட்சியை நீரில் தெரியும். அதன் பிம்பமாக காட்டியிருந்தார் படத்துக்காக கடந்த அதிகாரிகள், (இதைப்பார்த்ததும் படம் தலைகீழாக ஓடுவதாகக் கூச்சலிட்டனர்) இன்னொரு உதாரணம், மழையின் வருகையைச் சொல்லும் ஸ்கேட்டர் பூச்சிகளின் காட்சி.

இவ்விதமாக தான் கதை சொல்வற்கு, நிகழும் அனைத்து கூறுகளையும் தனது ஆளுமைக்குள் வசப்படுத்தினார் ரே. கதை நிகழும்

கிராமத்துக்கு தனது மாயப்பிம்பங்களுடன் வருகிற பயாஸ்கோப்காரன் மாதிரி, வறண்டுகிடந்த இந்தியத் திரைப்படச் சூழலில் தனது திரைச்சுருள்களுடன் வந்திருந்தார் ரே. எனவே உலகின் ரசனையாளர்கள் அனைவரும் அவர் பின்னே 'பதேர் பாஞ்சாலி'க் குழந்தைகள் போல ஓடத்துவங்கினர்.

துர்கா மற்றும் அப்புவின்மேல் பொழியும் மழையைப்போல, வெளியாகி ஐம்பதாண்டுகள் ஆகியும் பார்க்கிறபோதெல்லாம்'பதேர் பாஞ்சாலி' நம்மேல் அதிசய மழையைப் பொழிகிறது. வறுமையின் இயலாமை நம்மேல் சோகமாய்க் கவிகிறது. இந்த ஐம்பதாண்டுகளில் நமது தமிழ்ச்சூழலில் காலத்தின் நெடிய சாலைகளின் வழியே மிதக்கும் இப்பாடல் சிறுசிறு சலனங்களை ஏற்படுத்தியபோதும் பெரும் அற்புதங்களை நிகழ்த்தாதிருப்பது வருத்தத்திற்குரியது. சோகம் கவிந்த நெடுஞ்சாலையோ தனது கசியும் பாடலுடன் இருள் நெடுக விரிந்து கிடக்கிறது. கதையின் முடிவில் கனந்த மனநிலையில் ஊர்விட்டுப் போகிற மாட்டுவண்டியின் பின்னால் எரிகிற அரிக்கேன் விளக்கின் சிற்றொளிபோல நம்பிக்கை மட்டும் நம் வசம் மீதமிருக்கிறது.

- தீராநதி 2005

'காதல்'

ஒரு திரைப்படம் நாம் பார்க்கத் துவங்கிய பத்தாவது நிமிடத்திற்குள் நம்மை ஈர்க்கவோ, விலக்கவோ செய்கிறது. திரைக்கதை சொல்லும் முறையில் முதன்மையாகக் கருதப்படும் இந்த உத்தி வணிகத் திரைப்படங்களின் அடிப்படை விதியாக வெற்றியாளர்களால் இன்று வரை பின்பற்றப்பட்டு வருகிறது.

புறஉலகின் பிரச்சனைகளில் இருந்து விலகி பொழுதுபோக்குக்காகப் படம் ஓடத்துவங்கிய பத்தாவது நிமிடத்தில் அது அவனுக்குப் பிடித்ததாகவோ பிடிக்காததாகவோ மாறுகிறது.

இதைக் கணக்கில் கொண்டு ஈர்ப்பிற்கான விஷயங்களைப் புனையும் போது அதன் நம்பகத்தன்மையைப் பொறுத்து அது சுவாரஸ்யமான தாகவோ, போலியானதாகவோ மாறுகிறது.

பொதுவாக வணிக வெற்றித் திரைப்படங்களின் முதல் பத்து நிமிடங்களை நாம் அணுகினால் அதனுள்ளிருக்கும் ஈர்ப்புத் தந்திரம் நமக்குப் புரியவரும். எதிலும் ஒரு கவனத்தை ஈர்ப்பதற்கு சத்தம் அவசியமான கூறாக இருக்கிறது. ஒருவரைக் கைதட்டி அழைப்பதற்கும், ஒரு கூத்து துவங்குவதற்கு முன்னால் தாளம் இசைப்பதற்கும் காரணம் நம் கவனத்தைத் தன்பால் திருப்புவதற்கான உத்தியே ஆகும். அவ்விதமாக வெறும் சத்தத்தையும் பிரம்மாண்டமான தாளப் பிரமாணங்களையும் கொண்டு நம்முன் நல்லவை என்று முனையப்படும் பல திரைப்படங்கள் தொழில்நுட்ப மேதையுடன் புனையப்பட்ட வணிகக் குப்பைகளாகவே கழிந்துவிடுகின்றன. முன் விளம்பரங்களால், தொலைக்காட்சிப் பேட்டிகளால் சிறந்தது என்று தாங்கள் புகழ்ந்து கொள்ளும் திரைப்படச் சந்தையில் எந்தப் பிரஸ்தாபங்களுமற்று உயர்வானதற்கேயுரிய எளிமையுடன் வெளிவந்திருக்கிறது 'காதல்'.

ஒரு ஆவணப்படத்திற்கும் திரைப்படத்திற்கும் விளம்பரப் படத்திற்கும் இடையிலான வித்தியாசங்களை அதன் ஒளியமைப்பின்மூலமே

சொல்லிவிடமுடியும். இரண்டாவது காட்சிகளின் கோணம், காட்சி இயைவு (composition) மூலமும் சொல்லிவிடமுடியும். உள்ளடக்கம் தவிர்த்து, பார்த்தமாத்திரத்தில் இந்த மூன்றுக்குமான வித்தியாசங்களைத் தொழில்நுட்பம் அல்லது திரைப்படமொழி அறிந்தவர் வகைப்படுத்திவிடமுடியும்.

ஆவணப்படத்திற்கேயுரிய யதார்த்தம், திரைப்படங்களுக்கேயுரிய புனையப்பட்ட யதார்த்தம் போன்ற பாசாங்கு, விளம்பரப்படங்களில் ஒப்பனை செய்யப்பட்ட கனவுலகம் போன்ற யதார்த்தம். பின்சொல்லப்பட்ட இரண்டுமே வணிகத் திரைப்படங்களின் முக்கிய அம்சமாக இருக்கிறது. காட்சிகளில் புனையப்பட்ட யதார்த்தமும், பாடல்களில் கனவுலகும் இங்கு வழக்கமாக இருக்கிறது. ஆனால் 'காதல்' ஓர் ஆவணப்படத்திற்குரிய யதார்த்தத்துடன் துவங்குகிறது. தலைப்புகள் தோன்றும் மதுரை நகரத்தின் இயல்பான காட்சிகளை இதன் உதாரணமாகச் சொல்லலாம். - சில கோணங்களைத் தவிர்த்து. சற்றும் புனையப்படாமல் தொழில்முறையாகப் புகைப்படம் எடுக்கத் தெரியாத ஒரு யாத்ரீகன் படப்பதிவு போல சுவாரஸ்யமற்றதாயினும் ஒரு நகரத்திற்கேயுரிய கூறுகளை அடுக்கிய விதம் சிறப்பானது. பின்னணியில் மூதாட்டியின் குரலில் தாலாட்டுப்போன்ற ஒரு நாட்டுப்பாடல் ஒலிக்கிறது.

தலைப்புகள் முடிந்ததும் வகுப்பறையில் ஐஸ்வர்யா நோட்டுக்குள் ஒளித்து தனது குடும்பப் படத்தைப் பார்த்துக் கொண்டிருக்கிறாள். அதிலிருந்து நினைவுகள் மீள ஐஸ்வர்யா தனது குடுத்தினரைப் படமெடுக்கும் தருணத்தில் யதார்த்தம் புனையப்படுகிறபோதிலும் காட்சியில் நிகழும் சிறிய கூறுகளைக்கூட கூர்ந்து கவனித்துப் பயன்படுத்தியவிதம் கவனிக்கத்தக்கது. குறுக்காக நிறுத்தப்பட்ட பைக்கின்மேல் கேமராவை வைத்து எடுப்பதும், அப்பத்தாவை நைட்டியை மாட்டி அழைத்து வருகையில் காரின் பின் கண்ணாடியில் ஒட்டப்பட்ட வாசகமும் யதேச்சையாக நிகழ்பவை அல்ல. பார்த்த மாத்திரத்தில் இதுவரை பார்த்திராத பாத்திரங்களின் தேர்வு - அப்பா, சித்தப்பா, அப்பாவின் இரண்டு மனைவியர், அப்பத்தா, ஐஸ்வர்யா என அனைவரும் புதுமுகங்கள். திரைப்பட வாசனையற்ற இயல்பான முகங்கள்.

பள்ளி முடிந்து மாணவிகள் கலைந்து செல்கிற பரந்த காட்சியிலிருந்து பிரிந்து ஐஸ்வர்யா தேவாலயத்துள் நுழைகிறாள். பேருந்தில் ஏறிப் பதற்றத்துடன் பயணிக்கிறாள். தனது தோள்பையின் நுனியைச் சுரண்டிக் காத்திருக்கிற காதலனைச் சந்திக்கிறாள். விலைப்பட்டியலைப் பிரித்தெடுக்கிற அவகாசமுமின்றி தனது சீருடைகளைக் கடையிலேயே

விட்டுவிட்டு மாற்றுடையில் தனது காதலன் முருகனுடன் சென்னைக்கு யாருக்கும் தெரியாமல் பயணிக்கிறாள். என்ன நடக்கப்போகிறது என்கிற பதற்றமும், மிதமான ஆர்வமும் நம்முள் படர தேர்ந்த வணிகத் திரைப்படச் சமன்பாட்டுக்குட்பட்ட முதல் பத்து நிமிடங்கள். இதுவரையிலான யதார்த்தம், கதை சொல்லும் உத்தி சமீப வருடங்களில் தமிழுக்குப் புதிது. பேருந்தில் பதற்றத்துடன் பயணிக்கிற ஐஸ்வர்யா கடிகாரம் இல்லாது வெளுத்ததன் மணிக்கட்டைப் பார்த்ததும் நகைகளை முன்கூட்டியே வீட்டில் கழற்றி வைத்ததும், காத்திருக்கும் முருகன் பாதயாத்திரைப் பெண்ணுக்கு காணிக்கை போட்டதும், தனது தாயுடன் விடைபெற்றுக் கொண்ட காட்சியும் நினைவு மீள்தலில் இடைச்செருகலாக (intercut) வருகின்றன. துவங்கிய பத்து நிமிடத்திற்குள் மூன்று முறை நினைவு மீறல் (flash back) இவ்விதமாக காலங்களை முன்பின் காட்சியை அடுக்கியவிதம் கதையில் நிகழும் இயல்பான பதற்றத்தை நம்முள் அழகாக மொழிகிறது.

பேருந்து, 'சென்னை 417' என்ற மைல் கல்லைக் கடந்ததும் ஐஸ்வர்யா, முருகன் மீதான தன் காதலை நினைவு கூர்கிறாள். திரை நகர்த்தல் போன்ற wipe உத்தியில் இறந்த காலம் தொடர்கிறது. விடலைப் பெண்ணுக்கேயுரிய முதிர்ச்சியுடன் சம்பவங்கள் அடுக்கப்படுகின்றன. ஒருவர் ஆடையில் மற்றவர் மை தெளித்துக் கொள்ளும் முட்டாள்கள் தின நாளிலிருந்து கதை துவங்குகிறது. தொடர்ச்சியாகத் தன்முன் வண்டியில் வந்து விழுகிற முருகனைப் பார்த்து ஐஸ்வர்யா சிரிக்க நேர்வதும் அதன் எதிர்வினையாக முருகன் முட்டுச்சந்தில் வண்டியில் வந்து மிரட்டுவதும் நடக்கிறது. இந்தக் காட்சி படம்பிடிக்கப்பட்ட விதம் நேர்த்தியானது. எதிர்முனையில் உறுமுகிற பைக்கில் கோபத்துடன் உட்கார்ந்திருக்கிற முருகன் - எதிர்கொள்ள எதுவுமின்றி கண்ணாடி ஸ்கேலுடன் பயந்து நிற்கிற ஐஸ்வர்யா - மிரட்டிவிட்டு முருகன் செல்கிறான். பயம், அதிர்ச்சி, கோபம், அருகாமையில் வந்து போகும் ஆண்முகம் என்று தனது விடலைப்பருவத்தின் முக்கியத் தருணத்தின் பிறகு தனது பெண்மையின் அடுத்த நிலைக்கு எய்துகிறாள்.

பூப்புனித நீராட்டுச் சடங்குகள், ஒயின்ஷாப் அதிபரின் ஒரே மகளான ஐஸ்வர்யாவுக்கு விமரிசையாக நடக்கிறது. படத்தின் முதல் பாடல். இந்தப் பாடலை படமாக்கிய விதம் ஒன்றுமட்டுமே போதுமானது. இயக்குனரின் முதல் தரத்தை Montage என்று வணிகத் திரைப்பட வழக்கில் உள்ள சொல்லின் உண்மையான அர்த்தத்திற்கு இந்தப் பாடலை உதாரணம் சொல்லலாம். பாடல் என்கிற மிகை உத்தியைத் தனது யதார்த்த ஆளுமைக்குள் வசப்படுத்தியதற்காக மேலும் பாராட்டலாம். மதுரையில் குறிப்பிட்ட இனத்திற்கே உரிய விழாக் கலாசாரத்தை மிகவும்

நேர்த்தியாக இப்பாடல் பதிவு செய்கிறது. மைக்செட், கரகாட்டம், தலையைக்கழற்றி வைத்துவிட்டு பீடிபிடிக்கிற பொய்க்கால் குதிரை ஆட்டக்காரன், வீடியோ ஒளிப்பதிவாளரின் ஜிகினா வேலைகள், கறிவிருந்து, எலும்புக்காக இலைக்கு முன் அரிவாளை வைப்பது, கட்டி உருண்டு சண்டைபோடுவது, உடனே சமாதானமாக ஒருவருக்கொருவர் பிரியாணி ஊட்டிவிடுவது, மேடையில் குடித்துவிட்டு மாலைபோடத் தள்ளாடுவது, போலிஸ் அதிகாரிகளுடன் போட்டோ எடுப்பது எனச் சின்னச்சின்ன விஷயங்களைக் கவனித்துப் பதிவு செய்யப்பட்டிருக் கின்றன. நலுங்குப் பாடல் பாடும் பெண்ணின் முகமும் இயல்பு மாறாத மதுரை சார்ந்ததாகவே இருக்கிறது.

தமிழ்த்திரைப்படத்துறையில் இத்தனை இயல்புடன் ஒரு பாடல் இதற்கு முன் படம் பிடிக்கப்பட்டிருக்குமா என்பது சந்தேகம்தான்.

முருகன் மெக்கானிக் என்பதால் தான் ஒரு ஸ்கூட்டி வாங்கிக் கொள்கிறாள் ஐஸ்வர்யா. அவன் புதுவண்டியைப் பழுது பார்ப்பதற்காகச் செய்யும் விடலைத்தனக் குறும்புகள் ரசிக்கலாம். இரவு உணவுக்காகப் பேருந்து நடுவழியில் நிற்கிறது. இப்போது முருகன், ஐஸ்வர்யா மீதான காதல் காட்சிகளை நினைவு கூர்கிறான்.

இரவு நேரம் ஆக ஆக, ஐஸ்வர்யா வீடு திரும்பாதது கண்டு குடும்பத்தினர் கோபமும் ஆவேசமும் கொண்டு தேடியலைந்ததில் ஐஸ்வர்யாவின் தோழி சத்யா, காதலர்கள் சென்னைக்கு ஓடியதை அழுதுகொண்டே சொல்கிறாள். முதல்பாதி நிறைவடைகிறது.

கதை வழக்கமான காதல் சார்ந்ததாக இருந்தாலும் அது சொல்லப்பட்ட விதமும், களமும், பாத்திரத் தேர்வும், பின்புலமும் தமிழுக்குப் புதிது. திரைப்பட மொழிநுட்பம், கதை சொல்லும் விதம் என்று எந்தவகையிலும் கச்சிதமான, இறுக்கமான முதல் பாதியிலிருந்து இரண்டாம் பாதி கொஞ்சம் வித்தியாசமானது.

மாநகரம், திறந்தவெளிக் கழிப்பிடங்களுடன் காதலர்களை வரவேற்கிறது. பிழைப்புக்காகப் பொய் சொல்லி ஏழுபேர் கொண்ட பிரம்மச்சாரிகள் அறையில் இடம்பிடித்துக் கொண்ட ஸ்டீபனைத் தேடி அடைக்கலம் கொள்ள, ஐஸ்வர்யாவைத் தெருவில் நிறுத்திவிட்டு முருகன் வருகிறான். சென்னை நகரத்தின் மேன்ஷன் வாழ்க்கை அதன் யதார்த்துடன் நகைச்சுவை மற்றும் சுவாரஸ்யம் கருதி சற்றே மிகையாகப் பதிவாகிறது. பகலில் தன் அறையில் தங்கவைக்கிற ஸ்டீபன் இரவைக் கடப்பதற்கு ஒரு யுக்தி சொல்கிறான். (நடைமுறையில் சாத்தியமாகக் கூடிய அந்தக் கற்பனை புத்திசாலித்தனமானது). இரவைக்கடந்து வரும் காதலர்கள் ஒரு குடியிருப்பின் முன்னால் திருஷ்டிக்காக

வைக்கப்பட்டிருக்கும் சிறிய பிள்ளையார் சிலைக்கு முன் திருமணம் செய்து கொள்கிறார்கள். மேன்ஷன் இளைஞர்கள் நடத்தும் கொண்டாட்டத்தின் பின் மொட்டை மாடியிலிருக்கும் ஓலைக் குடிசையில் குடித்தனம் புகுகிறார்கள். ஊரிலிருந்து வரும் ஒயின்ஷாப் அதிபரின் ஆட்கள், காதலர்களை அடையாளம் கண்டு அழைத்துப் போகிறார்கள். என்ன நடக்கும் என்று நாம் எதிர்ப்பார்ப்பது எதிர்பாராத துன்பவியலாக நிறைவடைகிறது.

படத்தின் முதல் பாதி, இரண்டாம் பாதி எனப் பிரித்து அணுகுவது வசதியானது. மனித வாழ்க்கை முறையிலும் நகரம் என்பது பல சமரசங்களுக்கு உட்பட்ட ஒன்றாகவே அமைந்துவிடுகிறது. அதுபோலவே கதையின் பின்பாதி இருந்தபோதிலும் செய்நேர்த்தியிலும் கதையின் கட்டுமானத்திலும் கதை சொல்லும் முறையிலும் முதல் பாதி அற்புதமானது. எந்த ஒரு விசயத்தையும் நுணுகிக் கவனித்து போதிய விவரணைகளுடன் காட்சிப்படுத்துகிற தன்மை மொத்தப் படத்தையும் யதார்த்தமாக நமக்கு உணர்த்துவதோடு ஒளி, ஒலி மற்றும் பின்புல அமைப்பில் நாம் நேரில் காண்கிற நம்பகத்தன்மையைத் தருகிறது.

இதன் உதாரணமாக இரண்டு காட்சிகளைச் சொல்லலாம். 1. ஒயின்ஷாப்பின் உள்ளே ஒரு டிரைவர் காதல் செய்ததற்காக நடக்கும் பஞ்சாயத்து. 2. பேருந்து நடுவழியில் நிற்க ஐஸ்வர்யா கழிப்பறை நோக்கிச் செல்லும் காட்சி. முதல் காட்சியில் ஆட்கள் நிற்கிற (நிறுத்தப்பட்ட) விதமும், ஒளியமைப்பும், கோணமும் ஒரு நிஜத்தன்மையைத் தருகிறது. அதையும் கடந்து சிகரெட் புகை மண்டிய குறுகலான ஒயின்ஷாப் பாரின் புழுக்கத்தை இந்தக் காட்சியில் நாம் உணரமுடியும். அதுபோலப் பேருந்து நிற்கும் இரண்டாம் காட்சியில் ஒளியமைப்பும் குறிப்பாகப் பின்னணி ஒலிகளும், கேசட் விற்பனையாளனின் கானாப்பாடலும் அந்தக் களத்திற்கேரியுரிய உணர்வை ஒலிகளின் மூலம் நம்மை வந்தடைகிறது.

அதேபோலக் கதாபாத்திரங்களைக் கடந்து அவர்கள் சார்ந்த புற நிகழ்வுகளைக் கவனிக்கச் செய்தவன்மூலம் இயக்குநரின் பார்வைக் கோணத்தின் வழியே இணைக்கப்பட்ட துண்டுக் காட்சிகள் கதைக்கு வேறொரு பரிமாணத்தை அளிக்கின்றன. இதற்கும் இரண்டு உதாரணங்கள் போதுமானது. முருகனும் ஐஸ்வர்யாவும் சென்னை செல்லும் பேருந்திற்காக காத்திருக்கிறார்கள். நேரமாகிற உணர்வைத் தரவேண்டிய பொறுப்பும் அதற்காக காலம் கடக்கிற விதத்தைச் சொல்லும் திரைப்பட மொழியையும் பயன்படுத்த வேண்டியிருக்கிறது. (ஒருநாள் கடப்பதைச் சூரிய உதயம் மூலம் சொல்கிற உத்திதான் இது) மிக எளிமையாக டிராவல்ஸ் விளம்பரப் பலகைக்கு மேலிருக்கும் குழல்விளக்குள் படபடத்து எரியத்துவங்குவதை இயக்குநர்

பயன்படுத்துகிறார். குறியீடு சார்ந்த இன்னொரு உதாரணம். ஐஸ்வர்யா தனது ஸ்கூட்டியுடன் நிற்கும்போது முருகன் தனது டிபன் பாக்ஸுடன் வருகிறான். வண்டியைச் சரிசெய்து தருகிறான். வண்டி ஸ்டார்ட் ஆனதும் ஏற்படும் அதிர்வில் வண்டி இருக்கையின் மேலிருக்கும் ஐஸ்வர்யாவின் புத்தகங்களை நோக்கி டிபன்பாக்ஸ் நகர்ந்து செல்கிறது. யதார்த்தத்தில் நடக்கிற சாதாரண ஒரு விஷயம், மனம் நெருங்குதலுக்கான குறியீடாகப் பயன்படுத்தப்படுகிறது.

கதாபாத்திரங்களின் தேர்வில் இருக்கிற கவனத்தைப் பாராட்ட வேண்டும். முற்றிலும் புதுமுகங்களாக இருப்பதும் அவர்களின் தேர்ந்த பங்களிப்பும் படத்தை மிகப்புதியதாகக் காட்டுவதற்கான மூல காரணியெனச் சொல்லலாம். புதுமுகங்கள் என்பதைக் கடந்து ஒவ்வொரு கதாபாத்திரத்திற்கும் அவர்களின் செயல்கள் சார்ந்த குணாதிசயமும் அமைந்திருப்பதும் மிக முக்கியமான விஷயம். அது ஐஸ்வர்யாவிலிருந்து அப்பா, சித்தப்பா, அப்பத்தா என்று ஒவ்வொரு பாத்திரத்திலும் வெளிப்படுவது சிறப்பு. அப்பாவுக்கும் மகளுக்குமான பாசத்தைக் காட்டுவதற்கு வழக்கமான தமிழ்சினிமா போல - தனிக்காட்சிகள் இல்லை. ஆயினும் அந்தப் பாசம் நம்மால் உணரமுடிகிறது. பஞ்சாயத்துக் காட்சிகள் போதும் மகள் பால் குடிப்பதற்காகத் தொலைபேசியில் பேசும்போதும் அப்பாவின் குணாதிசயம் வெளிப்படுகிறது. ஐஸ்வர்யாவைத் திருமணத்திற்கு சம்மதிக்க வைப்பதிலிருந்து காதலர்களைச் சென்னையில் இருந்து அழைத்துவருவதுவரை பிரச்சனையான நேரத்தில் அழுது விஷயத்தைக் கறக்கிற சித்தப்பாவின் குணாதிசயம், தன்னைப் பார்த்துச் சிரிக்கிற பெண்ணை மிரட்டுவதற்கு வண்டியில் வரும்போதும், ஐஸ்வர்யா அப்பாவை ஒயின்ஷாப்பிலிருந்து அழைத்துவருகையில் அதே வண்டியில் ஒளியும்போதும் வெளிப்படும் முருகனின் குணாதிசயம், தனது புதிய வண்டியைப் பழுதாக்கும்போது புத்திசாலித்தனம் தெரிந்தாலும், அதைச் சரி செய்வதற்காகக் காத்திருக்கும்போது தெரியும் அப்பாவித்னம், தனக்குத் திருமணம் நிச்சயமாகிறது தெரிந்து பாலத்திற்கடியில் வெடித்து அழுகையில் தெரியும் குழந்தைத்தனம், காதல் வருவதற்கான உபகாரணியாக உடனிருந்து பிரச்சனை வருகையில் அதை வெறும் பொழுது போக்கெனச் சொல்லும் தோழியின் குணாதிசயம், நண்பராக வரும் ஸ்டீபன் பொய் சொல்லி அறையில் இடம் தேடும்போதும், பிறகு காதலர்களுக்காக மெனக்கெடும்போதும் வெளிப்படும் குணாதிசயம், தன் பேத்தியைக் காணோம் என்று அவள் மீதான அன்பின் பிரச்சனையை துவக்கிவைக்கிற அப்பத்தா முடிவில் அவளைக் கொல்லச் சொல்லிக் கத்தும்போதும் வெளிப்படும் குணாதிசயம் என்று ஒவ்வொரு கதாபாத்திற்கும் தனது வேறுபட்ட மனநிலைகளை வெளிப்படுத்துவதற்

கான சூழல் கதையின் இயல்போடு அமைய நேர்ந்திருப்பதும் மிக முக்கியமான அம்சமாகும்.

உடல் மொழியிலும் கூர்ந்து கவனித்துச் செய்யப்பட்ட விஷயங்கள் பாராட்டுக்குரியவை. முருகன் வண்டி ஓட்டும்போது உட்கார்ந்திருக்கிற விதம், ஒற்றைக் கையுடன் வெள்ளையன் கும்பிட யத்தனிக்கிற முயற்சி, வீடு அடையாளம் காட்டப் புறங்கை கட்டி முன்நடக்கும் கரட்டாண்டி எனச் சிறு உடல் அசைவில் வெளிப்படும் குணாதிசயம் கவனிக்கத்தக்கது. உரையாடலிலும் மதுரை வட்டார வழக்கின் சில கொச்சையான சொற்கள் அதன் இயல்புடன் பதிவாகியிருக்கிறது. அந்தந்தக் களம் அல்லது கதாபாத்திரத்தின் தன்மைக்கேற்ற இயல்புடன் உரையாடல் அமைந்திருப்பதும் சிறப்பெனச் சொல்லலாம். உதாரணத்திற்கு, சென்னை போவதற்காக முருகனும், ஐஸ்வர்யாவும் டிராவல்ஸ் வரும்போது அந்த டிக்கெட் விநியோகிப்பவர் பேசுவதும், ஜிகர்தண்டா வாங்கித்தரும்போது ராஜேந்திரன் கடைக்காரரிடம் பேசுவதையும் சொல்லலாம்.

படத்தில் இருக்கிற அனைவரும் தம் இயல்பான பங்களிப்பின் மூலம் வலுசேர்த்திருந்த போதிலும் ஐஸ்வர்யாவின் பங்கு மிக முக்கியமானது. தேர்ந்த நடிகைக்குரிய முகபாவனைகளுடன் அப்பாவித்தனமும், காதலும், குறும்பும், குழந்தைத்தனமும் மிளிரும் கண்களுடன் வெகு இயல்பாகத் தனது பங்களிப்பைச் செய்திருக்கிறார். ஜிகர்தண்டா குடிக்க தன் அப்பாவை அழைத்துவரும்போதும், அந்தச் சம்பவம் குறித்துப் பிறகு பயமா என்று முருகனிடம் கேட்கும்போது தொனிக்கும் குறும்பும், கேலியும் அழகானவை. பின்பாதியில் உடல் மற்றும் மனநலிவில் துவண்டு போகும் குழந்தையாக, கதைமுடிவில் ஒரு பெண்ணாக மனம் வெடித்து அழும்போதும் அவருடைய பங்களிப்பு பாராட்டுக்குரியது. கரட்டாண்டியாக வரும் சிறுவனிலிருந்து ஹவுஸ் ஓனராக வரும் சென்னைப் பெண்மணி வரையில் பாத்திரங்களைத் தனது யதார்த்த ஆளுமை பிசகாமல் கையாண்டிருக்கிற பெருமை இயக்குநரையே சேரும்.

நல்ல படத்திற்கான முழுப்பெருமையும் இயக்குநரையே சேரும் என்றபோதிலும் உடனிருக்கிற சக தொழில்நுட்பக் கலைஞர்களின் பங்கும் கணிசமானது. முக்கியமாக ஒளிப்பதிவைச் சொல்லவேண்டும். பின்னொளி (back light) என்கிற ஒரு ஒளியமைப்பு இல்லாமல் தமிழ்ச்சூழலின் ஒளிப்பதிவைக் கற்பனை செய்ய முடியாத சூழலில் அதை ஏறத்தாழ இயல்பான சில மாலைநேரக் காட்சிகள் தவிர - முற்றிலும் தவிர்த்து காட்சியில் யதார்த்தத்தை கொண்டுவந்ததற்காக ஒளிப்பதிவாளரைப் பாராட்ட வேண்டும்.

அநேக காட்சிகளில், தெரியாமலிருந்து படம்பிடித்ததைப் போல (candid shots) ஒரு இயைபில்லாமல் (de-composed), நிலையில்லாமல் சற்றே அலைவுறும்படி கேமராவைக் கையாள்வதும் அந்த இடத்திற்கேயுரிய ஒளியமைப்புடன் காட்சியைப் பதிவு செய்திருப்பதுடன் படைப்பு ரீதியில் புதுமையாகவும் நுட்பரீதியில் துணிச்சலாகவும் கருதப்படும். குறிப்பாக உட்புறக்காட்சிகள், இரவுப்பேருந்து, ஒயின்ஷாப்பின் உட்புறம், ஐஸ்வர்யா இல்லம், மேன்ஷன் அறை என்று சகல உட்புறக்காட்சிகளும் அந்த உட்புறத்திற்கே உரிய ஒளியமைப்புடன் பார்ப்பதுபோல் பதிவு செய்யப்பட்டிருப்பது தமிழில் முதன்முறையாகவும் ஒரு முன்னுதாரணமாகவும் அமையக்கூடும். 'ஒரு படம் சிறந்த படமென அதன் ஒரு சட்டகத்தைக் (frame) கொண்டே சொல்லிவிட முடியும். ஏனெனில் ஒரு முதல்தரமான படம் முதல்தரமான ஒளிப்பதிவைக் கொண்டிருக்கிறது அல்லது கொண்டிருக்க வேண்டும்' என்ற சத்யஜித் ரேயின் மேற்கோளை இந்தப் படத்துடன் பொருத்திப் பார்க்கலாம்.

கதையை நேரியலற்ற (non-linear) வரிசையில் முன்பாதியைத் தொகுத்திருப்பதும் அதனை வணிகப்படங்களுக்கே உரிய வேகத்துடன் அடுக்கியிருப்பதும் படத் தொகுப்பின் பலம், முகங்கள், பேச்சுமொழி, கதைக்களன் எல்லாம் வட்டார வழக்கில் இருக்கும்போது பின்னணி இசை மட்டும் மேற்கத்திய பாணியில் இசைந்து செல்வது அதன் புதுமைத்தன்மை கருதிக் குறை சொல்லமுடியாது எனினும் தமிழ்ப்படங்களுக்கே உரிய பின்னணி இசை மேதைமையை, தொழில்நுட்ப சாத்தியத்தைத் தவறவிட்டிருக்க வேண்டாம் என்றுதான் தோன்றுகிறது. கதையின் மனநிலையை இன்னும் மேம்படுத்தியிருக்கலாம் என்கிற ஆதங்கம் தவிர குறை சொல்லமுடியாத புதுமுக இசையமைப்பாளரின் முயற்சியைப் பாராட்டலாம்.

இத்தனை யதார்த்தங்களுக்கு நடுவில் முன்பாதியில் நெருடும் விஷயங்களெனவும் இரண்டைச் சொல்லலாம். சென்னை செல்லும் பேருந்துள் மணக்கோலத்துடன் புதுமணத்தம்பதியினர். இன்னொன்று ஐஸ்வர்யா மொட்டை மாடியில் குழாயைத் திருகிக் கொண்டிருக்கிறாள். பின்பு அவள் பூப்பெய்துகிறாள். குறியீடு சார்ந்த படிமங்களைத் தேர்ந்த முதிர்ச்சியுடன் கையாளும் இயக்குநர் இதைத் தவிர்த்திருக்கலாம்.

கதையின் பின்பாதியில் பாராட்டுவதற்கு நிறைய விஷயங்கள் இருந்தபோதிலும் குறைபடவும் அநேகவிஷயங்கள் இருக்கின்றன. முதல் பாதியில் பாடல்களை அதன் இயக்குநர் தெரியாமல் பின்னணி இசைபோலப் பயன்படுத்திய இயக்குநர் பின்பாதியின் இரண்டு பாடல்களை மேன்ஷனில் நுழைக்கும்போது ஒட்டுமொத்த

படத்தின்மீதும் நடக்கிருக்கிற ஓர்மை தானாகக் கலைகிறது. வணிகச் சமரசம் என்று காரணம் சொல்லிக்கொண்டாலும் மேன்ஷனில் நடக்கும் இரண்டு பாடல்கள் இல்லாதபோதிலும் இந்தப் படம் வணிகரீதியான வெற்றியை எய்திருக்கும் என்பதுதான் உண்மை.

சேவல்பண்ணை என்று பெயர் வைப்பதும், ஆடைமாற்ற ஐஸ்வர்யா கூச்சப்பட்டதும், அறையிலிருக்கும் படங்களையெல்லாம் ஒரு நொடியில் மறைப்பதும் தமிழ்சினிமாவின் நிழல் படிந்த காட்சிகள். ஊரைவிட்டு ஓடிவந்து தெருவில் கழிப்பிடம் கிடைக்காமல் நிற்கும்போது என்ன நிகழுமோ என்ற பதற்றம் நம்மைச் சூழ்கிறது. இந்தநிலையில் அறைக்குச் சொல்லும் ஸ்டீபன்தான் அறையில் ஒருவனாகக் குடியேறிய விதம் குறித்து யோசித்துப் பார்க்கிறான். அதைத்தொடர்ந்து நகைச்சுவைக் காட்சி. ஒரு பதற்றமான மனநிலையைப் பின்தொடரும் நகைச்சுவை சற்றே அசௌகர்யப்படுத்துகிறது. பார்வையாள மனநிலையின் தீவிரத்தை வலியத் தளரச் செய்கிற (RELAX) வணிக சினிமாவுக்கேயுரிய கூற்றினைப் பயன்படுத்தியது சற்றே நெருடலான விஷயம். அதுபோலவே அறையில் இருக்கும் காதலர்கள் காமவயப்பட்டு ஆடுவதும் வயல்வெளிகளில் துரத்தித் திரிவதும், அறையக் கடந்து வெளியே வருகிற காட்சிகளும் படத்தின் தரத்தை உரசிப்பார்க்கிற மலினமான வணிக உத்திதான். திருமணத்திற்குப் பிறகான பாடலும் தவிர்க்கப்பட்டிருக்கலாம்.

இந்த இரண்டு பாடல்களும் வழக்கமான தமிழ்சினிமா பார்க்கிற உணர்வை நமக்குத் தருகின்றன.

வணிக சமரசங்களின் விளிம்பு நிலை அறிந்து ஒரு வர்த்தகச் சரக்காக இருந்த திரைப்படத்துடன் யதார்த்தத்தையும், இயல்பையும் தன்னால் முடிந்த அளவு ஆளுகைக்குட்படுத்திய இயக்குநர் போற்றுதலுக்குரியவர்.

இதன் வெற்றியின் மூலம் கமர்ஷியல் சினிமா என்பது கூத்தடிப்புகளும் பிரம்மாண்டமும் மூன்றாந்தர நகைச்சுவை கேலிகளும் என்றிருந்ததை மாற்றிக் கொள்ளும் அவசியம் வியாபாரிகளுக்கு நேர்ந்திருக்கிறது. யதார்த்தத்தின் புதிய அணுகுமுறையின் மூலமாகக் 'காதல்' தமிழ்த்திரையுலகில் புதிய தடங்களைப் பதிவு செய்கிறது.

நிழல் - மார்ச், 2005

பிணங்களின் ஊடகம்
(நுட்ப சாதனங்களின் வழியே நிகழும் வன்முறையை முன்வைத்து...)

மனச்சிதைவின் அதிமுக்கியக் காரணிகளென இரண்டைச் சொல்லலாம். ஒன்று காட்சி, இன்னொன்று சப்தம். மனமற்ற ஞானநிலையும், மனம் பிறழ்கிற பைத்திய நிலையும் ஒரு புள்ளியிலிருந்தே, எதிரெதிர் திசைகளில் பிரிகின்றன. எண்ணங்களை உருவாக்குவதும், இயக்குவதும் மனதின் முக்கியமான செயல்பாடு. இவ்விதமான எண்ணங்களின் செயல்வேகத்தைத் தளர்த்தி அந்த உருவாக்கத்தை நிறுத்திவிடும்போது மனமற்ற ஐக்கிய நிலை சாத்தியமாகிறது. எண்ணங்களின் வேகம் அதிகரித்து அவை பல நூறாகப் பிரியவோ அல்லது புதிதாக உருவாகவோ துவங்கும்போது மனப்பிறழ்வு நிகழ்கிறது. புலன்களின் வழியே நிகழும் மனத்தூண்டலில் இந்த எண்ணங்களே நினைவுகளாகவும் கருத்தாக்கங்களாகவும் படைப்பாற்றலாகவும் சிந்தனையாகவும் உருவெடுக்கின்றன. மனதின் இத்தகைய பேராற்றலை நிர்வகிப்பதில் காட்சியும், சப்தமும் முதன்மையானவை. எனவேதான் மனதை ஒருமுகப்படுத்துகிற தியானநிலைக்குக் கண்களை மூடிக் காட்சிகளை, அதன் சலனத்தைத் தவிர்க்கிற நுட்பம் அவசியப்படுத்துகிறது. காட்சியின் வழியே நிகழும் மனநிலையை முன்வைத்து நிகழ்கால ஊடகங்கள் குறித்து விவாதிக்கலாம்.

எதையும் முதன்முதலாகத் தரவேண்டும் என்ற செய்தி வணிகத்தின் சூழலில் எதையும் அனுமதிக்கும் திறந்த மனதுடைய சூழலில் நாம் மாறியிருக்கிறோம். அல்லது மெதுவாக, தொழில்நுட்பச் சாதனங்களின் வழியே நாம் மாற்றப்பட்டிருக்கிறோம். நூறு விதமான அலைவரிசைகள், இந்த நூறில் உங்களுக்கான அலைவரிசையை எப்படித் தேர்ந்தெடுக்கிறீர்கள்? ஏன்? இந்தக் கேள்விகளின் பின்னிருக்கும்

காரணங்களை முன்வைத்தே செய்திகள் தயாரிக்கப்படுகின்றன. உதாரணத்திற்கு, நம்பகத்தன்மையின் அடிப்படையில் என்றால் செய்திகளின் அடிப்படையே அதன் நம்பகத்தன்மைதான். ஆயினும், துரதிர்ஷ்டமாக உண்மைக்குப் பல கோணங்கள் இருக்கின்றன. இந்தக் கோணத்தைத் தங்களது கொள்கை அல்லது வணிகம் சார்ந்த அடிப்படை விதியாகக் கொள்வதன்மூலம் தாங்கள் ஒரு செய்தியை எப்படிச் சொல்ல நினைக்கிறோம் என்பதைவிட தனது பார்வையாளன் இதை எப்படி உள்வாங்க வேண்டும் என்கிற முன்தந்திரத்தோடு செய்தி ஆசிரியர் உண்மையைப் புனைகிறார்.

மேலும் தாங்கள் விரும்புகிற கோணத்தில் சொல்வது மட்டுமல்ல அதை எப்படிப் பரபரப்பாகச் சொல்வது என்பது அதனினும் முக்கியம். இந்தப் பரபரப்பு நமது ஆர்வத்தை அப்போதைக்குத் தூண்டுகிற உத்திதான். தொடர்ச்சியாக இவ்விதப் பரபரப்புணர்வை உங்களுக்குள் ஏற்றுவதன்மூலம் தனது பார்வையாளனை வயப்படுத்துகிற, தக்கவைத்துக் கொள்கிற உத்தியைச் செய்தி ஊடகங்கள் தொடர்ந்து கையாண்டு வருகின்றன. இதன் எளிய உதாரணமென எல்லாத் தொலைக்காட்சிகளிலும் வருகிற செய்திக்கு முந்திய இசையைச் சொல்லலாம். இந்த இசையைக் கேட்டதும் நமக்குள் ஏற்படுகிற மாற்றத்தை நீங்கள் கவனித்தால் உணரலாம். ஒருவிதமான பதைபதைப்பு நிலைக்கு முன்கூட்டியே நம்மைப் பழக்கப்படுத்தவும், அதனைத் தனது செய்திகளின் மூலம் தொடர்ந்து பராமரிக்கவேண்டிய அவசியமும், அதன்மூலம் தொடர்ந்து பார்வையாளனைத் தொடர்ந்து திகில் அடையச் செய்வதுமே இச்செய்திகளின் நோக்கமாக இருக்கிறது.

ஒரு செய்தி வாசிப்பு ஏன் இசையுடன் கூடிய பலத்த அறிவிப்பாக இருக்க வேண்டும்? அதிகாலை தொடங்கி நள்ளிரவு வரை தொடரும் இச்செய்திகள் நமக்கு உணர்த்துவது என்ன? மாறாக இதைப்பார்க்க வேண்டிய அவசியமும் என்ன? இச்செய்திகளின் உள்ளடக்கம் தான் என்ன? ஒரு அரசியல்வாதியின் பரபரப்பான அறிக்கை அல்லது ராஜினாமா, ஊழல் வழக்குகள் பற்றிய நீதிமன்ற அறிக்கை, தீவிரவாதம், சில திருட்டுகள், சில தற்கொலைகள், மரணங்கள் குறிப்பாகத் தீ, சாலை விபத்துகள். இதனைக் கூர்ந்து நோக்கினால் பரபரப்பைத் தருவதற்கான கூறாக மரணம் அல்லது அச்சாவுகளே பயன்படுத்தப்படுகின்றன. மனவியல் ஆய்வின்படி ஒரு மனிதனுக்கு உத்வேகம் தரும் படிமங்களென இயற்கையைச் சொல்லலாம். குறிப்பாக, மழை, அருவி, பரந்த நீர்வெளி, நிலக்காட்சி முதலியவற்றைச் சொல்லலாம். இவை பார்த்தமாத்திரத்தில் மனமகிழ்வைத் தருபவை. வன்மம் சார்ந்த குறியீடென நெருப்பைச் சொல்லலாம். கொட்டுகிற நீர்வீழ்ச்சியை வேடிக்கை பார்த்துக்

குதூகலிக்கிற மனம், பரவி எரிகிற நெருப்பையும் வேடிக்கை பார்ப்பதிலும் ஒருவித மன நிறைவைக் கொள்கிறது. இவ்விதமான மனித மனச் செயல்பாடுகளை நிர்வகிக்கும் கூறென வண்ணங்களையும் சொல்லலாம். அருவியின் வெண்மையையும் நெருப்பின் சிவப்பையும் நிறங்களுக்கான குணங்களையும் கொண்டு பகுத்துப் பார்க்கலாம்.

இவ்விதமாகத் தொடரும் மனவியல் சார்ந்த படிமங்களில் ஆழ்ந்த சோர்வையும், அவநம்பிக்கையையும், பயத்தையும் தரும் படிமமென மரணத்தைச் சொல்லலாம். ஆயினும் மரணத்தைக் கவனிப்பதில் நம் ஆழ்மனதின் வக்கிரம் நிறைவு கொள்கிறது. எதிரே தூக்கிவரப்படும் பிணத்தின் முகத்தைப் பார்ப்பதிலும் விபத்தில் இறந்த உடல்களைப் பார்ப்பதிலும் மனித மனம் குரூர திருப்தி கொள்கிறது. ஒரு பிணத்தைப் பார்த்ததும் அதன் உடலைக் கவனித்து அது ஆணா பெண்ணா என்றறிவதன்மூலம் அடக்கப்பட்ட நமது பாலினம் மனம் நிறைவு கொள்கிறது என ஓஷோ சொல்கிறார். பிணம் அல்லது மரணம் என்கிற படிமம் தருகிற மன அழுத்தம், வெறுமை நாமறியாமலேயே நமது ஆழ்மனத்தைச் சென்றடைகிறது.

நீங்கள் தொடர்ந்து தொலைக்காட்சியின் செய்தி பார்க்கிறவராய் இருந்தால் சராசரியாக ஒரு நாளைக்கு இரண்டு விபத்துகளை, முகம் சிதைந்த, அழுகுகிற பிணங்களைப் பார்க்கிறீர்கள். ஆழ்மனதில் செல்லும் படிமங்களே உங்கள் மனதின் சமநிலையை, இயக்கத்தைத் தீர்மானிக்கின்றன. வழிநடத்துகின்றன. 'நீங்கள் எதை நினைக்கிறீர்களோ அதுவாகவே ஆகிறீர்கள்' என்ற தத்துவத்தின் இழைதான் இது. தினமும் பார்க்கிற இத்தகைய படிமங்கள் நம் சமூகத்தின் பொதுமனநிலையை எந்த அளவுக்குச் சிதைக்கின்றன என்பது தீவிர மனஆய்வுக்கு உட்படுத்தவேண்டிய விஷயம். பொதுவாக இளைஞர்களிடம் பெருகி வரும் தனிமை உணர்வு, தற்கொலை மனப்பான்மை, விரக்தி மற்றும் சமுதாயத்தின் எந்த நிகழ்வோடும் அக்கறையற்று அவநம்பிக்கையுடன் பார்க்கும் மன நிலையையும் தொலைக்காட்சி விநியோகிக்கும் இவ்விதமான காட்சிகளையும் பொருத்திப் பார்த்து மனவியல் ஆய்வு செய்யலாம். அதன் முடிவு அதிர்ச்சிகரமான பதில்களையே கொண்டிருக்கும்.

இவ்விதமாக நமது வீட்டின் வரவேற்பறையில் தினமும் பிணங்களைப் பார்க்கவேண்டிய அவசியமென்ன? திரைப்படங்களில் நிகழும் வன்முறை குறித்து ஓயாது குரலெழுப்புகிற நாம் தொலைக்காட்சியின் வன்முறை குறித்து என்ன செய்திருக்கிறோம்? திரைப்படம் புனையப்பட்டதாகவே இருக்கிறது. தொலைக்காட்சியில் நிஜமாகவே தலைவெட்டப்படும் காட்சியைப் பார்க்கமுடியும். பத்து வருடங்களுக்கு முந்தைய செய்திக்

கலாசாரம் நமக்கு வானொலி மூலமாகவே சாணித்தாளில் வரும் தினசரிகள் மூலமாகவோ இருந்தது. இப்போது இலக்கத் தொழில்நுட்பம் (digital technology). துல்லியமான ஒலி, துல்லியமான வண்ணம். உலகின் எந்த மூலையில் கொடூர மரணம், தீவிரவாதம் நிகழ்ந்தாலும் ரத்தம் தெறித்த முகங்களையும், ஒடுக்கப்பட்ட பிணங்களையும் நீங்கள் பார்த்து ரசிக்கலாம். இத்தகைய காட்சிகள் நமக்கு காட்டப்படுவதன் நோக்கம் என்ன? பரபரப்பு. அந்த நிமிடத்திற்கான வெற்றுப் பரபரப்பு இந்தச் செய்திகளை நாம் குழந்தைகளுடன் பார்க்கிறோம். மரணத்தின் பரபரப்பும் திகிலும் குழந்தைகள் மீது எப்போதும் கலையாமல் கவிழ்ந்திருக்கும்படி நாம் பார்த்துக் கொள்கிறோம்.

மேலும் இத்தகைய மரணங்களைக் காட்சிப்படுத்தும் விதத்தில் ஒரு பொறுப்புணர்வு இருக்கிறதா? உதாதரணத்திற்கு, சமீபத்திய கும்பகோணம் தீ விபத்தையும், பேரலை விபத்தையும் சொல்லலாம். இந்த விபத்துகள் நடந்து இறுதிச் சடங்குகள் செய்து முடிப்பது வரைக்குமான நிகழ்வுகளைத் தொலைக்காட்சி எப்படிப் பதிவு செய்ய வேண்டும் என்பதில் ஒளிப்பதிவாளருக்கு அல்லது செய்தி இயக்குநருக்கு அடிப்படையான தார்மீக தர்மங்கள் இருக்க வேண்டும். முதலில்இறந்தவர்களைப் படம் பிடிக்க நமக்கு எவ்விதமான உரிமைகள் தரப்பட்டிருக்கின்றன? கால் பிளந்த நிலையில் உயிரோடிக்கிற ஒருவரை நமக்குப் படம் எடுக்கிற உரிமையில்லை. அவரே இறந்து கிடக்கையில் ஒளிப்பதிவுக் கருவி உரிமைகளைக் கையில் எடுத்துக் கொள்கிறது. கோரமாகத் திறந்த வாயையும், அலங்கோலமாகக் கிடக்கும் நிர்வாண உடல்களையும் விரும்பிய கோணத்தில், அண்மையில் எடுத்து விநியோகிக்கிற உரிமையை ஒரு ஒளிப்பதிவாளன் எடுத்துக் கொள்கிறான். இறந்தவரின் தனிமையுள் பிரவேசிக்கிறான்.

காட்சி சார்ந்த எத்தகைய ஒழுங்கும் அற்று நேரிடையாக அடுக்கப்பட்ட உடல்களையும் சிதைவையும் பதிவுசெய்வதன்மூலம் தனது செய்திக்கு தீனி கிடைத்த சந்தோஷத்தில் பரபரப்பாக இயங்குகிறான். அந்தச் சம்பவத்தில் எடுக்கப்பட்ட எந்த ஒரு திரைப்படமும் ஒட்டுமொத்த நிகழ்வின் சோகத்தைப் பிரதிபலிப்பதாக இல்லை. மாறாக ரத்தத்தையும், காயங்களையும் தொழில்நுட்பத்தின் துல்லியத்தையும் காட்டும் நேரடியான பகுதிகளாகவே மிஞ்சுகின்றன. இந்தச் சூழலில் போபால் விஷவாயுக்களின்போது ரகுராய் எடுத்த நிழற்படங்களின் உள்ளடக்கத்தோடு ஒப்பிட்டுப் பார்க்கலாம். தனக்கேயுரிய கலையுணர்வின் நேர்மையோடு, எந்த மரணத்தையும் செய்தியாகப் பார்க்காமல், மனித இனத்தின் இழிவாக, அதன் மாறாத சோகத்துடன் பதிவு செய்திருந்தார். அழிவு அல்லது விபத்து என்பது

நேரடியாகப் பிணங்களைக் காட்டுவதல்ல. அத்தகைய பொறுப்புணர்வும் காட்சி மொழியின் தீவிரமும் லாவகமும் இங்கு புரியாமலிருப்பது வேதனையானது. மொழியில் விலக்கப்பட்ட சில வார்த்தைகளைப் பொது இடங்களில் ஊடகங்களில் உபயோகிப்பது அநாகரிகமானது என்று உணர்ந்திருக்கிறோம். மொழியின் அடுத்த பரிணாமமான காட்சி மொழியிலும் இருக்கிற சில தார்மீக, உள்ளுணர்வு சார்ந்த தர்மங்களைக் கைகொள்ள வேண்டும்.

ஆயிரம் வார்த்தைகளைவிடவும் வலிமையான காட்சி மொழியைக் கொச்சையாய் பயன்படுத்துவதை எப்படி அனுமதிக்கிறோம்? ஒரு கேமராவின் பின்னிருப்பவன் அதன் பொத்தானை அழுத்தியதும் எதிரிலிருக்கும் காட்சியை அது அப்படியே பதிவு செய்கிறது. இதில் பின்னிருப்பவரின் மனச்சாட்சியும் பொறுப்புணர்வும் மிக முக்கியமானவை. தொழில்நுட்பத்தின் தீய வழிகாட்டுதலில் இங்கு எல்லோரின் கைகளிலும் ஒரு கேமரா இருக்கிறது. எனவே சமூகம் தனக்கெனக் கொண்டிருக்கும் தனிமையை, அந்தரங்கத்தைத் தானாகவே இழந்துவருகிறது.

அழுகிற சிறுமியைத் தனது ஆவணப் படத்திற்காகப் படமெடுத்துக் கொண்டிருந்த இயக்குநர் கீஸ்லோஸ்கியைத் திடீரென மனசாட்சி உறுத்துகிறது. ஒரு சிறுமியின் அழுகை அவளுக்கேயுரியது. இந்தச் சமூகம் அல்லது தனது குடும்பம் அல்லது வாழ்க்கைக்கு எதிரான எளிய வெளிப்பாடு அது. அந்த அழுகையைப் படம்பிடிக்கிற உரிமை எனக்கிருக்கிறதா? அதனைப் படமாக்கித் திரையிடுவதற்கு எனக்கு வழங்கப்பட்ட அதிகாரம் என்ன என்று உணர்ந்த கணத்தில் அவர் ஆவணப்படங்கள் எடுப்பதை விட்டுவிட்டு கதைப்படங்கள் எடுத்தார். பணம் கொடுத்து நடிப்புக்காக வலிந்து அழுகிற நடிகையின் அழுகையைப் படம்பிடிப்பதில் அவ்விதமான மனச்சாட்சிப் பிரச்சனைகள் தனக்கு நேரவில்லை என்று சொன்னார். இந்தச் சம்பவத்தின் உள்ளிருக்கும் பொறுப்புணர்வை, தனிமனித உரிமையை மதிக்கும் செயலை ஒப்பீடாகக் கொண்டு நமது செய்தி ஊடகங்களின் செயல்களை அனுமானியுங்கள். விபத்து மற்றும் பேரழிவுக் காட்சிகளைப் பார்ப்பதனால் மட்டுமல்ல, தொடர்ந்து பதிவு செய்கிற ஒளிப்பதிவாளன்கூட மனநோய்க்கு ஆட்படுகிறான். இதன் உதாரணமாக ஐ.நாவில் புகைப்படக் கலைஞராக இருந்த ஜான் ஐசக் கருணாகரனின் அனுபவத்தைச் சொல்லலாம். போரின் அழிவுகளை படமெடுக்கச் சென்ற கருணாகரன் முடிவில் அந்த மரணங்கள் தந்த பாதிப்பும் தொடர்ச்சியான சிதைவுகளும் தம்மை தீவிர மன அழுத்தத்திற்கு உட்படுத்தியதால் இரண்டு வருடங்கள் நிழற்படம் எடுப்பதையே விட்டுவிட்டார். தீவிர

மனச்சிதைவின் பிறகு ஒரு நாள் சூரியகாந்திப் பூவின் இதழ்களைப் படம் எடுக்கும்போது காட்சிகள் சார்ந்த ஆயாசத்திலிருந்து தான் மீண்டதாகச் சொல்கிறார். இதன் பின்னிருக்கும் காரணம் வலுவானது,

இதனை உள்ளார்ந்து நோக்கினால் காட்சிகளின் வலிமை புலப்படும். தொடர்ச்சியான நனவோட்டம் போலக் காட்சிகள் சேர்ந்து கொண்டு சுழலத் துவங்கும்போது, அந்தச் சூழலின் நடுவில் ஒரு படைப்பாளன் சிக்குகிறான். அவன் மனநிலை தானாகவே பிறழ்கிறது. ஓவியம், ஒளிப்படம், எழுத்து என்று சகல கலைகளிலும் இவ்வித மனந்திரிந்த படைப்பாளிகளை உதாரணம் சொல்ல முடியும். இவையெல்லாம் காட்சிகளின் அதீத இயக்கம் அல்லது உற்பத்தியினால் தான் உருவாக்குகிற அல்லது பதிவு செய்கிற காட்சியின் காட்சியின் நிஜத்திற்கும் இடையிலான வித்தியாசம் கலையும்போது நிகழ்கிற மாற்றம்.

பத்திரிகைத் துறையில் சிறந்த புகைப்படக் கலைஞருக்கான புலிட்சர் விருதைப் பெற்ற கேவின் கார்ட்டர் தான் எடுத்த புகைப்படம் குறித்த அறம் சார்ந்த மனவியல் பிரச்சனைக்கு ஆட்பட்டு தற்கொலை செய்து கொண்டார். 'கொலைகள், பிணங்கள், கோபங்கள், வேதனைகள், பட்டினிகள், வெட்டுப்பட்ட குழந்தைகள், பைத்தியங்கள், போலிஸ்காரர்கள், கெலையாளிகளைத் தூக்கிலிடுபவர்கள்' முதலியோர் குறித்த கேவின் கார்ட்டருக்கு இருந்த தன் மனம் சார்ந்த நியாய உணர்வு அவரைக் கடும் மனத்தாழ்ச்சிக்கு உட்படுத்தி தற்கொலை செய்யத் தூண்டியது. ஆயினும் காட்சிகள் குறித்த எந்தப் பிரக்ஞையுமற்று நாம் அதனைத் தொடர்ந்து ஊடகங்களின் வழியே உள்வாங்கிக் கொள்வதன்மூலம் சமூகத்தின் ஒரு பொதுவான மனப்பிறழ்வுக்கு அறியாமலேயே பின்காரணிகளாக நாம் இருந்துவருகிறோம்.

காட்சியின் இவ்வித வலிமையை ஒரு படைப்பாளன் உணர்கிறான். குறிப்பாக, ஒரு தேர்ந்த ஒளிப்பதிவாளன் ஒரு காட்சியின் சிறந்த கோணத்தைத் தேர்ந்தெடுப்பதன் மூலம் அந்தக் காட்சியின் அதிகபட்ச உணர்வுச் சாத்தியத்தை பார்வையாளனுக்கு எடுத்துவருகிறான். ஒரு கவிஞன் தனது வார்த்தைகளின் தேர்வில் கொண்டுள்ள விழிப்புணர்வுக்கு ஈடானதே இதுவும். ஆயினும் ஒரு மொழி காலங்களைக் கடந்து வளர்ந்த தனது பரிமாணத்தில் தனக்கான ஒழுங்குகளை, பயன்பாட்டு உத்திகளை, இலக்கணங்களைப் பெற்று தனது செவ்வியல் சார்ந்த அழகியலைப் பெறுகிறது. ஆனால் காட்சி சார்ந்த (திரைப்படமோ, தொலைக் காட்சியோ... எதுவாயினும்) நமது கலாசாரம் முதல் நூற்றாண்டின் வளர்ச்சியிலேயே இருக்கிறது. விஞ்ஞானத்தின் அசுர வளர்ச்சி காட்சி சார்ந்த உபகரணங்களை அளவுக்கதிகமாக உற்பத்தி செய்து ஒரு

சாதாரணக் குடும்பத்திலும் ஒரு ஒளிப்பதிவுக் கருவி இருப்பதென்பதை வெகு சாதாரணமாக அவசியமானதாக ஆக்கிவிட்டது.

காட்சி சார்ந்த எந்தக் கேள்வியும் தார்மீகமான மனச்சாட்சி உணர்வுகளும், அறம் சார்ந்த கேள்விகளும், பயிற்சியும் இல்லாத நிலையில் கருவிகள் மனிதர்களை இயக்கத் துவங்கிவிட்டன. தானியங்கிச் சாதனங்கள் பெருகிவிட்ட நிலையில் ஒரு பள்ளிச் சிறுவன் அதிகபட்ச வசதியுள்ள ஒரு ஒளிப்பதிவுக் கருவியை இயக்கமுடியும். சாலைவிதிகள் பற்றி அறிந்திராத சிறுவனுக்கு வாகனங்கள் ஓட்ட அனுமதிப்பது போலத்தான் இதுவும். ஆனால் வாகனம் சார்ந்த விளைவுகள் வெளிப்படையானவை. ஒளிப்படம் சார்ந்த விளைவுகள் அரூபமானவை. இதுபோலத் தொலைக்காட்சி நிறுவனங்கள் தனது சந்தையில் எதிர்கொள்ளும் போட்டிக்காக அதிநவீன சாதனங்களை இறக்குமதி செய்கின்றன. (ஒரு வடநாட்டுத் தொலைக்காட்சி நிறுவனம் பாராளுமன்றத் தேர்தலின் செய்திகளுக்காக நூறு mini tv கேமராக்களை ஒரே நாளில் வாங்கியது செய்தி) அதனைக் கையாள அனுமதிக்கப்படும் இளைஞனுக்கு அதனை இயக்கும் இயக்கமுறைகளை (operational methods) மட்டும் கற்றுத் தருகிறது. சில நேரங்களில் அதற்கும் அவகாசம் இருப்பதில்லை. அவன் வெறும் இயக்கும் குறிப்புகளோடு (camera manual) எங்கோ ஒரு மூலையில் இருக்கும் நகரத்திற்கு செய்தி சேகரிப்பாளனாக நியமிக்கப்படுகிறான்.

பொதுவாக ஒளிப்பதிவில் எல்லோருக்கும் இருக்கும் மோகம் கையில் கருவி வாய்க்கும்போது தனது ஆழ்மனதின் சகல பைத்தியக்காரத் தனத்துடன் அதைக் கையாள்கிறது. இவ்விதமாகப் பதிவு செய்யப்படும் காட்சிகள் ஒரு குடும்பத்தினரின் சுற்றுலாக்காட்சியாகவோ, பிறந்தநாள் நிகழ்ச்சியாகவோ இருந்தால் அது அவர்களது தனிப்பட்ட விஷயம். ஆனால் அது ஒளிபரப்பக் கூடிய தகுதியுடன் செய்தித் தொகுப்பாகத் துல்லியமான விவரங்களுடன் நமது மூளையை வந்து அடைகிறது. அதன் பின்விளைவுகள் மிகப் பூடகமானவை. அரூபமானவை.

காட்சியாக முன்வைக்கப்படும் எந்தச் செய்தியும் விஷயத்தை நேரடியாக அணுகுகிறது. உண்மைக்கு நேரடித்தன்மை அவசியம் என்றாலும் அதன் குறியீட்டுத்தன்மை, பின்னிருந்து அது சொல்ல விழையும் விஷயமே சிறந்ததெனப் போற்றப்படுகிறது. இதற்கு உதாரணமாக ஒரு பாஸ்போர்ட் படத்திற்கும் ஒரு உருவப்படத்திற்கும் இடையிலுள்ள வித்தியாசங்களே போதுமானது. பரிமாணங்களற்ற, அது அர்த்தப் பரிமாணமோ, ஒளி, இடம், காலப்பரிமாணமோ அற்றுத் தடையாகும்போது ஒரு படைப்பு, அது மொழியாயினும் அல்லது காட்சியாயினும், பொருட்படுத்தத்தக்க மதிப்பைப் பெறுவதில்லை.

இந்த வருடத்திற்கான உலகின் சிறந்த நிழற்படம் கடலூரில் பேரலை அழிவில் எடுக்கப்பட்டது. அதில் பிணங்களோ சிதைவோ இல்லை. இறந்தவரின் கை மட்டும் கொஞ்சம் தெரிகிறது. மறுபுறம் ஒற்றைச் செருப்பு கிடக்கிறது. நடுவில் ஒரு பெண் தரையில்விழுந்து அழுகிறாள். ஒரு பரந்த காட்சி. அவ்வளவுதான்.

ஒட்டுமொத்த சோகமும் வெளிப்பட அது போதுமானதாக இருக்கிறது. ஆனால் பேரலை அழிவு குறித்து நாம் நூற்றுக்கணக்கான நிழற்படங்களைப் பத்திரிகை வழியாகவும் பல மணிநேரம் தொலைக்காட்சி வழியாகவும் பார்த்தோம். எல்லாவற்றிலும் பிணங்கள் இருந்தன. நம்மை முகம் சுழிக்க வைக்கும் அல்லது பயப்பட வைக்கும் அல்லது அருவருப்பைடைய வைக்கும் படிமங்களே பெரிதும் இருந்தன. அந்தப் படிமங்கள் நடந்தவற்றின் மீது, நமக்குள் மனிதாபிமானம் சார்ந்து எழுந்திருக்க வேண்டிய, உதவி செய்யும் மனப்பான்மையை முற்றாக அழித்து, ஒதுங்கி நிற்கத் தூண்டும் அருவருப்புணர்வையும் பயத்தையுமே நமக்குள் ஏற்படுத்தின. இச்சூழலில் விளம்பரதாரர் வழங்கும் செய்தியைப் பரபரப்பான இசை முழங்கத் தொலைக்காட்சிகள் திரும்பத் திரும்ப ஒளிபரப்பின. பார்ப்பவரின் மனநிலையை எவ்வளவு கோரமாக இச்செய்திகள் தாக்கின. இதன் பின்னிருக்கும் நோக்கம் என்ன? தான் வெளியிடும் காட்சிகளின் தீவிரம் குறித்த அக்கறையுணர்வு யாருக்கு இருந்தது?

சமீபத்தில் காலமடைந்த பிரெஞ்சுப் புகைப்படக் கலைஞர் ஹென்றி கார்த்தியே பிரஸ்ஸானின் ஒளிப்படங்களை உதாரணமாகச் சொல்லலாம். ஒரு முறை ஸ்ரீஹரிகோட்டாவிற்கு ராக்கெட் ஏவுதலைப் படம்பிடிக்க இந்தியா வந்திருந்தார். ஏவுதளத்தில் நெருப்புப் புகை கக்கி ராக்கெட் மேலெழும்புகிற படத்தைத்தான் நாம் கற்பனை செய்வோம். பிரஸ்ஸான் அதை எடுக்கவேயில்லை. பின்னாளில் தான் எடுத்த படத்தை வெளியிட்டார். அது ராக்கெட் ஏவுவதற்கு அவசியமான ஒரு பாகத்தை சைக்கிளின் பின்கேரியரில் வைத்து ஏவுதளத்தின் பணியாளர் ஒருவர் எடுத்துச் செல்கிற நிழற்படம். இந்தியா போன்ற பின்தங்கிய நாடுகளில் விஞ்ஞான வளர்ச்சியைப் பிரதிபலிக்க இந்த ஒரு படமே போதுமானது. இந்தப் படம் ஒரு நிகழ்வை நேரடியாகப் பதிவு செய்யாமல் அதன் காரணியாகப் பின்நிகழும் சாதாரணக் காட்சியைப் பதிவு செய்ததன்மூலம் நிகழ்வின் ஒட்டுமொத்தப் பரிமாணத்தையும் வலிமையாக முன்வைக்கிறது. இதுவே ஒரு கலைஞன் தனது ஒளிப்பட மொழியைப் பயன்படுத்தும் மேதைமையைக் காட்டுகிறது.

இதுபோலவே குஜராத் கலவரத்தின்போது நூற்றுக்கணக்கான பிணங்களின் படங்கள் ஏற்படுத்தாத பாதிப்பை ஒருவர் அழுது

கொண்டே கையெடுத்துக் கும்பிடுகிற படம் வெளிப்படுத்தியது. இந்தப் படம் நேரடியானதுதான். ஆயினும் அதனுள்ளிருக்கும் உணர்வு சார்ந்த குறியீட்டுத்தன்மை மிக வலிமையானது. இவ்விதமாகக் கணநேரத்தைப் பதிவு செய்வதன்மூலம் பிரச்சனையின் தீவிரம் மிக்க அலைகளை எழுப்பி அதன்மூலம் மறைமுகமாக அதன் பயங்கரத்தை உணர்த்துகிற கலையே முதன்மையானது. வியட்நாம் போரின் தீவிரத்தை உணர்த்திய நிர்வாணமாக ஓடிவரும் வியட்நாம் சிறுமியின் படத்தை இன்னொரு உதாரணமாகச் சொல்லலாம்.

ஆனால் உலகில் நடப்புகளை அறிவிக்கிறோம் என்ற பெயரில் பொறுப்புணர்வற்ற, முறையான பயிற்சியில்லாத தொழில்முறையற்ற ஒளிப்படப் பணியாளர்களைக் கொண்டு விநியோகிக்கப்படும் படிமங்களை நாம் எந்தப் பிரக்ஞையுமற்று நம் குடும்பம் மற்றும் குழந்தைகளுடன் உள்வாங்குகிறோம். நூறு மரணம், ஆயிரம் மரணம், லட்சம் மரணம் என்று காலத்தின் விபத்துகளுக்கேற்பச் செய்திகளின் வழியே மரணம் பழகும் நாம் இழப்பின் தீவிரம் மறந்து அதை ஒரு திரைப்படம் போல ரசிக்கக் கற்றுக்கொண்டோம். எந்த இழப்பையும் ஒரு செய்தியாகப் பார்க்கிற ஒரு மனோபாவம் நமக்கு வந்துவிட்டது.

விபத்து, ரத்தம், மரணம் இவையெல்லாம் ஒரு படமாகத் தினசரி பார்த்துப் பார்த்து உணர்வுகள் மழுங்கிய நாம் அது நேரடியாக நடக்கும்போது நமக்குள் ஏற்படுகிற குறைந்தபட்ச மனிதாபிமானமும் மறைந்து ஒரு வழிப்போக்கனாகக் கடந்து செல்கிறோம். சென்னையில் பேரலை விபத்தில் கடற்கரை ஓரப்பகுதி மக்கள் தங்களின் அடுத்த நிமிட வாழ்க்கை குறித்த பயத்தில் இருந்த சூழலில் நகரின் அப்பகுதியிலிருந்து சற்றே தள்ளியிருக்கிற திரையரங்குகளில் மக்கள் எந்த வலியும் உணராது படம் பார்த்தனர். நகரத்தின் பிற பகுதிகள் இயல்பு நிலையில் எந்தச் சலனமுமில்லாமல் இருந்தன. காரணம், நடக்கும் எதையும் செய்தியாகப் பார்த்துவிடலாம் என்பதும் பார்த்தன் பிறகு நேற்றைய செய்தித்தாள் போலப் பழைய செய்தியாக அதை இயல்பாகக் கடந்து செல்கிற மனோபாவமும் நமக்குள் வந்துவிட்டது.

ஒரு விபத்தைப் பிணங்களின் மூலம் காட்சிப்படுத்துவது என்பது மிக நேரடியானது. அதைக் கடந்து அதில் சொல்வதற்கு எதுவுமிருப்பதில்லை. இந்த நேரடித்தன்மை இழப்பு சார்ந்த சோகத்தை நமக்குத் தராமல் பிணங்கள் சார்ந்து நமது ஆழ்மனப் பதிவுகள் நமக்கு ஒருவித பயத்தையும் ஒரு வெறுப்புணர்வையும் இயல்பாகவே ஒதுங்கி நிற்கிற தன்மையையும் ஏற்படுத்தி விடுகிறது. ஏனெனில் எந்த நிகழ்வாயினும் அது தீவிபத்து, சாலை விபத்து, பேரலை அழிவு, தீவிரவாதிகளின் தாக்குதல் என எதுவாயினும் அதன் முடிவு உயிரிழப்பு. அதைக் காட்சிப்படுத்த

எளிமையாக ஒளிப்படக் கருவி விழுந்து கிடக்கும் பிணங்களின் பக்கம் திரும்பிவிடுகிறது. வெவ்வேறு நிகழ்வுகளாயினும் முடிவில் நாம் சிதைந்த பிணங்களைப் பார்க்கிறோம். திரும்பத் திரும்ப சிதைந்தை உடல்களைப் பார்க்கும்போது காட்சியின் மீது நமக்கு வரும் சலிப்பு நடந்த பிரச்சனையின் கோரத்தை, சோகத்தை நாம் உணர முடியாமல் தடுத்துவிடுகிறது. இந்த நேரடித்தன்மை தொடர்ந்து காட்சிகளின் வழியே நம்மை வந்தடையும்போது நாம் அடைகிற மனச்சிதைவு மிக நுண்மையானது. மறைமுகமானது. ஆயினும் நாம் தொடர்ந்து செய்திகள் பார்க்கிறோம். ரகசியமாக நம்முள் நிகழும், நம் குழந்தைகள் மனநிலையில் நிகழும் பிறழ்வுகள் குறித்து நமக்கு எந்தப் பிரக்ஞையுமில்லை. மெதுவிஷம்போல நம் உணர்வுகளையும் காட்சிகள் சார்ந்து இயங்கும் படைப்பு மனநிலையையும் இந்தப் படிமங்கள் எப்படிக் கொல்கின்றன என்பது அறியாமேலேயே நாம் இருக்கிறோம் என்பது அதனினும் பரிதாபமானது.

தொலைக்காட்சி ஊடகங்களின் வழியே நல்லது என நாம் அடைந்தது என்ன? கற்றுக் கொண்ட புதுவிஷயம் எது? கொலை, விபச்சாரம், கற்பழிப்பு, விபத்து, ஊழல், இவை சார்ந்த காட்சிகளை நாம் அன்றாடம் பார்ப்பதன்மூலம் எவ்வகையான ஆன்மவிசாரம் அடைகிறோம்? சலனப்பட மற்றும் நிழற்படத் துறையின் நுட்பம், அழகியல் சார்ந்த விஷயங்களை நாம் அறிய இங்கு எத்தனை ஊடகங்கள் இருக்கின்றன? சகல கலைகளின் கொச்சையான படிமங்களை மட்டுமே முன்வைக்கிற இந்த ஊடகங்களின் வழியே நாம் அடைந்த மேன்மை என்ன? ஒரு சாதனம் முட்டாள் பெட்டி என்கிற பிரயோகத்தைக் கடந்து ஒரு மனப்பிறழ்ச்சியை, மனச்சிதைவைத் தீவிரமாக ஏற்படுத்துகிற ஒரு சக்தியாக மாறி வருவதை நாம் உணர்ந்திருந்திறோமா? நூறு ஆண்டுகள் கடந்தும் ஒளிப்பட மொழியை அதன் வலிமையறியாது மூடர்கள் போலக் கையாள்கிற நாம் அதன் தரம் பிரித்து தீயவற்றை விலக்குகிற அறிவைப் பெற இன்னும் எத்தனை நூறாண்டுகள் காத்திருக்க வேண்டும்?

ஒருபுறம் உறவுகள் எல்லாம் வன்மமும் பொறாமையும் பிரச்சனைகளுமே சார்ந்தவை என்று அழுதுகொண்டிருக்கும் தொலைக்காட்சித் தொடர்கள், இன்னொருபுறம் தமிழ்த்திரைப்பட நாயக நாயகியரின் புணர்ச்சிப் பாடல்கள். பணயக்கைதிகளின் தலை வெட்டப்படும் நேரடிக் காட்சி ஒருபுறம், கொலை வழக்கில் கைதானோர் கைகாட்டிப் புன்னகைக்கிற காட்சி ஒருபுறம். விபச்சார வழக்கில் கைதாகி முகம் பொத்திக் குனிந்து ஓடுகிற பெண்கள் ஒருபுறம் என்று இருபத்து நாலு மணிநேரமும் வன்மமும் பாலியலும் குற்றங்களை நியாயப்படுத்தும் படிமங்களும், நம் நடுவீட்டில் இருந்து காட்சிகளாக நம் மூளையில்

கொட்டிக்கொண்டேயிருக்கின்றன. நாம் குழந்தைகளை மடியில் வைத்துக்கொண்டு, உலகின் அக்கிரமங்களை முதன்முறையாகப் பார்க்கும் பெருமிதத்தில் திளைக்கிறோம். பத்து குழந்தைகள் தற்கொலை செய்து கொள்கிற செய்திகள் இங்கும் வரத்துவங்கிவிட்டன. இதன் பின்னிருக்கும் காரணங்கள் நிச்சயம் நமது காட்சிக் கலாசாரம் சார்ந்தவை என்கிற உண்மையை ஒப்புக்கொள்ளும் அதேவேளையில் அதன் அதீத, முறையற்ற பயன்பாடு ஒரு தலைமுறையின் ஆழ்மனதை எவ்விதம் கட்டுப்படுத்துகிறது, மாசுபடுத்துகிறது என்பது நாம் அறியாத பயங்கரம்.

குழந்தைகளின் ஆழ்மனம் காட்சிகளைச் சார்ந்தே முழுவதும் இயங்குகிறது. ஒரு மொழியைக் கற்றுக்கொண்டு பேசுகிற வரையில் குழந்தையின் உள்வாங்குதலும், வெளிப்படுத்துதலும் முழுக்க முழுக்க காட்சியையும், சப்தத்தையுமே சார்ந்திருக்கிறது. ஒரு மனிதனை அவன் வாழ்நாளில் முதல் பதினைந்து வயது வரையிலான பால்யம் சார்ந்த காட்சிகளே அவன் முழு வாழ்க்கைக்குமான நினைவுகளை நிர்வகிக்கின்றன. தவறான அல்லது கெட்டுப்போன உணவை நாம் உட்கொள்ளும்போது அது விஷமாக (food poison) மாறுகிறது.

இதன் விளைவு உடனடியானது. ஆனால் தேவையற்ற ஆரோக்கியமற்ற காட்சிகளை நாம் ஆழ்மனதில் கொட்டிக்கொண்டே இருக்கிறோம். சூழலின் மாசுபடுதல் குறித்தே போதிய உணர்வற்று இருக்கிற நாம் நுண்மையாக நிகழும் இந்த மாசுபடுதல் குறித்து அறியாமலிருப்பது விநோதமல்ல. மேலும் இவ்வகையான மாசுபடுத்தல் நம் குழந்தைகளின் படைப்பு மனத்தை பாதிக்கிறது என்பதுதான் இதன் பின்னிருக்கும் ஆபத்து. குழந்தைகளின் படைப்பு மனம் காட்சி சார்ந்த ஒன்றே உருவாக்குகிறது. கற்பனை செய்கிறது. நாம் தவறான காட்சிகளை அவர்களுக்குப் பரிசளிக்கும்போது கற்பனைக்கான வெளி அற்று காட்சிகளை அது நம்பத் துவங்கி அதன்வழி செயல்படும்போது படைப்பு ரீதியான மலட்டுத்தன்மை (creative impotency) ஒரு தலைமுறைக்கே உருவாக நாம் காரணமாக இருக்கிறோம்.

தொலைக்காட்சி சார்ந்த மனிதனின் பழக்கங்களை ஆராய்வதன்மூலம் இந்த மனச்சிதைவை நாம் மேலும் தெளிவாக அறியமுடியும். உதாரணத்திற்கு, தொலைக்காட்சி பார்க்கிற ஒருவரின் கையில் தொலைவியக்கு சாதனம் (remote) இருந்தால் அவர் என்ன செய்கிறார்? எந்த ஒரு காட்சியையும் தொடர்ந்து பத்துநிமிடம் பார்க்கிற பொறுமை இழந்து அலைவரிசைகளைத் தொடர்ந்து மாற்றுகிறார். மனம் காட்சி விட்டு காட்சி தாவிக்கொண்டே இருக்கிறது. ஓர்மை, நிலைப்புத்தன்மை தானாவே போய்விட்டது. மேலும் ஒரு வேகம் காட்சிகளில் அவசியப்படுகிறது. படத்தொகுப்பின் (editing) மூலக் கொள்கையே

பார்வையாளனைத் தன்னிலை மறக்கச் செய்வதுதான். விளம்பங்களின் அதிவேகத் துண்டுக்காட்சிகள் மனதின் வேகம் சம்பந்தப்பட்ட ஈர்ப்பு முயற்சிதான். தன் இயல்பை மீறிய வேகத்தில் காட்சிகள் மாறிக்கொண்டே இருக்கும்போது மனம் அதனை ஒரு போதைப்பழக்கமாகப் பின்பற்றுகிறது. இந்தப் பழக்கத்தைத் தனது பார்வையாளனிடம் ஏற்படுத்துவதற்காக ஒரு தொலைக்காட்சி சகல நுட்பங்களையும் பயன்படுத்துகிறது. நாம் ஒரு அப்பாவிப் பார்வையாளனாகக் குடும்பத்துடன் அதன் காட்சிகளைப் பின்தொடர்கிறோம்.

மனச்சிதைவு சார்ந்த பின்னிருக்கும் பயங்கரம் மறந்து, தொற்று நோயெனப் பிம்பங்களின் வழியே பரவும் இப்பழக்கத்தைக் கடந்து செல்ல நாம் என்ன செய்யப்போகிறோம்?

கேள்விகள் மட்டுமே மீதமிருக்கின்றன,

புதிய பார்வை - ஏப்ரல் 2005

குறும்படங்கள்

'பதேர் பாஞ்சாலி' வெளிவந்து ஐம்பது ஆண்டுகள் ஆனநிலையில் நாம் நமது குறும்படங்களைத் தீவிரமாக எடுக்கத் துவங்கியிருக்கிறோம். வணிகம் சாராத பார்வையாளனின் திருப்தி, அதிருப்தி என்கிற மனநிலையைப் புறந்தள்ளி, முழுக்க முழுக்கப் படைப்பாளனின் ஆளுமையை வெளிப்படுத்தும் இவ்விதமான குறும்படங்கள் தமிழின் திரைப்பட உலகில் சில முக்கியமான விதைப்புகளை நிகழ்த்தும். தமிழ்ச்சூழலில் இது விநோதமான பருவநிலைதான். மழை துவங்குவதற்கு முன்னால் வீசுகிற இதமான குளிர் காற்றைப் போலவோ அல்லது விதை துளிர்ப்பதற்கு முன்னால் தரையில் ஏற்படும் சிறு வெடிப்புபோலவோ இதை நாம் பார்க்க முடியும்.

ஒரு சிறுபத்திரிகை நடத்துவதுபோல நண்பர்கள் குழுவாகச் சேர்ந்தோ தனியாகவோ ஒரு திரைப்படத்தை எடுத்துவிட முடியும் என்பது கடந்த பத்து ஆண்டுகளுக்கு முன்னால் இயலாததாக இருந்தது. ஏனெனில் திரைப்படம் தனக்கென எடுத்துக் கொள்ளும் தயாரிப்புச் செலவு சாமானியர்களைத் தனது பணக்காரக் கோட்டைக்குள் நுழைய விடாததாகவே இருந்தது. தொழில்நுட்பம் அதன் இறுகுகிற கதவுகளை உடைத்தது. வீடியோ தொழில்நுட்பத்தின் வளர்ச்சிக்குப் பிறகு குறும்படம் என்பது மிக எளிய பொருட்செலவில் தனது ஆளுமையைப் பதிவு செய்யமுடிகிற செயலாகிவிட்டது.

சமீபகாலமாகத் தமிழகத்தின் சிறுசிறு நகரங்களில் நடைபெறும் ஆவண மற்றும் குறும்பட விழாக்கள் இந்த முயற்சிகளை மேலும் ஊக்குவிப்பதோடு அல்லாமல் புதிய படைப்பாளிகளையும் அறிமுகப்படுத்துகிற துவக்கமாகவும் அமைந்துவிடுகிறது. விஞ்ஞானத்தின் வளர்ச்சி, திரைப்படத்தின் தயாரிப்பு மையமாக

இருக்கிற சென்னையைச் சாராமல் ஒரு படத்தின் பின் தயாரிப்பு வேலைகளை, படத்தொகுப்பு, ஒலிச்சேர்ப்பு முதலான வேலைகளை, ஒரு கணினியின் உதவியோடு எந்த நகரத்திலும் செய்துவிடமுடியும் என்பது இந்தக் குறும்படத் தயாரிப்பில் மிக முக்கியமான மறுமலர்ச்சியை ஏற்படுத்திவிட்டது.

இத்தகைய குறும்படங்கள் என்னவிதமான விளைவுகளை ஏற்படுத்துகின்றன. அல்லது முடியும் என்பது வணிகம் சார்ந்த படைப்பாளிகள் கேள்வியாக இருக்கிறது. குறும்படங்கள் ஒரு சுழலைப்போல உக்கிரம் கொண்டு இயங்கத் துவங்கும் இந்தக் காலகட்டத்தில் இத்தகைய கேள்விகள் குறும்படங்களின் வளர்ச்சியை, அதை எடுக்க முனைபவர்களின் திரைப்பட மொழி சார்ந்த அனுபவமின்மையைக் குறைகூறும் ஒன்றாகவும் இருக்கிறது. இதன் உள்ளிருக்கும் மனோவியல் கவனிக்கத்தகுந்தது. எழுத்து ஊடகங்கள் - அது வணிகரீதியான பத்திரிக்கைகளானாலும் சரி - குறும்படங்களைப் பொருட்படுத்தி அது ஒரு இயக்கமாக வளர்ந்து வருவதைக் கவனிக்கத் தவறுகிறது. அல்லது கவனித்தும் அதைப் பொருட்படுத்தும் அவசியமற்ற அலட்சிய மனநிலையில் இருக்கிறது. ஏன்?

ஒரு மூன்றாந்தரமான திரைப்படத்திற்கு இது மோசம் என்று இரண்டு பக்க விமர்சனம் எழுதுகிற பத்திரிகைகள் ஒரு குறும்படம் அல்லது ஆவணப்படம் பற்றிய துணுக்குளைக் கூட வெளியிடுவதில்லை. ஏன்? (அவ்வப்போது உதிரியாக வந்திருக்கும் விஷயங்களை நாம் பெரிதுபடுத்தத் தேவையில்லை) ஏனெனில் குறும்படங்கள் இன்னும் அவர்களது வாசகர்களைச் சென்றடையவில்லை. வணிகப் பத்திரிகையின் வாசகன் என்றொரு கேள்வி எழுந்தாலும், ஒரு திரைப்படம் அது குறும்படமாக இருந்தாலும் அதன் சாத்திய வலிமை கருதி அதனது பார்வையாளர்களைச் சென்றடையவேண்டியது அவசியம். அதைத் தொடர்ந்து இவ்விதமாக அங்கங்கு விழிப்புணர்வை நாம் ஏற்படுத்த முடியும். அல்லது குறும்படங்களின் தொடர்ச்சியான தயாரிப்பின் மூலமும் அவற்றை ஒருங்கிணைத்துத் திரையிடுவதன்மூலம் ஒரு இயக்கமாக எழ முடியும்.

இத்தனைச் செயற்கைக்கோள் தொலைக்காட்சிகள் இருந்தும், அதில் அழுது வடிகிற தொடர்கள் இருந்தும், ஒரு நல்ல குறும்படத்திற்கான இருபது நிமிஷத்தை இந்தத் தொலைக்காட்சிகளிடமிருந்து நாம் பெறமுடியுமா? ஏன் என்று

யோசிக்கும்போது அதனுள்ளிருக்கும் அரசியலும் புறக்கணிப்பும் நமக்குப் புலப்படும்.

மேலும் தனது சொந்த சேமிப்பில் இருந்து குறும்படத்தை தயாரிக்கிற ஒருவர் படத்தை எடுத்து முடித்ததும் அதை வெளியிடுவதற்காகத் திரும்பவும் பணத்தையும் தனது முயற்சிகள் அனைத்தையும் முன்னிறுத்தி ஒரு முறை திரையிட வேண்டியிருக்கிறது. பிறகு? ஒரு படம் எடுத்தோம் என்கிற கவலையோடு தனிப்பட வேண்டியிருக்கிறது. தற்போது தமிழில் ஏறக்குறைய 50 குறும்படங்கள், ஆவணப்படங்கள் கடந்த மூன்று ஆண்டுகளுக்குள் எடுக்கப்பட்டுவிட்டன. இந்த ஐம்பது படங்களையும் குறும்படங்களையும் தீவிரப் பார்வையாளனாக ஒருவர் பார்த்திருப்பாரா என்பது சந்தேகம். படம் எடுத்துத் தனது நண்பர்களுக்கும் உறவினர்களுக்கும் இலக்கியவாதிகளுக்கும் போட்டுக் காட்டுவதோடு இந்தச் செயல் தன்னிறைவடைகிறது. பிறகு? எதிர்விளைவற்று அது இன்னொரு குறுந்தகடாக வீட்டின் மூலையில் தூங்கத் துவங்குகிறது.

திரைப்படம் வலிமையான ஊடகம் எனில் எப்போது? பார்வையாளனைச் சென்றடையும்போது. உலகம் முழுவதும் நடக்கிற குறும்பட விழாக்கள் இந்த மனத்தளர்ச்சியிலிருந்து நம்மை விடுவித்தாலும் நமது ஊர்களிலும் இப்படங்களுக்கு நடக்கிற திரையிடல்களே ரசனை சார்ந்த அணுகுமுறையைச் சாதாரணப் பார்வையாளனுக்கும் ஏற்படுத்துகிறது.

இலக்கிய உலகில் மரபுகளின் தடை உடைந்து புதுக்கவிதை வெளிவந்தபோது எல்லோரும் எழுதத்துவங்கிய சூழலை இக்குறும்பங்களுடன் ஒப்பிட்டுப் பார்க்கலாம். குறும்படங்களுக்கு மரபின் தடையாக இருந்த தயாரிப்புச் செலவுகளையும் தொழில்நுட்ப வசதிகளையும் சொல்லலாம். இவ்விதமாகப் புதுக்கவிதை மலினப்பட்டு எல்லாரும் எழுதலாம் என்கிற நிலையை ஏற்படுத்தி ஒரு நிலையில் துணுக்குகளைவிடவும் மலிந்து, பிறகு கொஞ்சம் கொஞ்சமாக அலையடங்கி நல்ல கவிதைகளும் கவிஞர்களும் வரத்துவங்கியதுபோல் இந்தக் குறும்படத் தயாரிப்புகளையும் சொல்லலாம். அவ்விதமான புதுக்கவிதைகளில் வரதட்சணைக் கொடுமையும் காதலும் பாடுபொருளாக இருந்ததுபோல், இத்தகைய குறும்படங்களிலும் தனிமை, வாழ்வியல் பிரச்சனைகள், அந்நியமாதல் முதலான விஷயங்களே அதிகம் காணப்படுவதையும் குறையாகச் சொல்லலாம்.

நண்பர் ஒருவரிடம் குறும்படம் பார்த்திருக்கிறீர்களா என்று கேட்டேன். அதற்கு அவர் சொன்ன பதில் கவனித்தக்கது. 'ஒருவர் நடந்துவருவார், தனிமையாக உட்கார்ந்திருப்பார், கஷ்டப்படுவார்; இதுதானே எல்லாப் படத்திலேயும் இருக்கிறது' என்று சொன்னார்.

அவர் நகைச்சுவையாக இவ்விஷயத்தைச் சொன்னபோதும் அதிலிருந்து ஒன்று கவனிக்கத்தக்கதாகவே இருந்தது. திரும்பத்திரும்பக் குறும்படங்களின் உள்ளடக்கம் இவ்விதமாகத் தொடர்வதும் ஒரு தேக்கநிலையை உருவாக்கக்கூடும்.

இன்னொரு முக்கிய நிகழ்வுகளையும் குறிப்பிட வேண்டும். தமிழ்திரைப்படங்களில் இயக்குநர்களிடம் உதவியாளராகச் சேர்வதற்கென ஒரு முயற்சியாகவும் இக்குறும்படங்கள் எடுக்கப்படுகின்றன என்பதும் இதன் உள்ளிருக்கும் சோகங்களில் ஒன்று. எதனை நாம் மாற்றாகக் கருதுகிறோமோ அந்த முயற்சியே வணிகத் திரைப்படத்தினுள் கலந்துவிடுகிற குறுக்கு வழியாக மாறும்போது இக்குறும்படங்கள் அளவில் நேரம் குறைந்த தமிழ் சினிமாக்களாகவும் மாறிவிடுகின்றன. அதிக பொருட்செலவில் 'சினிமாவைப்போன்று' என்று முனைந்து எடுக்கப்படும் இக்குறும்படங்களையும் மூன்றாந்தரமான தமிழ் சினிமாவைப் போலவே நாம் கருதவேண்டியிருக்கிறது.

ஒரு குறும்படம் என்பது மாற்று ஊடகம். வணிகத் திரைப்படச் சந்தையில் விற்பதற்காக எடுக்கும் சரக்கில் சொல்ல முடியாத அணுகமுடியாத விஷயங்களை அதன் வலிமை மாறாமல், நீர்த்துவிடாமல் சொல்கிறபோதே அது குறும்படத்திற்கான நேர்மையைப் பெறுகிறது. மற்றவை போலிகள். எனவே களைகளோடு சேர்ந்து வளர அனுமதித்து ஒரு நிலையில் இவை களைகள் என்று கண்டறிவதற்கு நல்ல குறும்படம் குறித்தவிழிப்புணர்வு நமக்கும் நம் பார்வையாளர்களுக்கும் அவசியம். அதற்கு ஊர் எங்கும் நண்பர்கள் கூடி திரைப்பட இயக்கங்கள் தொடங்குவதும், தமிழின் அல்லது பிறமொழியின் சிறந்த சிறுகதைகளைக் குறும்படமாக எடுப்பதும், நமது கலாசாரம் சார்ந்த விஷயங்களை ஆவணமாகப் பதிவு செய்வதும் அவசியம். திரைத்துறையின் தொழில்நுட்ப புரட்சியெனக் கருதப்படும் இக்காலக்கட்டத்தில் வசதிகள் பெருகுவதாலும் தயாரிப்புச் செலவுகள் குறைவதும் ஒருபுறம் இருந்தாலும் நல்ல திரைப்படத்திற்கான ரசனையை ஏற்படுத்தும்போதே இக்குறும்படங்களின் எதிர்காலம் வளர்ச்சிக்குரியதாக அமையும்.

உலகின் சிறந்த படங்கள் அனைத்தும் குறுந்தகடுகளாக கிடைக்கும் காலத்தில் நாம் வசிக்கிறோம். இத்தகைய படங்களை திரையிட்டு ரசனை கொண்ட பார்வையாளனை வளர்த்தெடுப்பதன்மூலம் போலிகளைக் கண்டெடுக்கிற தகுதியை வளர்க்க முடியும். தொடர்ச்சியான திரையிடல்கள், திரைப்பட ரசனை சார்ந்த பயிற்சி முகாம்கள் முதலான திரைப்பட இயக்கங்களை ஏற்படுத்துவதன்மூலம் இக்குறும்படங்களின் நேர்த்தியான தயாரிப்புகளையும் முன்வைத்து வணிகத் திரைப்படங்களின் போக்கில் சில திருப்பங்களை நிகழ்த்த முடியும். உள்ளடக்கம் சார்ந்து வணிகப்படங்கள் தயாரிப்பில் சில சலனங்களை ஏற்படுத்த முடியும். நல்ல படைப்பு எது என்று அறியும் தன்மையைப் பார்வையாளன் பெறச் செய்வதொன்றே இந்த முயற்சிகளனைத்தின் பொதுநோக்கமாக அமையும்போது ஒரு புதிய அலையை நாம் நிச்சயம் ஏற்படுத்த முடியும். இந்தியாவில் நல்ல திரைப்படத்தின் தொடக்கமாகக் கருதப்படும் 'பதேர் பாஞ்சாலி' எடுக்கப்பட்டு ஐம்பது ஆண்டுகளின் பிறகு தாமதாக நம் படைப்பு மனநிலையில் ஏற்பட்டிருக்கும் குறும்படங்களின் தயாரிப்பு போன்ற மாற்றத்தை, மாறிவரும் பருவநிலையின் தொடக்கநிலை மாற்றமாகவே கருதலாம். இந்த உத்வேகத்தை மெல்ல, ஒருங்கிணைந்த ஒரு இயக்கமாகக் கூட்டிணைப்பதன்மூலம் தமிழின் நல்ல திரைப்படத்தை நோக்கி நடக்கிற தலைமுறையாக நாம் இருக்கலாம்; இருக்க வேண்டும்.

படப்பெட்டி

வெள்ளித்திரையும் மேற்கத்திய நிழல்களும்

'அதிக மக்களால் தனது திரைப்படம் பார்க்கப்பட வேண்டும் என்பதே அதை உருவாக்குகிற இயக்குநரின் ஆசையாக இருக்கும்' என்கிற அகிரா குரோசோவாவின் வார்த்தைகள், ஒரு அம்சத்தில் எல்லாக் கலைவடிவங்களுக்கும் பொருந்துகிற ஒன்றுதான். ஒரு படைப்பு மக்களைச் சென்று சேரும்பொழுதே அது தனது செய்தியினை அறிவித்த நிலையை அடைகிறது. ஒரு மொழியின் அதிகபட்ச தேவையே பரிவர்த்தனைதான் என்கிறபோது பரிவர்த்தனையின் நுண்ணிய, மேம்பட்ட வடிவமான கலை, அதற்குரியவர்களைச் சென்று சேரும்போது, அவர்களால் அதன் உன்னதங்களை உணர்ந்து கொள்ளும்போது தன் முழுமையை எய்துகிறது. எந்தக் கலைவடிவமும் தன்னளவில் கோரிக்கையற்றது என்றபோதும் அது சென்றடைகிற மனதில் ஏற்படுத்துகிற சலனமோ அல்லது பேரமைதியோ அது நம்மை இட்டுச் செல்லும் ஆன்ம உயரத்திற்கேற்பத் தனது செவ்வியல் மதிப்பைப் பெறுகிறது. வின்சென்ட் வான்காவின், சாப்ளினின் சோகம் ததும்பும் புன்னகையோ, நம் தன்முனைப்போ விலக்கி நம்மை ஆட்கொள்ளும்போது, அதனைப் பேரனுபவமாக உணர வைக்கிறது. அப்பரனுபவத்தைக் காலம் கடந்து மனிதகுலத்திற்குத் தொடர்ச்சியாகத் தருவதன்மூலம் அவை செவ்வியல் மதிப்பைப் பெறுகின்றன.

எனவே அதிகப்படியான மக்கள் என்பதன் அர்த்தம் ஒரு அரசியல் மாநாட்டில் கூடுகிற மக்கள் தொகையின் முன்னால் அற்பமானது. கலையை நேசிக்கிற, நேசிக்க அணுகுகிற கடைசிப் பார்வையாளன் வரை தவறாமல் சென்று சேர்வதே குரோசோவாவின் விருப்பமாக இருந்திருக்கும். ஆனால் வணிகச் சந்தையில் அதிகப்படியான மக்களைச் சென்று சேரும் படமே வெற்றிப்படமாகக் கருதப்படுகிறது. புள்ளிவிவர, மற்றும் வசூல்

அடிப்படையில் முதலீட்டினை அதிகமாக ஈட்டித்தரும் படமே வெற்றிப்படம். (மனம், ஆன்ம அனுபவம், கலைநேர்த்தி முதலான சொற்கள் இதில் விலக்கப்பட்டவை) இவ்வகையில் திரைப்படத்தை இரண்டுவிதமாய் நல்ல திரைப்படம், மோசமான திரைப்படம் என்று நம்மால் வகைப்படுத்த முடியும்.

பத்து வருடங்களுக்கு முன்பிருந்த கலைப்படம், வணிகப்படம் என்ற இரு பதங்கள் இப்போது வழக்கிழந்துவிட்டன. ஏனெனில் நேர்த்தியாக எடுக்கப்பட்ட ஒரு கலைப்படம் உலகச் சந்தையில் கோடிகளை ஈட்டும் வணிகச் சாத்தியங்களைக் கொண்டிருக்கிறது. வணிகத்திற்காக எடுக்கப்படும் படங்கள் வாங்க ஆளில்லாமல் முடங்கிப் போய்விடுகின்றன. உள்ளடக்கத்தில், நுட்பத்தில், நோக்கத்தில், நம்பகத்தன்மையில் ஒன்று உயர்ந்தது, மற்றொன்று தாழ்ந்தது.

மேலும், இந்த நல்லது, கெட்டது என்கிற அர்த்தம் பிராந்தியங்களுக்கேற்ப மாறுபடக்கூடியது. உதாரணத்திற்கு, ஆந்திராவில், ஈரானில், தமிழகத்தில் நல்ல திரைப்படம், கெட்ட திரைப்படம்? இந்த மூன்றுக்கும் நாம் சொல்லும் உதாரணங்கள் தரத்தில் அதனதன் அளவில் வித்தியாசமானவை. இவற்றிற்கெல்லாம் பொதுவான தரத்தில் - உலகத்தரத்தில் அல்லது தேசத்தரம் என்கிற அளவுகோலின்படி நம் படங்களைப் பார்க்கும்போது நமக்கு படங்கள் இருக்கின்றனவா? இருந்தால் அவை என்னென்ன? என்ற கேள்விக்குத் திறந்த மனதுடன் நம்மாள் பத்துப்படங்களைக் காட்ட முடியுமா? நிச்சயம் சந்தேகம்தான். தேசியத்தரம் என்கிறபோது விரல்களைக் கடந்து நம்மால் எண்ண முடியும். இதன் காரணங்களை சத்யஜித் ரேயும் யோசித்திருக்கிறார். 'அதீதத் தொழில்நுட்பம் மிளிரும் வகையில் தயாரிக்கப்படுவதே ஹாலிவுட் படங்களின் தன்மையாக இருக்கிறது. இந்தியச் சூழலில் அவ்விதமான படங்களைத் தயாரிப்பது இயலாத ஒன்று. இந்தியத் திரைப்படத்துக்கு என்ன தேவைப்படுகிறது? இந்தத் திரைப்படம் ஊடகம் அனுமதிக்கிற எல்லைக்குள் அதிகபட்ச கற்பனையையும், நம் ஒழுக்கவிதிகளுக்குள், மிக நேர்மையின் புத்திசாலித்தனமான அணுகுமுறையையும் நம்மால் சாதிக்க முடியும்' என்று our filim Their Films என்ற தமது நூலில் எழுதுகிறார்.

உலகமெங்கும் தோன்றிய நியோ-ரியலிஸப் பாதிப்பை, சத்யஜித் ரே தனது முதல் படத்தின் வழியே பதிவு செய்தார். இந்தியத் திரைப்பட வரலாற்றில் முக்கியமாகக் கருதப்படும் 'பதேர் பாஞ்சாலி' வெளியாகிப் பதினைந்து வருடங்கள் கழித்து

தமிழகத்தில் யதார்த்தத்தின் புதிய அலை 1970களில் ஏற்பட்டது. ஜெயகாந்தன், நிமாய்கோஷ், பாலுமகேந்திரா, மகேந்திரன், பாரதிராஜா, ருத்ரய்யா எனத் தொடரும் பிரபல வரிசையில் துவங்கிய புதிய அலை, தனது உச்சங்களைத் தொடரும் தலைமுறை இல்லாது எண்பதுகளில் தணிந்தது. பின் நிகழ்ந்தவை ஓரிரு தனி முயற்சிகள் தவிர, மற்றவை அனைத்தும் வணிக முயற்சிகள். அப்போது திரைப்படங்களில் வெற்றியில் சேர்மானத்திற்கு கமல்ஹாசன், ரஜினிகாந்த், சில்க் ஸ்மிதா போன்ற பெயர்கள் அவசியமாயிருந்தன. இளையராஜாவின் பொற்காலமெனக் கருதப்படும் இந்த எண்பதுகளில் ஒலிப்பதிவுத் துறையில் ஏற்பட்ட ஸ்டீரியோ என்கிற நுட்பம் இளையராஜாவின் இசையில் புதுப்பரிமாணத்தில், பழையபற்றிலிருந்து வித்தியாசப்படுத்த, தொழில்நுட்பரீதியான ஆதரவாக இருந்தது. எளிய காதல் கதைகளாகவும், வில்லன்களைப் பழிவாங்கும் கதைகளாகவும் இசைபட வாழ்ந்த தமிழ்ச்சூழலில் 'உதயம்', 'நாயகன்' முதலான படங்களின் வருகைக்குப் பிறகு தமிழ்க் கதாநாயகனின் முகம் நிழல் உலகம் சார்ந்த வன்முறைகளின் தழும்பு விழுந்ததாக மாறத் துவங்கியது.

இவ்விதமாகத் தொடரும் சூழலில் தொண்ணூறுகளில் பெரிதும் உட்புகுந்த இளைஞர்கள் தமிழ்த் திரைப்படத்தின் தன்மையை நுட்பரீதியாகவும், கதை சொல்லும் விதத்திலும் வணிக எல்லைக்குள் உட்பட்ட மாற்றங்களை நிகழ்த்தினர். இத்தகைய உருவம் சார்ந்த நேர்த்தியைப் பார்வையாளனுக்குப் பழக்கியதில் இயக்குனர் மணிரத்னத்தின் பணி முக்கியமானது. ஒளிப்பதிவு, இசை, வசன உச்சரிப்பு, கதை நிகழும் பின்புலம், கதாபாத்திரங்கள் என அனைத்தையும் தனது செய்நேர்த்தி மூலம் ஹாலிவுட் சார்ந்த அதிநவீனப் பாணியை இவரது 'அக்னி நட்சத்திரம்' துவங்கி வைத்தது. காதல், நட்பு, உறவுகள், குடும்பம் என நகரம் சார்ந்து இவர் நிறுவிய புனைகளம் அரிய பாதிப்பினைத் தமிழ்த் திரைப்படங்களில் நிகழ்த்தியது. இவர் பின்னாளில் அறிமுகப்படுத்திய இசையமைப்பாளர் ஏ.ஆர்.ரஹ்மான் தமிழ்த் திரைப்பட இசையின் லயத்தை மாற்றியமைத்தார். நகரம் சார்ந்த இக் கூட்டணியின் விளைவாலும், பொதுவாக நகரம் மீது எல்லாருக்கும் இருக்கும் மோகம் காரணமாகவும் நகரம் சார்ந்த கதைகள் தமிழில் அதிகம் வரத்துவங்கின.

இதன் இன்னொரு முனையில் இயக்குநர் ஷங்கர் ஹாலிவுட் படங்களின் தமிழ்ப் பதிப்பெனத் தனது பிரமாண்டமான வெற்றிப்

படங்களின் மூலம் நகரம் சார்ந்த பிரதிமைகளை நிறுவினார். உலகமயமாதலின் விளைவாக உலகம் தனது செய்திப் பரிமாற்றத்தின் வழியே கிராமமாகச் சுருங்கும்போது ஒவ்வொரு கிராமமும் கலாசாரம், பண்பாடு சார்ந்து ஊடகம் தரும் கனவுப் படிமத்தின் வழியே நகரமயமாகும் மனவியல் மாற்றமும் நிகழ்ந்தது. இதன்வழியே ஒவ்வொரு குடிமகனுக்கும் நகரம், நகரம் சார்ந்த வாழ்க்கை என்பதே நாகரிமானது என்னும் மனப்போக்கு இயல்பிலேயே தோன்ற ஆரம்பித்தது. ஏனெனில் நடைமுறையில் பொருள் ஈட்டுவதற்கும் மேற்கல்விக்கும் நகரம் சார்ந்திருப்பதே சாத்தியம் என்று ஆனதால் இம்மனப்போக்கு நிலவத் துவங்கியது. உலகமயமாதலின் நல்விளைவுகளை வரிசைப்படுத்தும் முன் மனவியல் சார்ந்து அது நிகழ்த்திய பாதிப்புகள் முக்கியமானவை.

கலாசாரம், பண்பாடு சார்ந்து ஊடகங்களின் வழியே உலகமயமாதல் நிகழ்த்திய உளவியல் கவனிக்கத்தக்கது. பொதுவாக நம் திரைப்படங்களில் இது நிகழ்த்திய மாற்றம் அளவில்லாதது. கடந்த பத்து ஆண்டுகளில் தமிழ்த்திரைப்படங்களில் வந்த கிராமம் சார்ந்த படங்களின் எண்ணிக்கையைக் கணக்கிட்டால் இந்த மாற்றம் புரியும்.

இயக்குநர் பாரதிராஜாவின் வருகைக்குப் பின்பு கிராமத்துப் படங்கள் பெருமளவில் வரத்துவங்கின. கிராமத்து இளைஞர்கள் நிறையபேர் இயக்குனராகக் கிராமம் சார்ந்த உறவுகளை, காதலை, பிரச்சனையைப் படமாக்கினர். கிராமம் சார்ந்த பின்புலத்திலிருந்து வந்த இசையமைப்பாளர் இளையராஜா கிராமியம் சார்ந்த தனது இசைமெட்டுக்களால் தமிழ்த்திரைப்பட இசையை வளப் படுத்தினார். கங்கை அமரன், கஸ்தூரி ராஜா, ஆர்.வி.உதயகுமார், பி.வாசு, ராமராஜன், ராஜ்கிரண் எனத் தொடரும் இயக்குநர்கள் கிராமம் சார்ந்த எளிய சமன்பாடுகளின் மூலம் ஒரு வணிக உத்தரவாதத்தை ஏற்படுத்தினர். இப்படங்களின் தொடர்ச்சியான வெற்றிப்படத் தயாரிப்பின் செலவுகளைக் கட்டுப்பாட்டில் வைத்ததோடு B & C என்று சொல்லப்படும் கிராமம் மற்றும் புறநகர் சார்ந்த மக்கள் தொகை, சதவீத அளவில் மிக அதிகமாக இருப்பதால் இவ்விதமாக கிராமியப் படங்களுக்கிருந்த வரவேற்பும் வசூலும் அமோகமாகவே இருந்தது.

கதை நடக்கும் களம் யதார்த்தமாக இருந்தபோதும் உள்ளடக்கத்தில் இருந்த அரிதாரம் இவ்விதமான கிராமத்துப் படங்களை ஒரே தன்மையுடையதாகக் காட்டின. எண்பதுகளில் இருந்து தொண்ணூறுகளின் மத்திய ஆண்டுகள் வரை புகழ்பெற்ற

எல்லா நாயகர்களும், நாயகியரும் கிராமம் சார்ந்த பாத்திரங்களை ஏற்று நடிப்பதும், தன்னைப் படிக்காதவனாகவும், முரடனாகவும் அப்பாவியாகவும் காட்டிக்கொள்ள அனுமதிக்கும் மனோபாவம் இருந்தது. ஆனால் கடந்த பத்து ஆண்டுகளில் இந்த நாயக மனோபாவத்தில் ஏற்பட்டுள்ள உளவியல் மாற்றம் கவனிக்கத்தக்கது. இப்போது திரைப்படங்களில் கிராமம் என்பது ஒரு கனவுப்பாடலில் வருகிற நாட்டுப்பாடலாக மட்டும் குறுகிவிட்டது. மேலும் கடந்த 10 ஆண்டுகளில் பெருவெற்றிப் படங்களென எத்தனை கிராமியப் படங்களைச் சொல்லமுடியும்? இதை ஒதுக்கிவிட்டாலும் கிராமியப் படங்கள் எடுக்க எத்தனை இயக்குநர்கள் நம்மிடம் இருக்கிறார்கள். பத்து ஆண்டுகளில் நிகழ்ந்த இம்மாற்றத்துடன் உலகமயமாதலின் வீச்சினைப் பொருத்திப் பார்க்க முடியும்.

கோக் பானங்களின் வருகைக்குப் பின்பு கோலி சோடா கம்பெனிகள் மூடப்படுவதுதான் நம் எல்லோருக்கும் தெரிந்த வெளிப்படையான உதாரணம். ஆனால் மூடப்படுகிற கோலி சோடா கம்பெனிகளின் பணியாளர்கள் கிராமத்திலிருந்து வெளியேறி நகரங்களில் குடியேறுவதும், தமக்குள்ளிருந்த கிராமத்தை முற்றாக அழித்து தனது அடையாளங்களை மாற்றிக்கொள்வதும், பின்னிகழ்கிற கலாசார மாற்றத்தின் விளைவுகள். இதைவைத்துப் பார்க்கும்போது நம் திரைப்பட நாயகர்கள் கதைக்குள் கிராமத்திலிருந்து நகரத்திற்குப் பெயர்கிறார்கள். கிராமம் என்பது கதையைத் துவங்க ஒரு பின்புலமாக மாறிவிட்டதுதான் இதன் சோகம். உதாரணத்திற்கு 'ரோஜா', 'முதல்வன்', 'ஆட்டோகிராப்'. வெவ்வெறு காலநிலையில் வந்த இம்மூன்று வெற்றிப்படங்களின் கிராமம் சார்ந்த பகுதியைக் கவனித்தால் அதன் பயன்பாடு புரியும். உலகம் கிராமமாகச் சுருங்கும்போது ஊடகங்களின் கிராமம் தன் நிஜ அடையாளங்களை இழந்து வரைபடங்களிலிருந்து அழியத் துவங்குகிறது.

தமிழ்த் திரைப்படங்களில் இயக்குநர் மணிரத்னத்தின் வருகை நகரத்தை ஒரு மோஸ்தராக உருவாக்குகிறது. இளையராஜா கிராமிய இசையுடன் மேற்கத்திய இசையைக் கலந்து செய்த Fusion முயற்சிகள் இந்த இடைப்பட்ட காலத்திலேயே நிகழ்ந்தன. ஏனெனில் நகர்ப்புறத்தின் தாக்கமாகவும், தேவையாகவும் கூட இதனைப் பார்க்கலாம். இத்தகைய நகர்க்கலாசாரம் வளர்ந்துவரும் வேளையிலும் ராமராஜன், ராஜ்கிரண் படங்கள் பெருவெற்றி

யடைந்துவந்தன. கிராமத்துத் திரைப்படங்களின் நாயகர்களாகக் கருதப்பட்ட இருவரின் படங்கள் தோல்வியடையத் தொடங்கியதும், கிராமியப் படங்கள் கொஞ்சம் கொஞ்சமாக மறையத் துவங்கி, நகரம் ஆக்ரமித்ததும் இரண்டுகாட்சிகள் மயங்கித் தெளிகிற dissolve உத்திபோல நடந்து முடிந்தன.

தொலைக்காட்சி ஊடகங்களிலும் இம்மாற்றத்தை பார்க்க முடியும். அதன் தொடர்கள் நூறு சதவீதம் நகரம் சார்ந்தவை. (சில மந்திரத் தொடர்கள் சூனியக்கிழவிகளைத் தேடிக் கிராமத்திற்குப் போகின்றன) இதன் பின்னணியில் இருக்கும் நகர மனப்பான்மையை நமக்குப் பரிசளித்தது எது?

'எல்லோரும் கேமராவை எடுத்துக்கொண்டு நகரத்துக்குப் போங்கள், அங்கு நகர வீதிகளில் ஏராளமான கதைகள் இருக்கின்றன' என்று ரித்விக் கட்டக் சொன்னார். ஆனால் நமது திரைப்படங்கள் நகரங்களின் படிமமாகக் கட்டமைக்கும் விஷயங்கள் அற்பமானவை. சத்யஜித் ரேயின் 'மகாநகர்' போலவோ, மீராநாயரின் 'சலாம் பாம்பே', மிருணாள்சென்னின் 'ஏக் தின் பிரதி தின்' போலவோ நம் வாழ்க்கையின் அங்கமாக நகரம் திகழும் சித்தரிப்புகள் தமிழில் குறைவு. வெறுமனை அதிநவீனப் பின்புலமாக, குற்றங்களின், நிழல்களின் களமாகச் சண்டைக் காட்சிகளுக்கும், காதல் காட்சிகளுக்குமே நகரம் பயன்படுகிறது. (இதன் விதிவிலக்காக 'மகாநதி', 'காதல்' முதலான படங்களைச் சொல்லாம்).

பொதுவாக இவ்விதமாக ஏற்பட்ட நகர மனப்பான்மை நமது ஊடகங்களை முழுவதுமாகப் பிடித்தபோதும், நுட்பம் சார்ந்து உலகமயமாதலின் வழியே நாம் அடைந்த மாற்றங்கள் வேறு விதமானவை. இதன் விளைவுகளைப் பன்னாட்டுத் தொலைக்காட்சிகளின் வருகையிலிருந்து கணக்கிடலாம். தொலைக்காட்சிகள் முழுக்க முழுக்க விளம்பரங்களையும் விளம்பரதாரர் நிகழ்ச்சிகளையும் அடிப்படையாகக் கொண்டு இயங்குகின்றன. பன்னாட்டுப் பொருட்கள் இங்கு விற்பனைக்கு வரும் போது அவற்றிற்காக எடுக்கப்படும் விளம்பரங்களும் நம்மை வந்தடைகின்றன. இந்த விளம்பரங்களின் உள்ளடக்கம், வண்ணம், பின்புலம், படத்தொகுப்பு, ஒளிப்பதிவு முதலிய திரைப்பட மொழி சார்ந்த நுணுக்கங்கள் நமக்கு நிச்சயம் புதியவை. யதார்த்தத்திற்கு முற்றிலும் எதிரான கனவுத்தன்மையுடன் வடிவமைக்கப்படும் இத்தகைய விளம்பரங்கள் அரைமணி நேரத்திற்குச் சரியாக முப்பது முறை பார்க்கப்படுகின்றன. காட்சி மொழியில் இவை ஏற்படுத்தும்

தாக்கம் அபரிமிதமானது. வழங்கப்படும் பத்து முதல் முப்பது நொடி அளவிற்குள் அவை பிரமிக்கும் வேகத்தில் காட்சிகளை அடுக்குகின்றன.

திரைப்படத்தின் விஷன் தொழில்நுட்பத்தில் பன்மடங்கு மேன்மையாகக் கருதப்படும் இவ்விளம்பரங்கள் பெரும்பாலும் உணர்வற்றவை. இவை பார்வையாளளின் காட்சிப்புலத்தில் வண்ணமயமாகத் தோன்றி மறையும். இதன் துண்டுக்காட்சிகள் மூளையின் காட்சி நிலைப்புத்தன்மையை மீறி வேகமாக நிறுத்தப்படுபவை. இதன் வழியே பார்வையாளனிடம் ஆர்வத்தை தூண்டவும், அவனை யோசிக்க விடாத அளவுக்கு அவனது ஓர்மையை நடத்திச் செல்லவும் செய்கிறது.

இவ்வித அதிநவீன விளம்பரப் படங்கள் அயல்நாட்டுப் பொருட்களைச் சிபாரிசு செய்கின்றன. இதை ஒப்பீடாகக் கொண்டு நமது விளம்பரப் படங்களும் தயாரிக்கப்படுகின்றன. காட்சி நிலைப்பு என்கிற திரைப்பத்தின் அடிப்படைக் கொள்கையை இத்தகைய விளம்பரப் படங்கள் துல்லியமாகக் காலி செய்கின்றன. ஒரு திரைப்படம் இரண்டு மேஜைகளில் தயாராகின்றன. ஒன்று திரைக்கதையாசிரியரின் மேஜை, இன்னொன்று படத் தொகுப்பாளரின் மேஜை. ஏனெனில் நமது நிஜ நேரத்திற்கும் (real time) திரைப்பட நேரத்திற்கும் (Cinema time) இடையிலுள்ள தொன்மத்தைப் படத்தொகுப்பாளரே கையாள்கிறார். இத்தகைய காட்சி நிலைப்புக்காக கதைக்குள், கதாபாத்திரங்களுக்குள் ஏற்படும் ஒழுங்கமைதியை, நம்பத்தன்மையைப் படத்தொகுப்பு மட்டுமே நிர்வகிக்க முடியும். காட்சி நிலைப்புத்தன்மை 1.16 விநாடிகள். ஆரம்ப காலத்தில் திரைப்படத்தின் வேகம் ஒரு காட்சி விநாடிக்கு 16 சட்டங்களாக (frame) இருந்தது. இதனைவிடவும் குறையும்போது, உதாரணத்திற்கு 1/15 ஆக ஆகும்போது அக்காட்சியில் பார்த்த விஷயத்தை நம் மூளை ஞாபகம் வைப்பதற்குள் அடுத்த காட்சி தோன்றிவிடுகிறது. பார்வையாளனை ஒரு பதற்றத்துக்கு உட்படுத்துவதன்மூலம் அவனது கவனத்தை ஒருங்கிணைக்கச் செய்யும் உத்திதான் இது. மிஸான்சேன் என்கிற அதிநீளக் காட்சி இதன் எதிர்துருவம். காட்சி நிலைப்பு ஏற்படுவதற்காக ஒரு காட்சியை இடையிடையே நறுக்காமல் முழுமையாக ஒரு காட்சி முடிவடையும்வரை, கேமரா கோணத்தைக் கூட மாற்றாமல் நிலையாகப் படம்பிடிக்கும் முறை பிரெஞ்சின் புதிய அலையின்போது ஏற்பட்டது. அதற்கு நேர் எதிராகக் காட்சிகளை மாண்டேஜ் உத்தியில் படபடவென ஓடச் செய்வதன்மூலம்

கவனத்தை கோருகிற இத்தன்மை பன்னாட்டு விளம்பரங்களின் வழியே நமக்கு வந்தது. இந்த உத்தியின் உதாரணமாக எம்டிவியின் பாடல்களைச் சொல்லலாம். விளம்பர உத்தியிலிருந்து ஆல்பம் என்ற முறையில் தயாரிக்கப்படும் இசைத் தொகுப்புகளில் இம்முறை பிரபலமானது. இதைத் தொடர்ந்து, இம்முறையானது தமிழ்த் திரைப்படப் பாடல்களுக்கு இடம்பெயர்ந்து, சமீபகாலத் திரைப்படங்களின் பாடல்களின் பெரும்பாலும் பயன் படுத்தப்படுகின்றன. இதன் அடுத்த கட்டமாகக் காட்சியினுள்ளும் இம்முறையைப் பயன்படுத்தும்விதம் ஒரு உத்தியாகக் கையாளப்படுகிறது. சமீபத்திய உதாரணம் 'காக்க காக்க', 'மன்மதன்'. காட்சியின் இயல்பான வேகத்தில் (1/24 சட்டங்கள்) இருக்கும்போது திடீரெனக் காட்சியை அதிரவைத்து அதன் வேகத்தைக் கூட்டியோ (1/48 சட்டங்கள் அல்லது குறைத்தோ 1/12 சட்டங்கள்) பயன்படுத்துவதன்மூலம் காட்சியின் வேகத்தில் ஒரு படபடப்பை ஏற்படுத்த முடிகிறது. மிகவும் மலினமாகப் பயன்படும் இவ்வுத்தியின் மீது விமர்சனங்கள் எழுந்தாலும் அதன் நவீனம் கருதி அதைப் பின்பற்றும் போக்கு நம் படங்களில் தொடர்கிறது. பத்து வருடங்களுக்கு முந்தைய படங்களின் பாடல்காட்சிகளை இப்போது ஒப்பிட்டுப் பார்ப்பதன்மூலம் படத்தொகுப்பின் வேகம் அதிகரித்திருப்பது புரியவரும்.

'தெளிவான கதையும், சூழலும், உணர்வுகளும் குறைந்து வருவதால் பார்வையாளனின் அபிமானத்தைப் பெறுவதற்காக இவ்வுத்திகள் பயன்படுகின்றன' என்று இயக்குநர்கள் விமர்சித்த போதும் நவீன வாழ்க்கையின் பதற்றத்திற்குரிய கூறாகத்தான் இதைப்பார்க்க முடியும்.

இதன் பின்னிருக்கும் காரணங்களாக நுட்பக் கருவிகளின் முன்னேற்றத்தைச் சொல்லலாம். Avid, Final Cut Pro முதலான மென்பொருட்களின் வருகையும், கணினியின் செயல்பாடும் திரைப்பட மொழியில் ஏற்படுத்தியிருக்கும் மாற்றங்கள் அளவில்லாதவை. இதன்விளைவாகப் படத்தொகுப்பில் ஏற்பட்டிருக்கும் செய்நேர்த்தியும், சாத்தியங்களும் அது திரைப்பட மொழியில் ஏற்படுத்தியிருக்கும் வேகமும், குறியீடு சார்ந்த நுட்பமும் தவிர்க்க இயலாதவை. உதாரணமாக, கைபேசியின் (cell phone) வருகைக்குப் பின்பு குறுஞ்செய்திகள் (sms) அனுப்பும் மொழியில் வார்த்தைகளின் எழுத்துகள் உச்சரிப்பிற்குத் தகுந்தமாதிரி சுருங்குகின்றன. Your என்பது ur என்று சுருங்குவதுபோல. பரிமாற்றத்தின் தேவை கருதி ஒரு மொழி தன்னை வளைத்துக்

கொள்வதுபோல. கதை சொல்லும் வேகம் கருதித் திரைப்பட மொழியில் நிகழும் இவ்விதமான உத்திகளைத் தேவைக்கேற்பப் பயன்படுத்தலாம்.

மேலும் உலகமயமாக்கலின் இன்னொரு விளைவாக உலகத்தின் சிறந்த பாடல்கள் தொலைக்காட்சி வழியாகவும், குறுந்தகடுகள் வழியாகவும் நமக்குக் கிடைக்கத் துவங்கின. பத்து ஆண்டுகளுக்கு முன்பு லேசர் தகடுகளை வசதி படைத்தவர் மட்டுமே பார்க்க முடிந்தது. கீஸ்லோவ்ஸ்கி, தார்க்கோவ்ஸ்கி போன்ற பெயர்கள் எல்லாம் முன்பு சிறுபத்திரிகைகளின் திரைப்படக் கட்டுரைகளில்தான் பார்க்க முடியும் அல்லது வெளிநகரங்களில் நடக்கும் திரைப்பட விழாக்களுக்கு போக வேண்டும். இப்போது இவை குறுந்தகடுகளாகச் சென்னையிலேயே கிடைக்கின்றன. இவற்றை நம் தமிழ்ச் சூழலில் இருக்கிற இயக்குநர்கள், உதவி இயக்குநர்கள், ஒளிப்பதிவாளர்கள் பார்க்கும்போது இவை ஆழ்மனம் வழியே நிகழத்தும் மாற்றங்கள் ஆக்கபூர்வமான பாதிப்புகளை உள்ளடக்கத்தில் ஏற்படுத்தியதற்கான சான்றுகள் தமிழ்ப்படங்களில் இன்னும் பதிவாகவில்லை.

'ரோஷோமான்' - 'விருமாண்டி', 'ரன் லோலோ ரன்' - '12பி', 'அமரோஸ் பெரோஸ்' - 'ஆயுத எழுத்து' என மூலங்களின் கதை சொல்லல் உத்திகைளைத் தழுவிச் செய்கின்ற படங்கள் தமிழ்ச் சூழலில் உள்ளடக்கம் சார்ந்து மாற்றங்கள் நிகழ்ந்திருக்கிறதா என்றால் கேள்விக்குறிதான். முன்பெல்லாம் தழுவி எடுக்கப்படும் படங்களின் பெயர் நாம் அறியாததாக இருந்தது. இக் குறுந் தகடுகளின் வருகையால் மூலங்களின் பெயரை நாம் அறிவது தவிர, பெரிய அளவில் முன்னேற்றங்கள் நடந்ததற்கான பதிவுகள் இல்லை.

எனினும் யதார்த்தம் சார்ந்த அணுகுமுறையில் சமகாலத்தில் இயங்கும் பிரபல இயக்குநர்களான பாலா, சேரன், பாலாஜி சக்திவேல் மூவரிடமும் வெவ்வேறு சூழலில் எடுக்கப்பட்ட நேர்காணல்களை வைத்து அனுமானிக்கும்போது மேற்கத்திய மற்றும் ஐரோப்பிய, ஆசியக் கலைப்படங்கள் தங்களைப் பாதித்திருப்பதாக அவர்கள் சொல்கிறார்கள். cinema paradiso என்கிற இத்தாலியப்படமும் Road Home என்கிற சீனப்படமும் Children of Heaven என்கிற ஈரானியப் படமும் பொதுவாகத் தமிழ் இயக்குநர்களிடம் ஏற்படுத்திய பாதிப்பு அளவில்லாதது.

'ஆட்டோகிராப்' படத்தில் கிராமத்துத் தோழியான மல்லிகா ஓரிடத்தில் திரும்பிப் பார்க்கும்போது அவனது சிறுவயதுத்

தோற்றத்திலிருந்த மல்லிகா திரும்பிப் பார்ப்பதுபோல, நினைவின் குறியீடு காட்சியாக வரும். இதை Road Homeஇல் முதிர்ந்த தாய் தனது கணவரின் தாய் தனது கணவனின் குரல் கேட்டு ஓடும்போது இளவயதுப் பெண்ணாக ஓடுவாள். இவ்வாறு ஒப்புமை கொள்ளமுடியும். இரண்டு படங்களுமே இந்தக் காட்சியை மிகப் பொருத்தமாக அமைந்திருந்தன. உத்தி சார்ந்து நம்மை மேம்படுத்தும் இவ்வுலகப் படங்களின் வருகை உள்ளடக்கம் சார்ந்து நம் வாழ்வின் பிராந்தியங்களுக்கேயுரிய யதார்த்தம் சார்ந்து தொடர்ச்சியாக இயங்கும்போது தமிழ்ப்படங்கள் சர்வதேசத் தரத்தில் அறியப்படும்.

உண்மையில் ஒரு இந்தியப் படம் என்பது இந்திய வாழ்க்கை முறையின் அடிப்படைகளையும், பேச்சு மற்றும் பழக்கவழக்கங்கள், உடை மற்றும் நடைமுறைகள், பின்னணி, முன்னணி அனைத்தும் இவைகூட கலக்கும்போதுதான் உருவாகிறது." என்கிற சத்யஜித் ரேயின் கூற்றுடன் நாம் பொருந்திப் போகும்போதே தமிழ்ப்படச் சூழலில் புதிய அலையை ஏற்படுத்த முடியும். இதுபோலத் திரைப்படத்தின் கச்சாப்பொருள் எது என்ற கேள்விக்கு வாழ்க்கைதான் என்கிறார் ரே. வாழ்க்கையை மிகநுணுக்கமாக நெருங்கிப் பார்க்கும்போது மட்டுமே திரைப்படம் தனக்குரிய கலை என்கிற நிலையை அடைகிறது. அதுவரையில் அது கைதட்டிப் பார்க்கிற, மக்களைத் திரட்டுகிற ஒரு பொருட்காட்சிக்குரிய பிரம்மாண்டத்துடன் பொழுதுபோக்கு வடிவமாக மட்டுமே திகழ்கிறது. 'என் கதைக்கு நடிகர்கள் தேவையில்லை. கதையில் வருவதைப்போன்ற சாயலுடைய நிஜமனிதர்களைத் தேடி கிராமம் கிராமமாக அலைகிறேன். அவர்கள் தங்கள் இயல்பான மொழியில் பேசி நடித்தால்கூட எனக்குப் போதுமானதாக இருக்கிறது' என்று சொல்லும் சமீரா மக்மல்பஃப் தனது பதினேழு வயதில் கேன்ஸ் திரைப்பட விழாவின் விருதை வென்ற பெண் இயக்குனர்.

இத்துடன் இங்கு நாம் நடிகர்களுக்காகக் காத்திருக்கிற சூழலைப் பொருத்திப் பார்த்தால் ஒரு நல்ல படம் உருவாவதற்கான தடை எங்கிருந்து துவங்குகிறது என்பதற்கான விடை கிடைக்கும். உலகெங்கிலும் உள்ள நல்ல திரைப்படங்கள் நம்மை வந்து சேர்கிற இக்காலத்தில் நம் படங்கள் உலக நாடுகளைச் சென்றடைவதற்கான வழி ரே மற்றும் சமீராவின் பதில்களிலிருந்தே நமக்குக் கிடைக்கிறது.

டிஜிட்டல் தொழில்நுட்பம் பெருகிவரும் இவ்வேளையில் நம் ஊடகத் தலைநகராக இருக்கும் சென்னை தன் மையம் கலைந்து,

திரைப்படத் தயாரிப்பினை, தொழில்நுட்ப வேலைகளைத் தமிழகத்தின் எந்த நகரத்திலும் இருந்து செய்யமுடிவதற்கான சாத்தியங்கள் அருகாமையில் இருக்கின்றன. அதுபோல நம் கதைக்களம் இந்தப் பிரபல நடிகர்களை விடுத்து, நகரத்தின் பிரமாண்டம் விடுத்து வாழ்க்கையின் யதார்த்தம் தேடிப் போகும்போதுதான் தமிழின் அசலான திரைப்படம் தோன்றும்.

மாற்று ஊடகமென அறியப்படும் ஆவணப்படங்களும், குறும்படங்களும் தமக்கேயுரிய சுதந்திரத்தோடு ஒரு இயக்கமாக வளர்ந்துவரும் இச்சூழலில், ஊரெங்கும் திரைப்பட விழாக்கள் நடக்கத் துவங்கியுள்ளன. திரைப்படத்தை ஒரு கல்வியாக, நுட்பமாகக் கற்றுத்தரும் காட்சி பரிவர்த்தனைப் பிரிவுகளில் (visual Communication) இளைஞர்கள் ஆர்வம் காட்டத் துவங்கி யிருப்பதும், உலகத்தின் எந்த மூலையிலிருந்தும் திரைப்படமும் நாம் பார்க்கக் கிடைப்பதும், இதெல்லாம் ஒரு சேர டிஜிட்டல் நுட்பம் திரைப்படத்தைத் தெருவுக்கு அழைத்துவருவதுமான அற்புதங்கள் நடக்கவிருக்கும் காலத்தில் நாம் வசிக்கிறோம்.

'ஒரே கனவை ஆயிரம் பேர் காண்பதற்குப் பெயர்தான் திரைப்படம்' என்றார் பெர்னாண்டோ பெர்ட்டிலுச்சி. சர்வதேசத் தரமுள்ள இலக்கியமும் ஓவியமும், கலைகளும், இசைவளமும் உள்ள தமிழ்ச்சூழலில் சர்வதேசத் தரமுள்ள தமிழ்ப் படத்தை எடுப்பதற்கான கூட்டுக்கனவை நாம் காணத் துவங்கலாம். தரமான ஐந்து இயக்குநர்கள், தரமான பத்துத் தமிழ்ப்படங்கள் செய்தால் போதும். தமிழின் மீது காலம் காலமாய்ப் படிந்திருக்கிற மேற்கத்திய நிழலைத் துரத்தித் புதிய அலையை நிரந்தரமாக நாம் ஏற்படுத்த முடியும். அந்த ஐவரில் ஒருவர் இதைப்படிக்கிற நீங்களாகவும் இருக்கலாம்.

- திரை நவம்பர் 2005

திரைக்கதைச் சூழலும் குணச்சித்திரமும்

'ஒரு திரைக்கதையை எழுதுவதற்குமுன் அதன் முக்கியக் கதாபாத்திரங்களின் குணாதிசயங்களை வரையறுத்துவிட வேண்டும்' என்று ஹாலிவுட்டில் புகழ்பெற்ற திரைக்கதைப் பயிற்றுனர் சிட்ஃபீல்ட் கூறுகிறார். உதாரணத்திற்கு, கதையின் நாயகன் ஒரு பள்ளியின் ஆசிரியர் என்றால் அவர் வகுப்பறையில், வீட்டில், தனிமையில் என்னவெல்லாம் செய்வார், அவரது பழக்கவழங்கங்கள் என்ன என்பதை ஒரு குணவரலாறாக (character biography) எழுதிப்பார்த்துவிட்டு பின்னரே திரைக்கதை எழுதத் துவங்க வேண்டும் என்கிறார். ஒரு குணாதிசயம் வரையறுக்கப் படும்போதுதான் ஒரு கதாபாத்திரம் உருவாகிறது என்று நம்புகிறார் சிட்ஃபீல்டு. இவ்விதமாக முக்கியமான மூன்று அல்லது நான்கு பாத்திரங்களுக்கு அவற்றின் குணாதிசயங்களை முன்னரே வடிவமைத்துப் பின்னர் இந்தக் கதாபாத்திரங்களை கதைக்குள் உலவ அனுமதிக்கும்போது அவர்களின் குணம் சார்ந்த முரண் அல்லது இயைபு, காட்சிகளை எளிதாக எழுதிச் செல்ல உதவும் என்றும் சொல்கிறார். படைப்பு சார்ந்த செயல்பாட்டைத் தொழில் நுட்பமாக மாற்றி அதன் உபகரணிகளைப் பட்டியலிடுவதன்மூலம் திரைக்கதை எழுதுவதை ஒரு பயிற்சி முறையாகக் கற்றுத் தருகிற சிட்ஃபீல்டின் இத்தகைய உத்தியைத் தமிழ்சூழலில் பொருத்திப் பார்க்கலாம்.

பொதுவாக, நடைமுறை வாழ்க்கையில் ஒரு மனிதனின் குணம் என்பது சக மனிதர்களுடன் அவன் இயங்குவது குறித்துத் தீர்மானிக்கப்படுகிறது. தனக்கேயான, இரகசிய வாழ்க்கையில் நுட்பமான, ஆவேசமான, பதற்றமான தருணங்களில் அவன் நடந்துகொள்வதை வைத்து இந்தத் தனிமனிதக் குணம் மேலும் தீர்மானிக்கப்படுகிறது. பொதுவாழ்க்கையில் வள்ளல் எனத் தன்னைக் காட்டிக்கொள்கிறவர் தனி வாழ்க்கையில் கருமியாகவோ,

சுயநலம் மிக்கவராகவோ இருக்கலாம். இத்தகைய முரணும் கணக்கில் கொள்ளப்பட்டு அந்த மனிதன் நல்லவன், கெட்டவன், படித்தவன், முட்டாள், அறிவாளி ஆனால் ஏமாளி முதலான குணம் சார்ந்த படிமங்களைக் கொண்டு நாம் மனிதர்களை அறிகிறோம். அணுகுகிறோம். நிஜ வாழ்க்கையில் நாம் ஒரு மனிதரைக் குறித்துத் தோன்றும் சித்திரங்கள் இக்குணம் சார்ந்த படிமங்களால் மட்டுமே ஏற்படுகின்றது. மேலும் இக்குணம் சார்ந்த வரையறையே ஒரு மனிதனின் செயல்பாட்டில் நமக்கு ஒரு நம்பகத்தன்மையைத் தருகிறது. பேருந்தில் பயணம் செய்யும்போது நாம் அறியாத சகபயணியின் மீது சாய்ந்து தூங்க நேர்ந்துவிடுவது நம் மனம் நம்புகிற பொதுவான குணவியலுடன் அவர் இருப்பதே காரணமாகிறது. ஒரு மனநோயாளி என்றறிகிறபோது நாம் அவரருகில் அமர்ந்து பயணம் செய்யவோ, அவர் மீது தூங்கிவிழவோ நம் மனம் அனுமதிப்பதில்லை. ஏனெனில் பொதுவாக மனிதனுக்கிருக்கிற குணங்களின்மீது நமக்கொரு நம்பகத்தன்மை இருக்கிறது. இந்த நம்பகத்தன்மை ஏற்படுகிறபோது நாம் மனம் லயித்து, தெரியாத ஒருவரின் தோளிலேயே சாய்ந்து தூங்கிவிடுகிறோம்.

ஆனால் சந்தேகத்திற்கிடமுள்ள சகபயணியுடன் பயணிக்கும் போது நம் மனம் தூங்குவதில்லை- விழித்திருக்கிறது. சக பயணியின் செயல்களைக் கூர்ந்து அவதானிக்கிறது. மனம் உள் விமர்சனம் செய்கிறது. நிஜவாழ்வில் குணாதிசயம் சார்ந்து நமக்கு ஏற்படும் இவ்விதமான பாதுகாப்புணர்வை நம்பகத்தன்மையை திரைக்கதைகளுடன் பொருத்திப் பார்க்கலாம்.

ஒரு கதாபாத்திரத்தின் மீது பார்வையாளனாக நமக்கு ஏற்படும் நம்பகத்தன்மை, அந்தக் கதாபாத்திரத்தின் குணாதிசயத்தில் இருக்கும் இயல்புத்தன்மையைச் சார்ந்திருக்கிறது. அவ்வாறு இயல்புத்தன்மை நாம் எதிர்பார்க்கும் அளவிற்கு அல்லது நம்பும் அளவிற்கு இல்லாதபோதிலும் கதைக்குள் அது இயங்கும் விதம் சமாதானம் அளிக்கக் கூடியதாக இருந்தால் கதையைத் தொடர்ந்து ஏற்றுக் கொள்கிற பக்குவம் நமக்கு ஏற்பட்டுவிடுகிறது. எந்த ஒரு படத்தையும் படம் ஓடத்துவங்கிய முதல் பத்து அல்லது பதினாலு நிமிடத்திற்குள் நம் மனம் ஏற்கவோ அல்லது விலக்கவோ செய்கிறது என்கிறது சினிஃபீல்டின் திரைக்கதை ஆய்வு. எனவே இந்தப் பதினைந்து நிமிடங்களுக்குள் ஒரு திரைப்படத்தின் குணாதிசயத்தைப் பார்வையாளனிடம் நம்பும்விதமாக நிர்மாணிக்கவேண்டியது இயக்குநரின் கடமையாகும். இந்த முதல் பதினைந்து நிமிடங்கள் பார்வையாளன் தனக்கு முன்னால்

எதையும் காண்பிக்க அனுமதிக்கிறான். பத்தாவது நிமிடத்திலிருந்து அவனது பொறுமை உள்ளிட்ட தர்க்க மனது கேள்விகளை அல்லது ஒப்புதலைத் தருகிறது. இந்த ஒப்புதல் ஆச்சரியம் சார்ந்த துவக்கமாகவோ, அல்லது பரபரப்பைத் தூண்டும் ஒரு சம்பவத்தின் துவக்கமாகவோ இருக்கலாம். அடுத்தது என்ன என்ற கேள்வி பார்வையாளனுக்கு துவங்கிவிட்டால் மீதமுள்ள கதையைப் பொறுமையுடன் பார்க்கிறான். திரைக்கதை என்கிற கலை வடிவத்தில் கதை சொல்லத் துவங்கும்போது இம்மாதிரியான சிறு முறுக்கம் (twist) பொழுதுபோக்குப் பார்வையாளனுக்கு அவசியம் என்று சொல்லும் சிட்ஃபீல்ட், ஒரு திரைக்கதையின் தலைவிதியை இந்த பதினைந்து நிமிடங்களுக்குள் கணித்துவிடலாம் என்றும் உறுதியாகச் சொல்கிறார். இவ்வித நுட்பத்தோடு துவங்கினாலும் கதையின் போக்கு தொய்வாகித் தோல்வியடையலாம். துவக்கம் ஆர்வத்தோடு இருந்து பின்வருபவை ஏமாற்றத்தை அளிக்கலாம். ஆனாலும் துவக்கமே தொய்வாக, தெளிவற்றதாகத் துவங்கும் திரைக்கதைகள் அதன் தோல்வியை முதல் பத்து நிமிடத்திற்குள் அறிவித்துவிடுகின்றன என்பது சிட்ஃபீல்டின் வாதம். எனவே இந்த முதல் பதினைந்து நிமிடங்கள்தான் பார்வையாளன் இயக்குநருக்கு தரும் அவகாசம். இந்த அவகாசத்தில் கதைக்குள் பெரிய சுழிப்புகள் இல்லாதிருந்தாலும் நமது ஆர்வத்தை வசப்படுத்துகிற சிறுசிறு விஷயங்கள் இருந்தால்கூடப் போதுமானது.

இந்த முதல் பதினைந்து நிமிடம், அதற்குள்ளிருக்கும் கதைச்சுழிப்பு, ஆர்வத்தை வசப்படுத்தும் விஷயம் இவையாவும் திரைக்கதையின் குணாதிசயத்தைச் சார்ந்திருக்கிறது. அந்தத் திரைக்கதையின் குணாதிசயம் குறித்த சில அவதானிப்புகளை நாம் நிகழ்த்தலாம்.

உதாரணத்திற்கு தமிழில் வணிகரீதியாக வெற்றியடைந்த இரண்டு படங்களைப் பார்க்கலாம்.

1. 'மூன்றாம் பிறை' (இயக்குநர் - பாலுமகேந்திரா). முதல் பதினைந்து நிமிடங்களுக்குள் நாயகிக்கு விபத்து நடக்கிறது. பின்வரும் காட்சிகள் அவள் மனநலம் பிறழ்ந்தவளாகக் காட்டும்போது திரைக்கதையின் குணாதிசயம் மனம்சார்ந்த உணர்வுகள் என்பது புரிகிறது.

2. 'இந்தியன்' (இயக்குநர் - ஷங்கர்). இந்தப் படத்தில் முதல் பதினைந்து நிமிடங்களுக்குள் ஒரு அதிகாரி கொல்லப்படுகிறார். படத்தின் குணாதிசயம் கொலை சார்ந்த செயல்முறைப்படம் (action film) கதை நாயகனின் குணம் கொலை செய்வது.

இதுபோல பாக்கியராஜ், மணிரத்னம் படங்களைக் கவனித்துப் பார்க்கலாம். சுழிவுகளற்று நேரடியாக கதை சொல்லும் படங்கள் கதாபாத்திரங்களின் குணாதிசயத்தை இந்த முதல் நிமிடங்களில் அழுத்தமாகப் பதிவு செய்கின்றன. பாலச்சந்தரின் பல படங்கள், பாரதிராஜாவின் '16 வயதினிலே', மணிரத்னத்தின் 'ரோஜா', பாலாவின் 'பிதாமகன்', சேரனின் 'ஆட்டோகிராப்', பாலாஜி சக்திவேலின் 'காதல்'.

இவ்விதமாகத் திரைக்கதையின் குணம் கதாபாத்திரங்களின் குணம்வழியே நிர்மாணிக்கப்படுவதும், பார்வையாளனுக்கு ஏற்படும் நம்பகத்தன்மையும் ஒரு படத்தை வெற்றி கொள்ளச் செய்கின்றன. சார்லி சாப்ளின் படங்கள் அனைத்திலும் இருக்கும் பொதுவான குணாம்சமே அவரது தொடர்வெற்றி காரணமாக இருந்தது. Great Director படத்தில் சர்வாதிகாரியாக நடித்தபோதும் அவருக்குள் இருக்கும் கோமாளித்தனம் அவரது பொதுக் குணத்திலிருந்து விலகாத ஒன்றாகவே இருந்தது. இதுபோலவே இங்கு எம்ஜியாரின் படங்களில் பேணப்பட்ட அவரது குணாதிசயமே அவரது தனிவாழ்வின் குணமாக நம்பப்பட்டு திரையிலும், பொதுவாழ்விலும் அவருக்கு பெருவெற்றியைத் தந்தது. நடைமுறையில் நாம் ஒருவரைச் சகமனிதராய்ப் பார்க்கிறோம். ஆனால் திரைக்கதையின் அமைப்பே குணம் சார்ந்து இருப்பதால் கதைக்குள் வரும் மனிதனைக் குணாதிசயமாகத்தான் (character) பார்க்கிறோம். இதிலிருந்து குணம் சார்ந்து ஒரு பாத்திரத்தை வழிபிசகாமல் நடத்திச் செல்ல வேண்டியதன் அவசியம் புரியும். எனவேதான், சிட்ஃபீல்ட் ஒரு பாத்திரத்தின் குணவரலாற்றை ஒன்றிரண்டு பக்கங்களுக்கு எழுதிப் பார்த்த பின்பே திரைக்கதை எழுதத் துவங்கவேண்டும் என்கிறார். மேலும், இத்தகைய குணப்பிசகல் நிகழும்போது எதிரில் ஓடுகிற திரைப்படம் தன்னை அவமதிப்பதாகப் பார்வையாளன் உணர்கிறான். எனவே அதைப் புறக்கணிக்கிறான்.

குணம் என்கிற தனிமனிதப் பழக்கவழக்கங்களைப் பொருளாகக் கொண்டு நமது தமிழ்ப்படங்களைக் கவனிக்கும்போது திரைக்கதையின் கட்டமைப்பு சார்ந்த சில புரிதல்கள் நமக்கு ஏற்படும். பொதுவாகக் குணம் என்பது நம் தொழிலுடன் மிகவும் பிணைந்த ஒன்றாகப் பழகி வந்திருக்கிறது. தொழில் மூலம் மனிதனுக்குள் ஏற்படும் மனப்பான்மை அவனது குணத்தை வடிவமைத்திருக்கிறது. தொழில் சார்ந்து பிரிக்கப்பட்ட வர்ணாசிரமத் தர்மங்களை அடிப்படையாகக் கொண்டு எழுகிற

சாதீயப் பிரிவுகளை இக்குண அமைப்புடன் பொருத்தி மிகப்பெரிய ஆய்வு செய்ய முடியும். நாம் செய்கிற அல்லது நாம் செய்ய விதிக்கப்பட்ட தொழில் நம் குணத்தைத் தீர்மானிக்கிறது அல்லது நம் குணத்தை நம் சமூக அமைப்பு தீர்மானிக்கிறது. மீறல் நிகழும்போது அது புரட்சியாகவோ, போராட்டமாகவோ, விடுதலையாகவோ கருதப்படுகிறது. எனவே குணம் என்பது கலாசாரம் சார்ந்த ஒன்றாகவே கருதப்படுகிறது. ஏனெனில் குணம், பழக்கவழக்கங்கள், மற்றும் தொழில்முறையைச் சார்ந்திருக்கிறது. இதன்மூலம் உயர்சாதி அமைப்புகளில் இருப்பவர்கள் அதிகாரிகளாகவும் இயல்பில் வன்முறைசாரா மென்மையான வர்களாகவும் கலை, நுட்பம் ரசனை சார்ந்து உயர்ந்தவர்களாகவும் இருப்பதாக நம்பவைப்பது நம் கலாசார அமைப்பில் முன்தீர்மானிக்கப்பட்டு வடிவமைக்கப்பட்ட ஒன்றாக இருக்கிறது.

இதன் மறுபக்கத்தில் பிற்படுத்தப்பட்ட, தாழ்த்தப்பட்ட அமைப்பின்கீழ் இருப்பவர்கள் வன்முறையாளர்களாக நினைக்கப்படுவது இதுவரையிலான மரபாகவே இருந்து வந்திருக்கிறது. இதன் பிரதிபலிப்பாக இன்று வரையிலான தமிழ்த்திரைப்பட நாயகர்களின் குணாதிசயங்களை நாம் கவனித்துப் பார்க்கலாம். அரசியல்ரீதியான இந்த அணுகுமுறையைக் கடந்து நுட்பரீதியாக இக்குணாம்சத்தை ஆராயும்போது நாம் சில விளக்கங்களைப் பெற முடியும்.

‘குணம் நாடி, குற்றம் நாடி’ என்று ஒருவனின் நடத்தையைத் தீர்மானிக்க வள்ளுவர் காட்டும் அளவுகோலின்படி மனிதனை நல்லவன், கெட்டவன் என்று பிரிப்பதற்கு அதன் குணத்தையே அளவுகோலாகக் கொள்ளலாம். அப்படி அவதானிக்கும்போது தமிழ்த் திரைப்படத்தின் குணம் யாது? இக்கேள்விக்கு நாம் பதிலைத் தேடுவதற்கு முன் பெயரளவில் வெளிப்படும் குணம் குறித்துக் கொஞ்சம் யோசிக்கலாம். நம் பெயர்களே நம் குணத்தைச் சொல்வதாக இருக்கின்றன. அல்லது குணத்தைச் சொல்லும் விதமாகப் பெயர்கள் வைக்கப்படுகின்றன. இந்தப் பெயர்களைக் கொண்டே தமிழகத்தின் பிரதேசங்களையும் அவர் எந்தப் பிரிவைச் சேர்ந்தவர் என்பதையும் யூகித்துவிடும் அளவுக்கு பெயர்கள் அடையாளம் கொண்டவையாக இருக்கின்றன. எனவே, குணத்தைக் கவனிக்கும் முன் தமிழ்ப் படங்களுக்கு வைக்கப்படும் தலைப்புகளை நாம் கவனித்தால் அதில் ஒட்டுமொத்தமாகச் செயல்படும் மனப்பான்மையை நாம் உணரமுடியும். 95% நாயகனின் பெயரையே தலைப்பாக வைக்கும் மனோபாவம் இப்போது

இருக்கிறது. முந்தைய திரைப்படங்களின் பெயர்களைப் பார்த்தால் திரைப்படத்தின் உள்ளடக்கம் சார்ந்து பின்வரும் காலங்களில் நிகழ்ந்த மாற்றத்தை நாம் புரிந்து கொள்ளலாம். 'காத்தவராயன்', 'மதுரைவீரன்', 'மோட்டார் சுந்தரம்பிள்ளை', 'சர்வர்சுந்தரம்' என்று பெயர்கள் வைக்கப்பட்டபோதும் அவை தன்மை சார்ந்த காரணப்பெயர்களாகவும், சரித்திரம் மற்றும் சாகசம் சார்ந்த புனைபெயர்களாகவும் மட்டுமே இருந்தன. 'பெற்றால்தான் பிள்ளையா?', 'மக்களைப் பெற்ற மகராசி', 'பாசமலர்', 'நெஞ்சில் ஓர் ஆலயம்' என்று தலைப்புகள் படத்தின் கதையைச் சார்ந்து அடைமொழி போன்று அர்த்தம் தொனிப்பதாகப் பெயர் வைக்கும் முறையும் இருந்தது. காலவரிசைப்படி இத்தலைப்புகளை ஆராய முற்பட்டால் உள்ளடக்கம் மற்றும் நுட்பம் சார்ந்து தமிழ்ச்சூழலில் நிகழ்ந்த மாற்றத்தை அறியமுடியும்.

அதன் தொடர்ச்சியாக இக்காலத்தில் வைக்கப்படும் தனிமனிதப் பெயர்கள் முழுக்க நாயகனின் சாகசங்களை கதாநாயகப் பண்புகளை மட்டுமே முன்வைக்கின்றன. (காந்தி என்று பெயர் சூட்டப்பட்ட அட்டன்பரோவின் படத்தை இத்தருணத்தில் நினைவு கொள்ளலாம்) ஒரு சுயவரலாற்றுக் குறிப்பு போல தனிமனிதனாக முன்னெடுத்துச் செல்லும் போராட்டங்களை இக்காலத்துப் படங்கள் வேறொரு தளத்தில் புரிந்துகொண்டு செயல்படுகின்றன. மேலும் இப்பெயர்களில் தெரியும் தன்முனைப்பு முழுக்க நாயகனைச் சார்ந்து அவனை ஒரு மீமனிதனாக (Superman) வடிவமைக்கும் முயற்சியாகவே இருக்கிறது.

பெயரில் என்ன இருக்கிறது? என்று ஒதுக்கிவிட்டாலும் கதாநாயகப் பண்பு என்பது சமூகநீதி சாராத, இயல்புக்கு அப்பாற்பட்ட ஒன்றாகவே இருந்துவந்துள்ளது. ஒரு திரைக்கதையின் குணம் என்பது அதிலிருக்கும் கதாபாத்திரங்களின் குண அமைப்பை நாம் ஆய்வு செய்யும்போது நமக்குக் கிடைக்கும் ஒரு மனிதனின் குணமே அவனது வாழ்க்கையை நடத்திச் செல்கிறது.

இயல்புகள், வெற்றிகள், சாதனைகள் எல்லாம் அவன் குணம் சார்ந்த செயல்களின் வழியே நிகழ்கிறது. தனிமனிதன் இலக்குகள் நோக்கி இயங்கும்போது அவனது அடிப்படையான செயல்களைச் சூழல் திருத்துகிறது. வடிவமைக்கிறது. இதில் வெற்றி பெற்ற உயர்ந்த மனிதர்களை விலக்கிவிட்டு சராசரியான மனிதவாழ்வின் முன்னேற்றங்களோடு ஒப்பிட்டால் வாழ்க்கை அதன் சகல யதார்த்தத்தோடு முன்நிற்பதை நாம் காணலாம். உதாரணத்திற்கு,

மீனவக் குடும்பத்தில் பிறந்து நாட்டின் முதல் குடிமகனாக ஒருவர் உயர்வதற்கும், அதே மீனவக் குடும்பத்தில் பிறந்து மீனவராகவே முடிந்துபோகிற ஆயிரக்கணக்கான மக்களுக்கும் அவரவர் மனப்பான்மை (attitude) சார்ந்தே உயரங்கள் எட்டப்படுகின்றன. இவ்விதமான மனித மனம் சார்ந்த குணாதிசயங்களைத் திரைப்படத்தினுள் பொருத்தும்போது சில பொதுவான அம்சங்களை உள் வைக்கவேண்டியது அவசியமாகிறது. உதாரணத்திற்கு, நம் இயல்பான நேரத்திற்கும் (real time), திரைப்பட நேரத்திற்கும் (cinema time) இடையிலான வித்தியாசமும் நுணுக்கமானது. இதுபோலவே நம் நடைமுறை வாழ்வின் வித்தியாசம் நுணுக்கமானது. கோடை காலத்திலிருந்து வசந்தகாலம் என்பதை மங்கித் தெளிகிற (dissolve) காட்சியின் மூலம் ஒரு நொடியில் காட்டிவிடலாம். அதுபோல குணாதிசயம் சார்ந்த மாற்றங்களையும் திரைப்பட மொழிக்கேயுரிய சங்கேதம் மற்றும் குறியீட்டு உத்திகளால் சொல்லிவிட முடியும். 'சாருலதா' படத்தில் மனைவி எப்போதும் ஒரு தொலைநோக்கியைக் கொண்டு தான் அடைபட்ட வீட்டின் சன்னல்வழியே தெருக்காட்சிகளைப் பார்க்கிறாள். ஒருமுறை தனது வீட்டினுள் நடந்து செல்லும் கணவனையும் அதே தொலைக்காட்சியில் பார்க்கும்போது அதில் வெளிப்படும் குணாதிசயம் அற்புதமானது. கணவன் அருகில் இருந்தபோதும் தன்னிலிருந்து தொலைவின் இருக்கிறான் என்கிற மனோரீதியான தூரத்தை, நாயகியின் தனிமையை சத்யஜித்ரே நமக்குப் புலப்படுத்துகிறார். இவ்விதமான குறிப்புணர்த்தல் மூலம் திரைப்படக் கற்பனை அனுமதிக்கிற விளிம்பிற்குள் புனைவாகச் சில காட்சிகளின் வழியே நுணுக்கமான குணாதிசயங்களை வெளிப்படுத்த முடியும். இதுபோலவே சாப்ளின் Modern Times படத்தில் தொழிற்சாலையில் இருந்து வெளியேறும் பணியாட்கள் மந்தை ஆடுகளாகக் காட்டப்படும் காட்சி, தொழிலாளர்களின் குணாதிசயம் சார்ந்த மனநிலையை ஒரு துண்டுக் காட்சியின் மூலம் நமக்கு விளக்கிவிடுகிறது.

எப்போதும் நல்ல திரைப்படங்கள் என்று நாம் அறிகிற, அடையாளம் காட்டப்படுகிற படங்களில் இக்குணாதிசயம் என்பது திரைக்கதை நாயகர்களின் பண்பாகத் தெளிவாகச் சொல்லப்படுகிறது. ஆனால் தமிழ்ச் சூழலின் வணிகப் படங்கள் தமிழக எல்லையை அதிகபட்சம் இந்திய எல்லையைத் தாண்டிச் செல்லாமல் இருப்பதற்கான காரணத்தை வலிந்து யோசிக்கும்போது இந்தக் குணாதிசயம் என்கிற கூறு மிகவும் கவனிக்கத்தக்க ஒன்றாக இருக்கிறது. தமிழ்ப் படங்களில் தொழில்நுட்ப மேதைமை

மிளிர்கிறது. ஆயினும் இந்தியத் திரைப்பட வரிசையில் தமிழ்ப் படத்திற்கான இடம் காலியாக இருப்பதற்கான காரணம் நம் படங்கள் தனக்கென ஒரு குணாதிசயத்தைக் கொண்டிராமல் இருப்பதால்தான் என்கிற உண்மை புலப்படுகிறது. நடைமுறை வாழ்க்கையில் ஒரு குணாதிசயத்தைத் தருகிறது. அது நோயுறும்போது சிதைகிறது.

Character Assasination என்கிற ஆங்கிலப் பிரயோகத்தின் அர்த்தத்தை இந்தக் கோணத்தில் அணுகும்போது நம் திரைப்படங்களில் நிகழும் குணாதிசயச் சிதைவு அல்லது குணாதிசயப் படுகொலை, நம் திரைப்படங்களின் தரத்தை மேலிட்டுச் செல்வதற்கான தடை என்று கூறலாம்.

தீர்க்கமான குணாதிசயம் கொண்ட படங்கள் சிறந்த படங்களெனக் கருதப்படுகின்றன. அல்லது சிறந்த படங்களில் தீர்க்கமான குணாதிசயங்கள் காணக்கிடைக்கின்றன. நல்ல திரைப்படமும் கெட்ட திரைப்படமும் பிரிகிற கோடு இதுவாகத்தான் இருக்க வேண்டும்.

ஒரு புதின வாசிப்புப் போலத் திரைப்படம் இல்லை என்கிற ஏக்கம், குணம் சார்ந்த சித்தரிப்புகளின் வழியேதான் ஏற்பட்டிருக்க வேண்டும். இதனை முன்மொழிந்து நம் திரைப்படக் கதாபாத்திரங்களின் குணங்களைக் கவனிப்போம். நாம் தமிழின் சிறந்த படங்களில் ஒன்றெனச் சொல்கிற 'உதிரிப்பூக்கள்', அதில் நாயகனின் தீர்க்கமான குணமே கதையை நடத்திச் செல்கிறது. அதில் வரும் தாய்க்கு நிஜவாழ்க்கையின் தாய்மைக்குரிய குணங்கள் இயல்பாகவே அமைந்திருக்கின்றன. அடுத்ததாய் '16 வயதினிலே'. இதில் மயில்,. சப்பாணி, பரட்டை மூவருக்கும் தெளிவான குணாதிசயங்கள் இருக்கின்றன. ஒரு மனிதனின் சுயம் என்பது அவரது தனித்த குணாதிசயங்களையே சார்ந்திருக்கிறது. அவ்வாறு சுயமற்றிருப்பதுகூட ஒரு குணமாகக் கருதப்பட்டாலும், திரைப்படத்தினுள் அது இயல்பாகப் பதிவு செய்யப்படும்போது நிஜ வாழ்க்கைக்குரிய உயிர்ப்பினைத் திரைக்கதை பெறுகிறது.

அதுபோல பாத்திரங்கள் வெறுமனே உலவும்போது, அவை உயிர்ப்பற்ற பிம்பமாக நிஜப்பரிமாணமற்றுப் போய்விடுகின்றன. மேலும் தற்காலத் தமிழ்ப்படங்களின் குணாதிசயம் என்று நாம் கவனிக்கும்போது முதலாவதாக வன்முறை; இரண்டாவதாகக் காதலைச் சொல்லலாம். இந்தக் காதலும் வன்முறையின் பின்னணியில் நிகழ்கிற ஒன்றாகவே இருக்கிறது. இதனை இன்னொரு எளியமுறையில் நாம் கண்டுகொள்ள முடியும்.

தமிழ்ப்படங்களின் விளம்பரச் சுவரொட்டிகளைத் தொடர்ந்து நோக்கினால் பின்வரும் விஷயங்களைக் கவனிக்கலாம். கதாநாயகனின் கையில் துப்பாக்கியோ, அரிவாளோ, இதர ஆயுதங்களோ இருக்கும். அல்லது கதாநாயகன் வாய் திறந்து அலறிக்கொண்டோ, தீர்க்கமாக முறைத்துப் பார்த்துக் கொண்டோ, முஷ்டியை மடக்கியோ, கை நீட்டி எச்சரித்துக் கொண்டோ இருப்பான். அல்லது சகதி, இரத்தம், சாக்கடை முதலானவற்றைப் பூசிக்கொண்டோ அல்லது முகமூடி அணிந்தோ இருப்பான். கதையின் மீதுள்ள பாத்திரங்கள் சிறு சிறு கட்டடங்களில் இருப்பதுபோலச் சுவரொட்டியின் ஓரத்தில் உறைந்திருப்பார்கள். (துவக்கக் காலத்தில் ஸ்பெஷல் நாடகம் என்று திருவிழாக்களில் மேடையேறும் வள்ளிதிருமணம் முதலான நாடகங்களின் விளம்பரச் சீட்டுகளில் நடிகர்களின் படங்களைக் கட்டம் கட்டமாக அச்சிட்டு விநியோகிக்கும் பழக்கம் இருந்தது. அதன் தொடர்ச்சியாக இதைப் பார்க்கலாம்).

கதையின் நாயகி இவ்விதத் திரைப்பட விளம்பரங்களில் நாயகனுடன் உரசிக்கொண்டோ, கால்களை விநோதமாகத் தூக்கிக்கொண்டோ பின்னணியில் நிற்பதைக் காணலாம். இந்தச் சுவரொட்டிகளின் தோற்றத்தைக் கொண்டே படத்தின் தன்மையைக் கூறிவிடமுடியும்.

திரைப்படத்தின் பெயரும் தன்முனைப்புள்ள நாயகப்பெயர். அதன் விளம்பரமும் அதன் நாயகனை மட்டும் முன்னிறுத்துகிறது.

இப்போது குணாதிசயமாகப் பார்த்தால் ஒரு படத்தின் நாயகன் மட்டுமே விசேஷமான குணாதிசயம் கொண்டவன். உதாரணத்திற்கு அக்கிரமங்களைத் தட்டிக் கேட்பவன், ரௌடிகளை ஒழிப்பவன், தீயசக்திகளைக் கொலை செய்பவன், அதிகாரத்திற்கு எதிராகப் போர் செய்பவன். விரட்டி விரட்டிக் காதலிப்பது அல்லது அழுது அழுது காதலிப்பது அல்லது ஏதேனும் புதுமை செய்து காதலிப்பது நாயகியின் குணம். (சமயங்களில் நாயகனின் குணமும் இதுவே) அரசியல் படங்களோ, குழந்தைகளுக்கான படங்களோ இதில் வருவதேயில்லை.

மேலும் ஒரு படத்தின் உள்ளிருக்கும் கதாபாத்திரங்களின் குணாதிசயத்தைக் கூர்ந்து நோக்கினால் நமக்கு மேலும் சுவாரசியமான தகவல்கள் கிடைக்கும். முந்தைய தலைமுறை இயக்குநர்களின் படங்களில் இந்தக் குணாதிசயம் ஒவ்வொரு பாத்திரத்திற்கும் வலிந்து புனையப்பட்டதாக இருக்கும். இது ஒருவிதமான நாடகத்தன்மையை ஏற்படுத்தியபோதும்

கதாபாத்திரங்களாக ஒவ்வொருவருக்கும் ஒரு பரிமாணம் இருக்கும். பீம்சிங் காலத்துப் படங்களிலிருந்து கே.பாக்யராஜ் படங்கள் வரையிலும் கதாபாத்திரங்களை நுணுக்கமாகக் கையாள்வது என்கிற முறை இருந்தது.

கதாபாத்திரங்களுக்கென ஒரு தொடர்ச்சி இருந்தது. பொதுவாக தமிழ்க் கலாசாரத்தில் கூட்டுக்குடும்பம் என்கிற அமைப்பு சிதைகிற பருவத்தில் அதையொட்டிக் குடும்பம் சார்ந்த கதைகள் படங்களாக்கப்பட்டன. (இதன் பிரபலமான உதாரணமாக 'சம்சாரம் அது மின்சாரம்', சமீபத்திய உதாரணம் 'தவமாய்த் தவமிருந்து...'.) இதனைத் தொடர்ந்து தனிக்குடித்தனம் என்கிற அமைப்புக்குத் தமிழ்க் கலாசாரம் பழகிவிட்ட சூழலில் தமிழ்த் திரைப்படமும் குடும்பம் என்கிற அமைப்பைப் புறந்தள்ளிவிட்டது. குடும்பம், தாய், தந்தை, சகோதரர்கள், சகோதரிகள் உள்ள குடும்ப அமைப்பை தொலைக்காட்சி தனக்கான விற்பனைச் சந்தையில் மலினமான மூலச்சரக்காகப் பயன்படுத்துகிறது. ஆனால் திரைப்படம் குடும்பம் என்கிற அமைப்பையே எளிதாக தொலைத்துவிட்டது. காதலுக்கு மரியாதை துவங்கி 'சிதம்பரத்தில் அப்பாசாமி' வரை தாய், தந்தை, குழந்தை என்ற உறவுகளைத் தன்னுடன் இணைத்துச் செல்கிற கதைகளை விரல்விட்டு எண்ணமுடியும். 'தண்ணி தெளிச்சு விட்டாச்சு' என்று கிராமத்தில் சொல்லப்படுவதுபோல் தமிழ்க் கதாநாயகர்கள், நாயகிகள் தங்களுக்கெனக் குடும்பம், தாய், தந்தையர் இல்லாது ஊதாரிகளாகச் சுற்றும் அமைப்பு தற்போது நிலவுவதைக் கவனிக்கலாம்.

இதன் காரணம் யோசிக்கும்போது முழுக்க இரண்டரை மணிநேரம் ஓடக்கூடிய திரைப்படத்தில் கதாநாயகனின் படிமத்தைக் (image) கட்டமைக்க, அவன் சாகசங்களை நிகழ்த்த இறுதியில் எதிரியைக் கொலை செய்ய அல்லது வெல்ல இந்தக் குடும்ப அமைப்பு இடைஞ்சலாக இருக்கிறது. அபூர்வமாகப் பயன்படும் இந்தக் குடும்ப அமைப்பும் எதிரியால் கொல்லப்படுவதற்காகவோ, அல்லது தங்கைகள் பாலியல் ஏமாற்றங்களுக்கு ஆளாவதற்காகவோ அல்லது அண்ணனுக்கு, அக்காவுக்கு காதல் தூது போவதற்காகவோ வடிவமைக்கப்படுகின்றன. எனவே, கதையின் பொதுக்குணாம்சம் பொழுதுபோக்கு. வணிகரீதியான பொழுதுபோக்கு அம்சங்களுக்கு குடும்பம் என்பது நடைமுறை வாழ்க்கையிலும் தடையாக உணரப்படுவதால் அது தவிர்க்கப்படுகிறது. மேலும் குடும்பம் ஒரு

ஒழுங்கை, நடத்தை சார்ந்த அறவியலுக்கு மனதளவில் நெறிப்படுத்துகிற ஒரு மனசாட்சி போன்ற அமைப்பாகவே உணரப்படுகிறது. ஒழுங்கற்றுச் சுற்றித்திரியும் காதலிக்கும், வசனம் பேசும் நாயகனுக்கு இந்த அறவியல் அமைப்பு நிச்சயம் எதிரானது. எனவே குடும்பமும் அது சார்ந்த பின்னணியும் எளிதாகத் துறக்கப்படுகின்றன.

நாயகன் அனாதையாகவும், பெற்றோரால் புறக்கணிக்கப் பட்டவனாகவும், அப்பா பெயர் தெரியாதவனாகவும், குடும்பத்தை இழந்தவனாகவும் சித்தரிக்கப்படுவதன் மனோவியல் காரணம் இதுவாகத்தான் இருக்க முடியும். கதாநாயகன் குடும்பத்தைத் துறந்ததைத் தொடர்ந்து சமீபகாலமாக நாயகியரும் குடும்பம் இழந்த கதை சோகமானது. விடுதியில் தங்கிப் படிப்பவர்களாக, மாணவியராக, தங்கள் விருப்பத்துக்கு சுற்றி அலையும் சுதந்திரம் கொள்வதற்காக நாயகியரும் தங்கள் குடும்பத்தை இழந்தனர்.

இவ்வாறு தான்தோன்றியாகக் காதலிப்பதற்கு, சண்டையிடுவதற்குச் சமூகத்தில் யாரையும் பொருட்படுத்தாத - சட்டம் ஒழுங்கைக் கூட - மனநிலையில் சித்தரிக்கப்படும் நாயகர்களின் குணாதிசயம் விசித்திரமானது. அநாதையாக வளர்கிற அல்லது உணர்கிற கதாநாயகர்கள் பல நேரங்களில் மனநோயாளிகளாக இருக்கிறார்கள். ஏனெனில் சக மனிதனின் இயல்பான குண அமைப்பிலிருந்து (உருவ அமைப்பிலும்) வித்தியாசம் எதிர்பார்க்கிற இயக்குநர் நடைமுறை வாழ்க்கைச் செயல்களில் இருந்து திரித்து விநோதமான செயல்களைச் செய்ய வைப்பதற்கு தர்க்கரீதியாக மனவியல் நொய்ந்த குண அமைப்பை நாயகனுக்குப் புனைவது வழக்கமாகிறது. இதன்மூலம் எதையும் நடைமுறையில் கற்பனை செய்ய இயலாத எதையும் ஒரு கதாநாயகன் செய்ய முடியும்.

யதார்த்த வாழ்க்கை எந்தப் புதுமையும், சுழிப்பும், அதிரடித் திருப்பங்களும், விநோதமும் அற்று ஆனால் உயிர்ப்புடன் கடந்து செல்கிறது. ஆனால் நம் திரைப்படங்கள் சகல சுழிப்புகளோடும், விநோதங்களோடும், யாரும் பார்த்திராத புதுமையுடனும் உயிர்ப்பற்ற விஷயங்களைத் தொடர்ந்து உற்பத்தி செய்துகொண்டே இருக்கின்றன.

மேலும் குணம் சார்ந்து நோக்கும்போது நாம் செய்யும் தொழில் நம் குணத்தை வடிவமைப்பதில் பெரும்பங்கு கொள்கிறது. அல்லது நாம் செய்யும் தொழிலுக்கென நாம் பேணவேண்டிய சில குணாதிசயங்கள் இருக்கின்றன. இதனைப் பின்புலமாகக் கொண்டு

திரைப்படத்தில் நம் கதாநாயகர்கள் செய்யும் தொழிலைக் கவனித்தால் இன்னும் சில விஷயங்களைப் பெறமுடியும். பெரும்பாலான கதையில் நாயகர்கள் எந்தத் தொழிலும் செய்யாதவர்களாக இருக்கிறார்கள். ஏதேனும் தொழில் இருப்பவராகக் காட்டப்பட்டாலும் அது கதையின் நகைச்சுவைக் கேலிகள், காதல் சந்திப்புகள், சண்டைகள் நடைபெறுவதற்கான பின்புலமாகக் கருதப்படுமேயன்றி தொழில் சார்ந்த இயல்புகளைக் கையாளும் விஷயமாக அவை பொருட்படுத்தப்படுவதில்லை. வருமானத்திற்கு எந்தத் தொழிலும் நாயகன் செய்யாதிருப்பதற்குத் தர்க்கரீதியான இன்னொரு காரணம் அவன் எதிரியைக் கொல்வதற்காக, சமுதாயத்தைத் திருத்துவதற்காக, காதலித்துக் கை பிடிப்பதற்காக அவதாரம் எடுத்த ஒருவனாகச் சித்தரிக்கப்படுகிறான். மேலும் தர்க்கரீதியாகக் குடும்பம் இல்லாத ஒருவன் தொழில்செய்து சம்பாதிக்க வேண்டிய தேவைகளும் கதைக்குள் இருப்பதில்லை. முந்தையகாலப் படங்களில் விதிவிலக்காகச் சில முன்னுதாரணங்கள் இருந்தபோதும் நாயகனுக்குத் தொழில்சார்ந்த முறைமைகள் இருந்தன. உதாரணத்திற்கு, 'படகோட்டி', கடல்புரத்தின் பிரச்சனைகள், மனித உறவுகள், வணிகத் திரைப்படம் அனுமதிக்கும் எல்லைக்குள் சொல்லப்பட்டன. 'வசந்த மாளிகை' படத்தில் நாயகன் பெரும் செல்வந்தனாக இருந்தபோதும் குடிப்பழக்கம் நாயகனின் குணம் சார்ந்த பிரச்சனைகளை முன்வைத்தது.

காலப்போக்கில் ஒரு திரைப்படம் வெற்றியடையத் தேவையானவை என்று முன் அனுமானிக்கும் உபபொருட்களை (ingrediets) மட்டும் உத்தேசித்துக் கைவிடப்பட்ட விஷயங்களில் கதையும் இதர குணாதிசயங்களும் முக்கியமானவை. தொழில் நுட்பம் நேர்த்தி பெற்றதில் கதையில், கதாபாத்திரங்களில், உணர்வு சார்ந்த பதிவுகள் நம் கைவிட்டுப் போய்விட்டன. கதை சொல்லல் என்கிற முறை தொழில்நுட்பம் சார்ந்து உயரங்களைத் தொடுகிற அதே நிலையில் உணர்வு சார்ந்து போலியாகக் கீழிறங்கிப் போவது, நம் படங்களின் புனைவுத் தன்மையில் உள்ளார்ந்திருக்க வேண்டிய கலையை மெதுவாகக் கொன்று விடுகிறது.

தற்காலத்தில் ஈரானியப் படங்கள் உயர்ந்ததாகக் கருதப்படுவதற்கு அவற்றின் உள்ளிருக்கும் நேர்மையான உணர்வுகளே முதல் காரணம். மற்றபடி, நம் படங்களின் நுட்பத்தின்முன் அவை பரிதாபமானவை. ஆயினும் அவை உலகத் திரைப்படங்களாக மிளிர்வதற்கு அவற்றில் உட்பொதிந்த குணாதிசயம் மிக முக்கியமான காரணம்.

Children of Heaven படத்தில் இருக்கும் அன்பும், மனிதாபிமானமும் நிச்சயம் இந்தியத் தன்மை சார்ந்தவை. Colour of Paradise என்கிற ஈரானியப் படத்தை Black என்கிற நமது இந்தியப் படத்துடன் ஒப்பிடுவது அபத்தமானதுதான் என்ற போதும் கதையின் இயல்பைக் கையாள்கிற விதத்தில் தொழில்நுட்பத்தின் மீது நமக்கிருக்கிற மயக்கமும், உணர்வு சார்ந்து அவர்களுக்கிருக்கிற நேர்மையும் அதன்வழியே புரியவரும். இந்திப் படங்களாயினும், தமிழ்ப் படமாயினும் ஹாலிவுட் திரைப்படங்களின் பிரமாண்டத்தின்மீது நமக்கிருக்கும் ஏக்கமே உணர்வு மற்றும் குணாதிசயம் சார்ந்த இந்நலிவுக்குக் காரணமெனச் சொல்லலாம்.

ஜே.கிருஷ்ணமூர்த்தி சொல்கிற second hand living என்கிற மற்றவரைப் பார்த்து வாழத் துவங்குகிற சமூக மயக்கத்தின் பிரதிபலிப்பாக நம் திரைப்படங்களின் குணத்தை அணுகலாம். மேலும் கதாநாயகனை மட்டுமே முன்னிறுத்துகிற நம் படங்களில் மற்ற பாத்திரங்களுக்கெனத் தனிப்பட்ட குணாதிசயங்கள் இருக்கிறதா என்று ஆராய்ந்தால், யாருக்குமே ஒரு குணாதிசயம் இருப்பதில்லை. நாயகனை முன்னிறுத்திப் பின் உலவுகிற வெற்றுப் பிம்பங்களாகவே நாயகி உள்ளிட்ட அனைவரும் வருகிறார்கள். இதுவும் விநோதமான அம்சம்தான். சரி, மற்றவர்களைப் பொருட்படுத்தாமல், நாயகனின் குணம்தான் என்ன என்று அழுத்தமாகக் கேட்டால் அதற்கும் நம்மிடம் நேர்மையான பதில் இல்லை. 'தமிழன் என்றொரு இனம் உண்டு, தனியே அவர்க்கோர் குணம் உண்டு' என்று நாமக்கல் கவிஞர் பாடியதன் பொருளைத் திரைப்பட அர்த்தத்தில் நாம் தொலைத்து விட்டது சோகமானது. தமிழ்க் கலாசாரத்தின் ஆதாரமெனக் கருதப்படுகிற குடும்ப உறவுகளும், மனிதாபிமானமும், விருந்தோம்பலும், அன்பும், காதலும், வீரமும் சக்திவாய்ந்த ஊடகத்தின் வழியே நாம் விரும்பித் தொலைத்தவை.

எப்போதும் பிராந்தியம் சார்ந்த கலாசாரப் பதிவுகளே உலகத் திரைப்படங்களாகப் போற்றப்படுகின்றன. இந்த வருடம் ஆஸ்கார் பரிசுக்காக இந்தியாவிலிருந்து அனுப்பப்பட்ட அமோல் பலேகரின் 'பஹேலி' தொன்மம் சார்ந்த நாட்டுப்புறக் கதையை அடிப்படையாகக் கொண்டதுதான். எப்போதும் கதையின் அடிப்படையான நேர்மை தவறாது இயல்பாகச் சொல்லப்படும் உணர்வு சார்ந்த கதைகளே செவ்வியல் மதிப்பைப் பெறுகின்றன. நடைமுறையில் தன் பகுதியில் வசிக்கிற ஒரு ரௌடியைக் கூட சுட்டுவிரல் நீட்டி அடையாளம் காட்ட முடியாத நம் நாயகர்கள்

திரைப்படத்தில், அரசியல்வாதிகளையும், அமைச்சர்களையும், அதிகாரிகளையும், ரௌடிகளையும் வெட்டி வீழ்த்திக் கொண்டேயிருக்கிறார்கள்.

திரைப்படத்தில் சாதாரண மனிதனின் பிரச்சனைகளைத் தட்டிக் கேட்கிற நாயகன் யதார்த்தத்தில் தன் ரசிகர்களெனச் சொல்லிக்கொள்கிற இளைஞர்களின் பிரச்சனைகளைக் கண்டு கொள்ளாதவனாகவே இருக்கிறான். தமிழ்நாட்டில் நிகழ்ந்த ஆழிப்பேரலை அழிவின்போதோ அல்லது கடுமையான வெள்ளப்பாதிப்பின்போதோ தமிழகத்தின் எந்த நாயகரும் உதவ முன்வரவில்லை. ஆனால் இந்த அழிவுகள் திரைப்படத்திற்குள் நிகழ்வதாக ஒரு நிமிடம் கற்பனை செய்து பாருங்கள். நிகழ்விற்கும், புனைவிற்கும் இருக்கக்கூடிய இந்த முரணைச் சராசரிப் பார்வையாளன் உணர்கிற நிலைக்கு வந்துவிட்டான்.

திரையில் யதார்த்தத்திற்கு முரணாக நடக்கிற எதையும் ரசிக்கிற, பிரமிக்கிற நிலையைக் கடந்து விமர்சிக்கிற, கேலி செய்கிற நிலைக்குப் பார்வையாளன் வந்துவிட்டான். பிரபல நடிகர்களின், சண்டை கலந்த பொழுதுபோக்குப் படங்களின் சமீபகாலத் தோல்விகள் இதை உறுதிசெய்கின்றன. மேலும் யதார்த்தத்தோடு திரைப்படத்தைப் பொருத்திப் பார்க்கிற மனோபாவம் இப்போது மெல்ல மெல்லக் கிளர்ந்து வருவதைப் பொதுவான திரைப்பட நோக்கங்களால் உணரமுடியும். இதன் தொடர்ச்சியாகத் திரைப்படத்தினுள் நிகழ்கிற புனைவைக் கூட யதார்த்தம்போல அல்லது யதார்த்தம் சார்ந்த சாயலில் செய்யவேண்டிய கட்டாயம் ஒவ்வொரு இயக்குநருக்கும் நேர்ந்திருக்கிறது. அடிப்படையில் நம்பகத்தன்மை என்பது ஒரு திரைக்கதையின் அதிமுக்கிய கூறு. இது முழுக்க யதார்த்தம் சார்ந்தே நிகழும். நிகழமுடியும். மேலும் தொடர்ந்த அதிரடிப் படங்களும் அவற்றின் சப்தங்களும் பார்வையாளனைக் களைப்புறச் செய்யும் காலம் இப்போது. பார்வையாளன், கதாநாயகனைத் தனது பிம்பமாகவே பார்க்கிறான். தொடர்ந்து வெற்றி கொள்ளும்போது வெற்றியின்மீது ஒரு சலிப்பும் மிதப்பும் ஏற்படுவதுபோல, தனது ஆதர்ச பிம்பமாகிய நாயகன் வில்லனுக்கு எதிராக கதைக்குள் பெறும் தொடர்வெற்றிகள் பார்வையாளனைச் சோர்வுக்குள்ளாக்குகின்றன. ஏனெனில் யதார்த்தம் எப்போதும் தொடர் வெற்றிகளால் நிகழ்வதில்லை. இதன் மாற்றாகத் தனது காதலை இழக்கிற, தோற்கிற நாயகர்களைத் தமிழ்ப்படம் ('ஆட்டோகிராப்', 'காதல்') சென்ற ஆண்டுகளில் கண்டது. அதன் பெருவெற்றி நாம் கவனித்தக்கது. நாயகனின்

இத்தகைய தோல்வியில் ஒருவிதமான உண்மையும் நம்பகத் தன்மையும் இருக்கிறது. இவைதான் சமீபத்திய தமிழ்த் திரைப்படங்களில் இந்தியாவைக் கடந்து திரைப்பட விழாக்களில் திரையிடும் தகுதியைப் பெற்ற திரைப்படங்கள். வணிகத் திரைப்படச் சூழலில் அடுத்தடுத்த வருடங்களில் இது நிகழ்வது ஆச்சரியம்தான். இதனை அடிப்படையாகக் கொண்டு பார்க்கும் போது இரண்டு படங்களிலும் கதாபாத்திரங்களின் குணாதிசயம் குறித்து கூர்ந்து கவனிப்பதற்கான வெளி இருக்கிறது. குறிப்பாகக் 'காதல்' படத்தின் எந்தக் கதாபாத்திரத்தையும் உணர்வு சார்ந்த பரிமாணம்மிக்கதாகப் பார்க்கமுடியும். நுணுகிச் செய்யப்படுகிற இத்தகைய குணாதிசயங்களோடு நம்முடைய கலாசாரப் பின்னணியும், தொழில்நுட்ப மேதைமையும் தொடர்ந்து இணையும்போது உலகத் தரத்திற்கான தகுதிமிக்க திரைப்படங்கள் நம் தமிழிலிருந்து நிச்சயம் வரமுடியும். அதற்கான குணச்சித்திரங்களை யதார்த்தத்திலிருந்து, நம் வாழ்க்கையின் சுவடுகளிலிருந்து மட்டுமே நாம் கண்டெடுக்க முடியும்.

- உயிர்மை மே 2006